கலைஞர் எனும் கருணாநிதி

கலைஞர் எனும் கருணாநிதி

வாஸந்தி (பி. 1941)

தமிழ்ப் படைப்பாளர். தமிழிலும் ஆங்கிலத்திலும் எழுதும் பத்திரிகையாளர். எட்டு ஆண்டுகள் தமிழ் *இந்தியா டுடே*யின் ஆசிரியர். இவருடைய படைப்புகள் மலையாளம், இந்தி, தெலுங்கு, ஆங்கிலம், நார்வேஜியன், செக், டச்சு மொழிகளில் மொழிபெயர்க்கப்பட்டுள்ளன; இவருடைய இரண்டு நாவல்கள் மலையாளத்தில் திரைப்படமாகியுள்ளன. தமிழக அரசியல் பற்றியும் ஜெயலலிதா பற்றியும் எழுதிய நூல்கள் ஆங்கிலத்தில் பிரசுரிக்கப்பட்டுள்ளன. *இந்தியா டுடே, நியூ இந்தியன் எக்ஸ்பிரஸ், டெக்கான் ஹெரால்ட், தி வீக்* போன்ற நாளிதழ்களிலும் வார இதழ்களிலும் கட்டுரைகள் வெளியாகியுள்ளன.

வாஸந்தி

கலைஞர் எனும் கருணாநிதி

காலச்சுவடு பதிப்பகம்

அன்பார்ந்த வாசகருக்கு,

வணக்கம்.

காலச்சுவடு நூலை வாங்கியமைக்கு நன்றி.

நூலின் உள்ளடக்கம், உருவாக்கம், அட்டைப்படம் இன்ன பிற அம்சங்கள் பற்றிய உங்கள் கருத்துகளையும் ஆலோசனைகளையும் காலச்சுவடு வரவேற்கிறது. தகவல், எழுத்து, வாக்கியப் பிழைகள் தென்பட்டால் அவசியம் தெரிவித்து உதவுங்கள். நூல் தயாரிப்பில் கடும் குறைபாடு இருப்பின் மாற்றுப் பிரதி உங்களுக்குக் கிடைக்கக் காலச்சுவடு ஏற்பாடு செய்யும்.

மின்னஞ்சல்: publisher@kalachuvadu.com

காலச்சுவடு நாகர்கோவில் அலுவலகத்திற்குக் கடிதம் அனுப்பலாம்.

தங்கள்
எஸ்.ஆர். சுந்தரம் (கண்ணன்)
பதிப்பாளர் – நிர்வாக இயக்குநர்

கலைஞர் எனும் கருணாநிதி ❖ வாழ்க்கை வரலாறு ❖ ஆசிரியர்: வாஸந்தி ❖

© வாஸந்தி

❖ முதல் பதிப்பு: ஜனவரி 2019, ஏழாம் பதிப்பு: ஏப்ரல் 2025 ❖ வெளியீடு: காலச்சுவடு பப்ளிகேஷன்ஸ் (பி) லிட்., 669, கே.பி. சாலை, நாகர்கோவில் 629001

kalaiñar enum karuNaaniti ❖ Biography ❖ Author: Vaasanthi ❖

© Vaasanthi

❖ Language: Tamil ❖ First Edition: January 2019, Seventh Edition: April 2025 ❖ Size: Demy 1 x 8 ❖ Paper: 18.6 kg maplitho ❖ Pages: 224

Published by Kalachuvadu Publications Pvt. Ltd., 669 K.P. Road, Nagercoil 629001, India ❖ Phone: 91-4652-278525 ❖ e-mail: publications@kalachuvadu.com ❖ Printed at Clicto Print, Jaleel Towers, 42 KB Dasan Road, Teynampet Chennai 600018

ISBN: 978-93-88631-24-2

04/2025/S.No. 893, kcp 5679, 18.6 (7) uss

முன்னுரை

கர்நாடக மாநிலத்தில் பிறந்து வளர்ந்தவள் நான். தமிழ் பேசும் குடும்பத்தில் பிறந்ததனால் தமிழை இரண்டாம் மொழியாகப் போதித்த ஆங்கிலவழிப் பள்ளியில் படித்தேன். தமிழில் எனக்கிருந்த இயல்பான ஈர்ப்பினாலேயே அதில் எழுத ஆரம்பித்தேன். ஐம்பதாண்டுகளுக்கும் மேலாக தமிழில் எழுதி வந்தாலும் தமிழ்நாட்டில் வசித்த அனுபவம் எனக்கு இருக்கவில்லை. அதன் அரசியலுடன் நெருக்கமான பரிச்சயம் இல்லாமல் இருந்ததிலும் வியப்பில்லை.

பெங்களூரிலும் பிறகு வட இந்தியாவிலுமே அதிகமாக வசித்திருந்த நான், *இந்தியா டுடே* இதழ் தமிழ்ப் பதிப்பின் ஆசிரியராக 1993இன் ஆரம்பத்தில் தில்லியிலிருந்து சென்னைக்குச் சென்றபோது, பல கலாச்சார அதிர்ச்சிகள் எனக்குக் காத்திருந்தன. அதற்கு நிச்சயமாக நான் என்னைத் தயார் செய்திருக்கவில்லை. எனக்குக் கிடைத்த முதல் அதிர்ச்சியே என்னைத் தடுமாற வைத்தது. அந்த அதிர்ச்சியை அளித்தவர் கருணாநிதி, *முரசொலி* மூலமாக. நான் பணியில் அப்போதுதான் சேர்ந்திருந்தேன். கருணாநிதியின் குடும்பத்தைப்பற்றி ஆங்கிலப் பதிப்பில் ஒரு கட்டுரை இடம்பெற்ற வாரத்தில், அதன் தமிழாக்கமும் வரவேண்டியிருந்தது. அது ஒரு கட்டாயம். அதன் மொழியாக்கம் என் பார்வைக்கு வந்தபோது அதிலிருந்த ஒரு வரி தேவையற்றது என்கிற உள்ளுணர்வில் அதை அடித்திருந்தேன். செம்மைப் படுத்தப்பட்ட பக்கத்தையும் பார்த்தேன். அது

7

நீக்கப்பட்டிருந்தது. கடைசியாக அச்சுக்கு ஏற வேண்டிய பக்கத்தைப் பார்க்கும் வேலை உதவி ஆசிரியருக்கு என்பதால் நான் வீட்டிற்குக் கிளம்பிப்போனேன். மறுநாள் காலை என் மேஜைக்கு வந்திருந்த தமிழ் இதழின் முதல் பிரதியைப் பார்த்த போது அதிர்ச்சி ஏற்பட்டது. நான் அடித்திருந்த வரி அதில் சேர்க்கப்பட்டிருந்தது. உதவி ஆசிரியரைக் கூப்பிட்டு விளக்கம் கேட்டேன். அச்சகத்துக்குச் செல்ல இருந்த பக்கத்தில் ஒரு வரி தேவைப்பட்டது, அதனால் அதைச் சேர்த்தேன் என்றார்! அந்தக் கட்டுரை கருணாநிதியைக் கோபப்படுத்தும் என்று எனக்குத் தெரியும்.

ஆனால் அது அத்தனை விபரீதமான விளைவை ஏற்படுத்தும் என்று எதிர்பார்க்கவில்லை. அந்த ஞாயிறு வெளிவந்த *முரசொலியின்* சிறப்பு இணைப்பு எனக்காகவே ஒதுக்கப் பட்டிருந்தது. முகப்பில் என்னுடைய புகைப்படத்துடன் 'வா[ச]ந்தி' என்று ஆரம்பித்து என்னை அந்தக் கட்டுரை நார்நாராய்க் கிழித்திருந்தது. நான் அதிர்ந்துபோனேன்; அந்தமாதிரியான ஒரு தாக்குதலை வாழ்நாளில் சந்தித்ததில்லை. அதற்கெல்லாம் பதில் சொல்வதில் அர்த்தமுமில்லை, எனக்கு அதற்குத் தெம்புமில்லை என்று உணர்ந்துகொண்டேன். அந்தக் கட்டுரையை நான் எழுத வில்லை என்று அவரறியாமல் இருப்பாரா?

அந்தக் கட்டுரைக்குப் பிறகு சிலநாட்களுக்கு அவருக்கு *இந்தியா டுடேயின்* மீது கோபம் இருந்தது. அது நியாயமானது என்று எனக்குத் தோன்றிற்று. ஆங்கிலப் பதிப்பின் சென்னைக் கிளையில் நிருபமா சுப்ரமணியன் என்பவர் தலைமை நிருபராக இருந்தார். கருணாநிதியின் பேட்டி அவருக்குத் தேவைப்பட்டது. பேட்டி கொடுக்க அவருக்கு விருப்பமில்லை என்று அவரது உதவியாளர் சண்முகநாதன் சொல்கிறார் என்று என்னிடம் நிருபமா சொன்னார்; நான்தான் அதற்குக் காரணம் என்பதுபோல. நான் சண்முகநாதனைத் தொடர்புகொண்டேன். தலைவருக்கு இஷ்டமில்லை என்று சொல்லி இணைப்பைத் துண்டித்தார். நான் நேரிடையாகக் கலைஞரை சந்திப்பது என்று முடிவு செய்தேன். கருணாநிதி தினமும் காலை பத்துமணிக்கு *முரசொலி* அலுவலகத்துக்குச் செல்வார் என்று கேள்விப்பட்டிருந்தேன். நானும் நிருபமாவும் மறுநாள் காலை *முரசொலி* அலுவலகக் கேட்டில் நின்றோம். நல்ல வெய்யில் அரைமணிநேரம் நின்றிருப்போம். கருணாநிதியின் கார் வந்தது. எங்களை அந்த நிலையில் கண்டு அவருக்கு வியப்பு ஏற்பட்டிருக்க வேண்டும். வண்டி நின்றது. கண்ணாடியை இறக்கி "என்ன வேணும்" என்றார். நிருபமா எனக்குப் பின்னால் ஒளிந்துகொண்டாள். நான் தயக்கத்துடன், "இந்தியா டுடேக்கு

பேட்டி வேணும், தயவு செய்து," என்றேன். "நாளைக்கு பத்து மணிக்குக் கோபாலபுரத்துக்கு வாங்க" என்றார் கருணாநிதி. கார் கிளம்பிவிட்டது. அவ்வளவு சுலபமாக எங்கள் வேலைமுடிந்ததை நினைத்து எங்களுக்கு வேடிக்கையாக இருந்தது.

மறுநாள் 9.30 மணிக்கே கோபாலபுரத்தில் நின்றோம். அவர் சரியாகப் பத்துமணிக்கு பேட்டிக்கு வந்து அமர்ந்தார். அவர் இந்தியா டுடேயில் வந்த கட்டுரையைப்பற்றித் திட்டப்போகிறார் என்று எதிர்பார்த்து அதற்கான சாதுர்யமான பதில் ஒன்றைத் தயாரித்து வைத்திருந்தேன். அவர் பேட்டி ஆரம்பிக்கும் முன்பு என்னைப் பார்த்து "முரசொலியிலே அந்தக் கட்டுரை என் பார்வைக்கு வராமலே எழுதிட்டாங்க," என்றார். நான் என் வியப்பை வெளிக்காட்டிக் கொள்ளவில்லை. அவருக்குத் தெரியாமல் அது நடந்திருக்காது, ஆனால் அதற்கு வருந்துவதுபோலப் பேசியதும் ஒரே வரியில் என்னை அவர் சமாதானப்படுத்திய பாங்கும் அசத்தலாக இருந்தது; அது என்னைக் கவர்ந்தது. அதற்குப்பிறகு பலமுறை அவரை அவரது இல்லத்தில் சந்திக்க வாய்ப்பு கிடைத்தது. அவருடன் பேட்டி காண்பதும் பேசுவதும் எனக்கு மிகுந்த உற்சாகத்தை அளிக்கும். மிகச் சரளமாகப் பேசுவார். பல அரசியல் நிகழ்வுகளைப் பற்றின தனது அந்தரங்கக் கருத்துகளைச் சொல்லியிருக்கிறார். அவரது கவலைகள், பயங்கள் அவற்றில் வெளிப்படும். அவருடைய நிஜ முகம் அது என்று எனக்குத் திகைப்பேற்படும். எத்தனை எளிமையாக அவரை அணுகமுடிந்தது! தொலைபேசியில் அழைத்தால் உடனடியாகப் பேசுவார், முதல்வர் பதவி வகித்தபோதும். நான் வாரந்தோறும் எழுதிவந்த 'சிந்திக்க ஒரு நொடி' பத்திகளைப் படித்த கையோடு காலையில் அவரிடமிருந்து தொலைபேசி அழைப்பு வரும்; பிடித்தால் பாராட்டுவார். பிடிக்காவிட்டால் தமது எதிர்ப்பை வெளிப்படுத்துவார். ஒரு முறை திருச்சியிலோ சேலத்திலோ நடந்த திமுக மாநாட்டில் பிரபல ஆங்கில நாளிதழில் அவரை விமர்சித்து எழுதப்பட்டிருந்த தலையங்கத்தை எதிர்த்து மிகக் கடுமையாகப் பேசினார். தான் சூத்திரன் என்ற காரணத்தாலேயே அப்படி எழுதுகிறார்கள் என்றார். நான் அதை விமர்சித்துப் பத்தி எழுதியிருந்தேன். 'இத்தனை உயர்ந்த பதவியில் அவர் இருந்தும் ஏன் இந்தத் தாழ்வு மனப்பான்மை' என்று கேள்வி எழுப்பியிருந்தேன். 'ஜாதி உணர்வைவிட்டு அவர் வெளியே வரவில்லை' என்றேன். மறுநாள் விடிந்த உடனேயே அவரிடமிருந்து ஃபோன் வந்தது. "என்ன அப்படி எழுதிட்டீங்க?" என்றார். "உங்க பேச்சு எனக்கு சரின்னு படல்லே" என்றேன். அப்போது அவர் முதல்வராக இருந்தார். அவர், தான் அப்படிப் பேசியதற்கான காரணத்தைச் சொன்னார். "இருந்தும்

9

நீங்க ஒரு அறிஞர், கலைஞர், முக்கியமாக முதலமைச்சர். முதல்வர் ஸ்தானத்தில் இருப்பவர் அப்படிப் பேசினது சரின்னு எனக்குத் தோணல்லே” என்றேன். அவர் பதில் சொல்லவில்லை. நான் சொன்னதைத் தவறாக எடுத்துக்கொள்ளவில்லை; கோபப்படவில்லை.

எனக்கு அதை நினைத்து இப்பவும் ஆச்சரியம் ஏற்படுகிறது. அவர் முதலமைச்சர் என்கிற பயமோ தயக்கமோ எனக்கு இருக்கவில்லை. அவருக்குக் கோபம் வரவில்லை என்பதுதான் வியப்பைத் தரும் விஷயம். அவருடன் அப்படிப் பேசும் சுதந்திரம் அவரது ஆட்சியில் பத்திரிகையாளர்களுக்கு இருந்தது. யாரும் விமர்சனத்துக்கு அப்பாற்பட்டவர் அல்லர். அவரைப்போல விமர்சனத்துக்குள்ளான முதல்வர் யாருமில்லை. எல்லாவற்றையும் தாங்கிக்கொண்டு கருத்துச் சுதந்திரத்துக்கும் எழுத்துச் சுதந்திரத்துக்கும் மதிப்புக் கொடுக்க அவருக்குத் தெரிந்திருந்தது – அவரே ஒரு பத்திரிகையாளராக, எழுத்தாளராக இருந்ததால்!

அவருடைய வரலாறு தமிழகத்தின் எழுச்சிமிக்க காலகட்டத்தின் வரலாற்றுடன் பிணைந்தது. திராவிட இயக்கத்தின் சூத்திரதாரிகளுள் முக்கியமான அவருடைய வளர்ச்சி திராவிட இயக்க வரலாற்றுடன் சம்பந்தப்பட்டது. இயக்கத்தின் சித்தாந்தங்களைச் செயல்படுத்த வேண்டுமானால் அரசியல் அதிகாரம் தேவை என்றுணர்ந்த அண்ணாதுரையின் வழி சென்று தோள் கொடுத்தவர். மாநில மொழியின் முக்கியத்துவத்தை மத்திய அரசுக்குத் தெளிவுபடுத்திய பெருமை திராவிட இயக்கத்தைச் சார்ந்துவந்த திராவிட முன்னேற்றக் கழகத்தைச் சேர்ந்தது. டால்மியாபுரத்தைக் கல்லக்குடியாக மாற்ற அவர் ரயில் தண்டவாளத்தில் படுத்தது தமிழக வரலாற்று ஏடுகளில் இடம்பெற்றது . திராவிட முன்னேற்றக் கழகம் வளர அதன் பொருளாளராக அரும்பாடுபட்டது இப்போது மங்கிய நினைவாக நிற்கிறது. பேச்சாற்றலினால் தொண்டர்களைக் கவர்ந்தவர். ‘உடல் மண்ணுக்கு, உயிர் தமிழுக்கு’ என்ற சொற்கள் திரையரங்குகளில் ஒலித்து ஃபிலிம் சுருளுக்குள் ஒளிந்திருக்கின்றன. கேட்பவருக்கு இப்பவும் சிலிர்க்கிறது. அண்ணாவின் மறைவுக்குப்பின் அதனாலேயே அவர்தான் அடுத்த முதல்வர் என்கிற எண்ணம் கட்சியினருக்கு ஏற்பட்டது. ஒரு மாபெரும் திராவிடக் கட்சியின் தலைவராகப் பல்லாண்டுகள் இருப்பது அதிசயம். அதைவிட அதிசயம் அறுபது ஆண்டுகாலம் அவரது சட்டமன்றப்பணி தொடர்ந்தது. அத்தகைய ஆளுமையைப் பார்ப்பது அபூர்வமானது.

சூரியன் எழுவதற்கு முன் எழுந்து அத்தனைப் பத்திரிகைகளையும் படிப்பவர். *முரசொலியில்* தினமும் உடன்பிறப்புகளுக்கு

நேரிடையாகப் பேசுவதுபோல் கடிதம் எழுதித் தொடர்பில் வைத்திருந்தவர். 'என் உயிரினும் மேலான உடன்பிறப்புகளே' என்று அவர் பேச்சை ஆரம்பிக்கும்போது உணர்ச்சிவசப்பட்டு, கூட்டத்திலிருந்து எழும் கரகோஷத்தைக் கேட்டிருக்கிறேன். அவர் நள்ளிரவில் கைதாகிப் பிறகு வெளியே வந்திருந்த நேரம் அறிவாலயத்தில் ஒரு புத்தக வெளியீட்டுக்கு வந்திருந்தார். பேருந்து வேலை நிறுத்தத்தையும் பொருட்படுத்தாமல் அரங்கம் வழிய வந்திருந்த கூட்டம் அவரைப் பார்த்ததும் உணர்ச்சிவசப்பட்டது. அவர் புத்தகத்தை வெளியிட்டார். என்னைத்தவிர மேடையில் இருந்தவர்கள் எவரும் புத்தகத்தைப் பற்றிப் பேசவில்லை. கலைஞரைப்பற்றியே பேசினார்கள். 'உன் கை பட்டால் தமிழ் துலங்கும், உன் மேல் கை பட்டால், தமிழ் குலுங்கும்' என்றார் கவிஞர் வாலி. கருணாநிதியின் கண்களில் நீர் நிரம்பிற்று.

அவருக்கு வேண்டியிருந்தது ஆதரவாளர்களின், தொண்டர்களின் அன்பு. அவர் வளர்த்துக்கொண்ட பிம்பம் அது. கட்சியைக் கட்டுக்குள் வைக்கத் தேவைப்பட்ட பிதாமகர் பிம்பம். அது அர்த்தம் பொதிந்தது. கட்சிக் குடும்பத்தின் அங்கத்தினர்களுக்கெல்லாம் குடும்பத்தின் கண்ணியத்தையும் பெருமையையும் காப்பாற்ற வேண்டிய கடமை இருந்தது. அவரே தலைவர்; அவர்களது ரட்சகர். "வேறு எங்கேயும் ஒரு தலைவருக்கும் அடிமட்டத் தொண்டருக்கும் இருக்கும் அத்தகைய நெருக்கத்தைப் பார்க்க முடியாது. தொண்டர்களின் பெயர்களெல்லாம் அவருக்குத் தெரியும். அவர்களது பிரச்சினைகள் புரியும். அதனால்தான் அவர்கள் அவருக்காகத் தங்கள் உயிரைவிடவும் தயாராய் இருக்கிறார்கள்," என்றார் ஒரு திமுக தலைவர் பல ஆண்டுகளுக்கு முன்பு. திமுக ஒரு ஜனநாயக அமைப்பு என்று கருணாநிதி சொல்வதுண்டு. ஆனால் அவருடைய அனுமதியும் சம்மதமும் இல்லாமல் கட்சியில் எதுவும் நடக்காது. அவருடைய ஆளுமையும் திறமையும் அரசியல் சாணக்கியமும் எவருக்கும் இல்லையென்பதால் யாருக்கும் அவரைக் கேள்வி கேட்கத் துணிச்சல் இல்லை. திமுகவின் சித்தாந்தங்களுக்கு விரோதமாக பாரதிய ஜனதா கட்சியுடன் தோழமை வைத்தபோதும், அது காலத்தின் கட்டாயம் என்ற வாதத்தை மனசில்லாமல் ஏற்றுக்கொண்டார்கள். தலைவரின் வியூகம் சரியாகவே இருக்கும். நெருக்கடிநிலையை எதிர்க்கத் துணிந்தவர், ஒத்து வராவிட்டால் விலகவும் செய்வார்.

பத்து ஆண்டுகளுக்கு மேல் தமிழகத்தில் மிக நெருக்கத்தில் இரண்டு திராவிடக்கட்சிகளின் ஆட்சியையும் பார்த்துப் பிரமித்திருக்கிறேன். வெளியிலிருந்து வந்த எனக்கு நாடகத்தின் காட்சிகள் மாறிமாறி நடப்பதாகத் தோன்றும். முன்னாள்

நடிகைக்கும், வசனகர்த்தாவுக்கும் இடையே நடந்த இதிகாசப் போராக, அது ஒரு சமனற்ற போட்டி என்று தோன்றும். அத்தகைய போரில் தலைவர்கள் அதீதமாகப் போற்றப்பட வேண்டியது அவசியம். தொண்டர்களுக்கு அது உத்வேகத்தைக் கொடுக்கும். மக்களைத் தொண்டர்களாக மாற்றவும் உதவும். அதுவே திராவிடக்கட்சிகளின் நடைமுறை ஆயிற்று. தலைவர் அசாதாரண வல்லமையும் ஆற்றலும் படைத்தவராகத் தொண்டர்களை ரட்சிக்கும் ஆன்மீக பலமுள்ளவராகக் காண்பிக்கப்பட வேண்டும். தலைவருக்கும் தொண்டனுக்கும் இடையே ஓர் அகழி ஏற்படும். ஆனால் கருணாநிதி அந்தப் பிளவுபடுத்தும் ஐதீகத்திலும் தொண்டர்களுக்கு நெருக்கமாக இருந்ததைக் காண்பிக்கத் தவறவில்லை. ஒரு நெடிய எழுச்சிமிக்க வரலாற்றுடன் சம்பந்தப்பட்டவர் அவர். அதுவே அவரது ஆளுமையின் பலம். அவரது கட்சி, தேர்தலில் தோற்றபோது “நான் இதுக்கெல்லாம் இப்ப கலங்கறதே இல்லே. உணர்ச்சிவசப்பட்ட காலமெல்லாம் போச்சு. நான் இதையும் பார்த்திருக்கிறேன், இதற்கு மேலேயும் பார்த்திருக்கிறேன்” என்றார், நான் அவரைப் பேட்டி காண்கையில். அதற்குப்பிறகு உணர்ச்சிவசப்படுத்தக்கூடிய பல நிகழ்வுகளைப் பார்த்துவிட்டார்.

உடல் தளர்ந்துவிட்ட வயதில் மனசும் மோன நிலையை எட்டுமோ என்னவோ. காலம் மாறிவிட்டதை அவர் அறிந்தார். காந்தம்போல் இழுக்கக்கூடிய பேச்சு நின்றுபோனது. அதற்கு முன்புவரை அவரது எழுத்துப்பணி ஓயாமல் நடந்தது. தத்துவம் பேசிற்று. ராமானுஜரைப் பற்றி நீண்ட நாடகம் எழுத முடிந்தது. 2016 மாநிலத் தேர்தலின்போது பிரச்சார மேடையில் அவர் அமர்ந்தது பார்த்தவரையெல்லாம் நெகிழ்வித்தது.

அவரது பரம வைரியாக இருந்த, அவரை வீழ்த்தவே அரசியல் செய்த ஜெயலலிதா இறந்தபோது உண்மையான துக்கம் அவரை ஆட்கொண்டது. மனசு விசாலமாக விரிந்திருந்தது. அதில் இப்போது விருப்பு வெறுப்பு இல்லை, அன்பே சிவம் என்ற மோனம் ஆட்கொண்டிருந்தது. அப்படித்தான் அவர் இருந்திருக்க வேண்டும், இயற்கை அவரது தளர்ந்த உடலை எடுத்துச் சென்றபோது.

அவர் மகாத்மா இல்லை. தமிழகத்தின் மிகப்பெரிய அரசியல் ஆளுமையாக, ஆச்சரியமான பல்முனை ஆற்றல் பெற்றவராக, ஆகச்சிறந்த நிர்வாகியாக இருந்த நிலையிலும் சாமான்ய மனிதனுக்குண்டான பலவீனங்கள் இருந்தன. குடும்பப் பாசத்தில் தடுமாறி எடுத்த தவறுகள் மூப்பில் சோதனையாகப் போயின. அரசியல் கணிப்புகளில் நிறைய காயங்கள் ஏற்பட்டன.

எனது பல பத்திகளில் அவரைக் கடுமையாக விமர்சித்திருக்கிறேன். அவருக்கு அவை எந்தவிதமான தாக்கத்தை ஏற்படுத்தும் என்று நினைத்துப் பார்த்ததில்லை. அவர் தலைமை தாங்கிய ஒரு பொது நிகழ்வில், மேடையில் அவருக்கு அடுத்த இருக்கையில் அமர்ந்திருந்தேன். அவரிடம் மெல்ல, “உங்களை நான் கடுமையாக விமர்சித்தாலும் உங்கள்மேல் எனக்கு மிகுந்த மதிப்பும் மரியாதையும் உண்டு,” என்றேன். அவர் என்னைப் பார்த்து, “எனக்கு அது தெரியுமே” என்றார் புன்சிரிப்புடன்.

இந்தப் புத்தகமும் பட்சமில்லாத பார்வையுடன் அவரது நிறைகுறைகளை எடுத்துச் சொல்வதாக நம்புகிறேன். அத்தகைய பார்வை பத்திரிகையாளரின் தர்மம். அதை அவர் எங்கிருந்தாலும் புரிந்துகொள்வார் என்று எனக்குத் தெரியும்.

இந்தப் புத்தகத்தை எழுத எனக்கு உதவியவர்கள் எல்லோருக்கும் எனது நன்றி. முக்கியமாக கே.எஸ். ராதாகிருஷ்ணன் செய்த உதவிக்கு எத்தனை நன்றி சொன்னாலும் போதாது.

‘காலச்சுவடு’ பதிப்பகம் இப்புத்தகத்தை வெளியிடுவது எனக்கு மிகுந்த மகிழ்ச்சி அளிக்கிறது. காலச்சுவடுக்கு எனது நன்றி.

தில்லி
ஜனவரி 2019.

வாஸந்தி

1

அப்பா வாசிக்கும் நாகஸ்வரம் அந்தச் சிறுவனுக்குக் கேட்கப் பிடிக்கும். சங்கராபரணத்தை ஒரு பிடி பிடித்துக்கொண்டிருந்தார். அவன் தன்னையறியாமல் தலையசைத்து ரசித்துக்கொண் டிருந்தான். வாயிலில் நிழல் தட்டிற்று. அப்பா கண்ணை மூடி வாசிப்பில் லயித்திருந்தார்.

கதவு தட்டப்படும் ஓசைக் கேட்டதும் வாசிப்பை நிறுத்தி வாயிலைப் பார்த்தார். இன்னும் சங்கீத எல்லையிலிருந்து வெளிவரவில்லை என்று பட்டது.

"பண்ணையார் கூப்பிடறார்" என்றார் வாயிலில் நின்றவர், உள்ளே நுழையாமல். அப்பாவும் "உள்ளே வாருங்கள்" என்று அழைக்கவில்லை.

"இதோ வரேன்" என்று விருக்கென்று எழுந்தார் நாதஸ்வரத்தை மெல்ல உறையில் வைத்தபடி. வெற்று மார்பில் துண்டைக் குறுக்காகப் போட்டுக் கிளம்பினார். அவனும் கூடவே எழுந்து அவருடன் வெளியே நடந்தான். அழைக்க வந்தவர் சற்று எட்டி முன்னால் நடந்தார். அப்பா செருப்பு அணிந்திருக்க வில்லை. அவனிடம் செருப்பே இல்லை. மண் தரையில் நடந்து பழக்கப்பட்ட கால்கள். அதைப் பற்றின சிந்தனைகூட இருக்கவில்லை. ஒரு பெரிய வீட்டிற்கு முன் நின்றார்கள். வாசல் ரேழியில் வெள்ளிப்பூண் போட்ட ஊஞ்சலில் ஒரு பெரியவர் அமர்ந்து வெற்றிலை மென்றுகொண்டிருந்தார். அவன் அப்பாவைத்தான் அதிகமாகக் கவனித்தான். மேல் துண்டை எடுத்து இடுப்பில் கட்டியிருந்தார் இப்போது. இடுப்பு வளைந்து கூனிப்போயிருந்தது. வாயை ஒரு கையால் பொத்தி 'வணக்கம் ஐயா' என்றார். ஐயா தலையசைத்து என்னவோ சொன்னார். சிறுவன் அதைக் கவனிக்கவில்லை.

அப்பாவின் சிறுத்துப்போன உடல்மொழி அவனுக்குக் காரணம் புரியாமல் அவமானத்தை அளித்தது.

வீடு திரும்பும்போது அதே யோசனையாக இருந்தது. தெருவுக்கு வந்த பிறகு அப்பாவின் முதுகில் துண்டு இருந்தது. ‘அவங்க முன்னாலே துண்டை ஏன் எடுத்தீங்க?’ என்று அவன் கேட்டான்.

அப்பா அவனை வியப்புடன் பார்த்தார். அது ஒரு எதிர்பாராத கேள்வி என்பதைப் போல.

“அவங்க மேல் சாதிக்காரங்க அய்யா. நாம கீழ் சாதி. அவங்க எதிர துண்டு போடக்கூட நமக்கு வக்கில்லே.”

‘ஏன்?’

அதுக்கெல்லாம் பதில் இல்லை என்பதுபோல அப்பா பேசாமல் இருந்தார். அவனுக்கு அப்பாவின் ஆற்றலைப் பற்றி நிறையப் பெருமிதம் இருந்தது. நல்ல விவசாயி. சிறந்த வித்வான். கவிதைகள் எழுதுவார். வடமொழி கற்றவர். பாரத ராமாயணக் கதைகளை மிக அழகாகச் சொல்லுவார். அவர் புனைந்த கேலிப்பாட்டுகளை அவன் கேட்டிருக்கிறான். அந்தப் பண்ணையாரைப் பற்றிகூட அவர் பாடினார் என்று அவன் நினைத்தான்.

இந்தக் கொடுமை செய்தால் ஏழைகள்
என்ன செய்வோம்?
இனி பொறுக்க மாட்டோம்
ஈட்டியாய் வேலாய் மாறிடுவோம்

சொற்களில் இருந்த வீரம் அவர் பண்ணையார் முன் நிற்கும்போது மாயமாகிப்போகும். எட்டி நிற்கணும். நாயனம் வாசிக்கிறவன். அவ்வளவுதானா அதற்கு மதிப்பு? அப்பா அவனுக்கு நாதஸ்வர பயிற்சிக்கு ஏற்பாடு செய்தபோது அவன் திட்டவட்டமாக மறுத்தான். என்னாலெ முடியாது – ஊர் பெரிய மனுஷங்க எதிரிலே சட்டை போடாம இருக்கணும், மேல் துண்டை இடுப்பிலே கட்டணும். செருப்பு போடக் கூடாது. நாயனக்காரன்னு எளப்பமா பேசுவாங்க எத்தனைப் பெரிய வித்துவான்னாலும்’.

அப்பா புரிந்துகொண்டார். ‘சரி அப்ப படி நல்லா. எப்படியாவது உருப்பட்டா சரி.’

அவன் செய்த முதல் புரட்சி அது. பத்து வயதுகூட ஆகியிருக்க வில்லை.

முத்துவேலர், அஞ்சுகம் என்ற மிக வைதீக தம்பதியருக்குப் பிறந்த பிள்ளை. பின்னாட்களில் பகுத்தறிவுவாதியாக, நாஸ்திகவாதம் பேசும் (அதிகப்பிரசங்கியாக) மேடைப் பேச்சாளராக, தமிழ் மொழியின் மானம் காக்க தண்டவாளத்தில் படுத்த போராளியாக மாறுவான் என்று மாந்திரீகம் தெரிந்த முத்துவேலருக்குத் தெரிந்திருந்தால் அவர் தலை நிமிர்ந்து நடந்திருப்பாரா, அல்லது அப்படிப்பட்ட பிள்ளையைப் பெற்றதற்கு நொந்திருப்பாரா என்று தெரியாது. பாடல் பெற்ற ஸ்தலமான திருவாரூருக்கு அருகில் திருக்குவளையில் *3.6.1924* அன்று பிறந்த அந்தப் பிள்ளையினால் திருக்குவளை கிராமத்தின் பெயரைப் பல ஆண்டுகளுக்குப் பிறகு நாடு முழுவதிலும் உள்ள ஏடுகள் அவன் பிறந்த ஊர் என்று பதிவு செய்யும் என்றும் அந்த விவசாயி அறிந்திருக்க மாட்டார்.

உலகமெங்கும் கொந்தளிப்பு மிகுந்திருந்த காலம் அது. வரலாறு காணாத அழிவும் பேரிழப்பும் தேக்கத்தையும் ஏற்படுத்தி யிருந்த முதலாம் உலகப்போர் நடந்து ‘வல்லரசுகள் களைத்து சளைத்துக்கிடந்த காலம். அதே நேரத்தில் ‘காலனி மக்களிடம்’ எல்லா வல்லரசுகளும் கெடுபிடிகளையும் மக்கள் விரோத சட்டங்களையும் அமுல்படுத்தி பொறுமையை சோதித்த காலம். இந்தியா, நீண்ட உறக்கத்திலிருந்து சிலிர்த்து எழுந்து நிற்கத் துணிந்த நேரம். காந்தியடிகளின் வருகையும் அவரது அரசியல் ஈடுபாடும் புதுவகையான எழுச்சியை ஏற்படுத்திக்கொண்டிருந்தது. ஆறு ஆண்டுகள் சிறைதண்டனை ஏற்று உடல்நிலை காரணமாக இரண்டு ஆண்டுகளில் விடுதலை பெற்று *1924*இல் வெளியில் வந்திருந்தார். ஆன்மீகமும் புரட்சியும் கலந்த அரசியலை லாவகமாக நடத்திச் செல்லும் ‘உத்திகளை’க் கற்றவராக. எல்லா மதங்களையும் உள்ளார்ந்த புரிதலோடு மதிப்பவராக. இந்தியாவின் கிராமப்புறங்களில் இருந்துதான் விடுதலைக்கான ‘கனல்’ கிடைக்க முடியும் என்கிற சிந்தனை உள்ளவராக.

முத்துவேலருக்கும்அஞ்சுகத்துக்கும் முதலில் இரு பெண் குழந்தைகள் பிறந்தார்கள். ஆண் குழந்தைக்காகத் தீர்த்தங்கள் ஆடி, விரதங்கள் மேற்கொண்டு பிறந்த குழந்தை கருணாநிதி.

தம்மைப் போல நாதஸ்வர வித்வான் ஆக மகன் மறுத்ததும் முத்துவேலர் பள்ளிப்படிப்பில் அவரைத் தீவிரமாக ஈடுபடுத்தினார். தனியாகவும் ஆசிரியர் அமைத்துப் பாடம் போதிக்கப்பட்டது. படிக்கும்போது கிராமத்தில் நடிக்கவும் ஆரம்பித்தார் கருணாநிதி. விடுமுறை நாட்களில் மாட்டுத் தொழுவமே நாடக மேடையாகும். கருணாநிதிக்கு அர்ச்சுனன்,

கிருஷ்ணன் வேடங்களில் நடிக்கப் பிடிக்கும். நீலப்பவுடரை அள்ளி உடம்பில் பூசிக்கொண்டு நடிப்பார்.

நண்பர்களோடு திருக்குவளைத் தெருக்களில் அலைந்து திரிந்த காலம் ரம்யமான காலம். அங்கிருந்து ஒரு மைல் தொலைவில் காருகுடி என்று ஒரு கிராமம். அங்குதான் தோழர்களுடன் வீட்டிற்குத் தயிர் வாங்க காலை ஏழு மணிக்குக் கையில் ஈயச்செம்புடன் கருணாநிதி செல்வார். அங்கிருந்து ஒன்பது, பத்து மணிக்கு ஊர் திரும்புவார்கள். வழியில் தாகமெடுத்தால் தயிரைக் கொஞ்சம் சாப்பிடுவார்கள். அதை ஈடுகட்ட குளத்து நீர் சேர்க்கப்படும்.

மரங்கள் அடர்ந்த வனப்பகுதிகளில் தீவட்டி வெளிச்சமாய்ப் பிசாசுகள் உலவுவதாக எல்லோரும் பேசுவதைக் கேட்டு அவரும் பயந்ததுண்டு. 'நமச்சிவாய' என்று ஜபித்தபடி அப்பகுதி களைக் கடந்துசெல்வார். வீட்டுத் தெருக்கோடியில் இருந்தது அங்காளம்மன் கோவில். கோழிக்கறி சாப்பிட வேண்டுமென்று முத்துவேலருக்கு ஆசை ஏற்பட்டுவிட்டால் உடனே அங்காளம்மன் கோவில் பூஜைக்கு ஏற்பாடாகிவிடும்.

ஆரம்பப்பள்ளிப் படிப்புக்குப் பின் பன்னிரண்டாவது வயதில் இரண்டாம் படிவத்தில் திருவாரூர் உயர்நிலைப் பள்ளியில் சேருவதற்காக அழைத்துச்செல்லப்பட்டார். ஆனால் அவரை ஐந்தாம் வகுப்பில்கூட சேர்க்க இயலாது என்று உயர்நிலைப் பள்ளித் தலைமை ஆசிரியர் கஸ்தூரி ஐயங்கார் கூறிவிட்டார். அதை அறிந்த கருணாநிதிக்கு அவமானமாக இருந்தது. திருக்குவளையில் நண்பர்களிடம் 'மேல படிக்க திருவாரூருக்குப் போறேன்' என்று பெருமையுடன் சொல்லிவிட்டு வந்த பிறகு, அங்கு தான் நிராகரிக்கப்பட்டதாக எப்படிப் போய் சொல்வது? எத்தனை பெரிய தலைக்குனிவாக இருக்கும் அது? தலைமை ஆசிரியரிடம் நேரிடையாகப் போய் கேட்பது என்ற முடிவுடன் விரு விருவென்று அவருடைய அறைக்குள் நுழைந்தார். வாசலில் 'பங்கா' இழுத்துக்கொண்டிருந்த பியூன் தடுத்தும் கேளாமல் தடாலென்று உள்ளே நுழைந்த அந்தச் சிறுவனைக் கண்டு கஸ்தூரி ஐயங்கார் திகைத்தார்.

"என்னப்பா, என்ன வேணும் உனக்கு?" என்றார்.

"என்னை எப்படியாவது உங்கள் பள்ளியில் சேர்த்துக் கொள்ளணும் சார்" என்றான் சிறுவன்.

'அதற்குப் பரிட்சை எழுதணுமே?'

'எழுதினேன் முதல் படிவம் இரண்டாம் படிவத்துக்கு. இப்போது ஐந்தாம் வகுப்புக்குக்கூட சேர்க்க முடியாதுன்னு

சொல்றாங்க. எங்க கிராமத்து ஆசிரியர் இங்கே இரண்டாம் படிவத்தில் நிச்சயமா இடம் கிடைக்கும்னு பயிற்சி அளித்தார்.'

'நான் இப்ப என்ன செய்ய முடியும் தம்பி?'

"நான் உயர்நிலைப் பள்ளியிலே சேராமல் ஊர் திரும்பினா எல்லாரும் கேலி செய்வாங்க. எப்படியாவது ஐந்தாம் வகுப்பில் என்னை சேர்த்துக்குங்க" என்றான் பையன் கண்களில் நீர் வழிய.

கஸ்தூரி ஐயங்கார் தலையசைத்தார். "ஒரு தடவை முடிவெடுத்தப்புறம் மாத்த முடியாது. முடியாதுப்பா."

'முடியாதா? இதோ உங்கக் கண் முன்னாலேயே எதிரிலே இருக்கிற குளத்திலே விழுந்து சாகப்போறேன்.'

கண்கலங்கி உணர்ச்சிவசப்பட்டு நிற்கும் அவனைப் பார்த்துத் தலைமை ஆசிரியர் திடுக்கிட்டார். கமலாலயம் என்ற அந்தப் பாசி பிடித்த குளத்தில் வழுக்கிப் பலர் இறந்திருக்கிறார்கள். பிறகு அவனைத் தட்டிக்கொடுத்து ஐந்தாம் வகுப்பில் சேர அனுமதி அளித்தார்.

கருணாநிதிக்கு மகிழ்ச்சி கரைபுரண்டு போயிற்று. வெளியில் நின்றிருந்த முத்துவேலரைக் கட்டிக்கொண்டு கூத்தாடினார். 'வெற்றி!'

ஐந்தாம் வகுப்பில் முதன்மையான மதிப்பெண் பெற்று வெற்றிபெற்றார்.

ஐந்தாம் வகுப்பில் பனகல் அரசர் என்ற தலைப்பில் ஐம்பது பக்கங்கள் கொண்ட ஒரு புத்தகம் துணைப்பாடமாக இருந்தது. அது அவருக்கு மனப்பாடமாகப்போயிற்று. 'அந்தப் பனகல் அரசர் புத்தகம்தான் எனக்கு அரசியல் அரிச்சுவடியாகக்கூட அமைந்தது' என்று தனது 'நெஞ்சுக்கு நீதி' முதல் பாகத்தில் எழுதியிருக்கிறார்.

பனகல் அரசரின் பின்புலமும், வரலாறும் மிக்கதாக அவரைக் கவர்ந்தன. சென்னையில் பலர் ஒன்றுகூடி, தமிழர்களுக்கு அரசியலிலும் பொருளாதாரத் துறைகளில் பணியாற்றவும் இடமளிக்கப்பட வேண்டும் என்கிற எண்ணத்துடன் தென்னிந்திய நல உரிமை சங்கம் என்ற ஒரு அரசியல் கட்சியை 1916இல் ஆரம்பித்தார்கள். அதுவே பிறகு ஜஸ்டிஸ் (நீதி)கட்சி என்று அழைக்கப்பட்டது. அந்தக் கட்சியைத் தொடங்கியவர்களில் பனகல் அரசர் முக்கியமானவர். 1920 நவம்பரில் நடந்த பொதுத் தேர்தலில் நீதிக் கட்சி பங்கு கொண்டு வெற்றிபெற்றது. சுப்புராயுலு ரெட்டியார் முதல் மந்திரியாகவும் பனகல் அரசர் இரண்டாவது

மந்திரியாகவும் சி. ராஜகோபாலாச்சாரி சட்டசபைத் தலைவராகவும் நியமிக்கப்பட்டார்கள். சுப்புராயுலு ரெட்டியார் ஓராண்டுக்குள் இறந்துபோக, பனகல் அரசர் முதல்வரானார். அவரது ஆட்சியில் அவர் செய்த சாதனைகளை விளக்கும் புத்தகம்தான் கருணாநிதியின் மனத்தைக் கொள்ளைகொண்டது.

மாநிலங்களுக்கு முழுசுயாட்சி தரப்பட வேண்டும் என்று ஆங்கிலேய அரசை வற்புறுத்தும் தீர்மானம் ஒன்றைப் பனகல் அரசர் தலைமையில் நீதிக் கட்சி நிறைவேற்றியது. அவரது ஆட்சியில்தான் அறநிலையப் பாதுகாப்புச் சட்டம் கொண்டுவரப்பட்டது. ஆனால் பனகல் அரசரும் அதிக நாள் உயிர் வாழவில்லை. 1928ஆம் ஆண்டு காலமானார்.

இதற்கிடையில் காங்கிரஸ்ஸில் இருந்த ஈ.வெ.ராமசாமி நாயக்கர் (பெரியார்), அங்கிருந்த பிராமண ஆதிக்க உணர்வை எதிர்த்து அதிலிருந்து விலகி சுயமரியாதை இயக்கத்தைத் துவங்கினார். பிறகு நீதிக் கட்சியில் இணைந்தார். *குடியரசு* என்னும் வார ஏட்டின் வழியாக அவர் எழுதிய பல கட்டுரைகள் பிராமண எதிர்ப்பாகவும் பகுத்தறிவு பிரச்சாரமாகவும் வெளிவந்தன. அவருடைய பிரச்சாரத்துக்கு உதவ நீதிக் கட்சியைச் சேர்ந்த பலர் இருந்தார்கள். வெகு விரைவில் சுயமரியாதை இயக்கத்தின் கருத்துகள் எங்கும் பரவ ஆரம்பித்தன. 1930ஆம் ஆண்டு சென்னையில் 'சுயமரியாதை இளைஞர் சங்கம்' ஒன்று தொடங்கப்பட்டது. அப்போது பச்சையப்பன் கல்லூரியில் சி.என். அண்ணாதுரை மாணவராக இருந்தார். இளைஞர் சங்கத்து உறுப்பினராய் வாரந்தோறும் அங்கு பேசுவார்.

பனகல் அரசரின் வரலாற்றைத் தலைகீழ்ப் பாடம் செய்து கருணாநிதி ஐந்தாம் வகுப்பு ஆசிரியரிடம் பாராட்டைப் பெற்றுக்கொண்டிருந்த சமயத்தில்தான், 1936இல் சைமன் கமிஷன் வெளியிட்ட சீர்திருத்த அறிக்கையின்படி நடந்த பொதுத்தேர்தலில் நீதிக் கட்சி அடியோடு வீழ்ச்சி அடைந்தது. 1937இல் முதல் முதலாகக் காங்கிரஸ் மந்திரிசபை சென்னை மாநிலத்தில் பதவி ஏற்றது. சி. ராஜகோபாலாச்சாரி (ராஜாஜி) முதல்வரானார். நீதிக் கட்சிக்காரர்களின் மனநிலையை உணராமலோ அல்லது உணர்ந்தும் பாடம் புகுத்துவதான எண்ணத்துடனோ ஆட்சிப்பொறுப்பு ஏற்ற கையுடன் இந்தியைப் பள்ளிக்கூடங்களில் கட்டாயப் பாடமாக்கினார். இந்தி கட்டாயம் என்று சட்டம் பிறந்தவுடன் பொதுத்தளத்தில் பலத்த எதிர்ப்புக் கிளம்பிற்று. ஆனால் முதல்வர் பிடிவாதமாக இருந்தார். காங்கிரஸில் இருந்த சோமசுந்தர பாரதி, அதை எதிர்த்து

கட்சியை விட்டு விலகினார். இந்தி எதிர்ப்புக்காக வெளியில் பலத்த ஆதரவு அளித்தார்.

1938இல் தொடங்கிய இந்தி எதிர்ப்புக்கு பெரியார் தலைமை தாங்கினார். அவரைப் பற்றி நிறைய விமர்சனம் வைக்கப்பட்டது. 'அவருக்கு உண்மையில் தமிழ் மொழியின் மீது ஏதும் பற்று இல்லை. காங்கிரஸை எதிர்க்க வேண்டும் என்கிற எண்ணம் மட்டுமே அவரது எதிர்ப்புக்குக் காரணம்' என்றார்கள். ஆனால் அவர் பேச்சைக் கேட்க கூட்டம் வந்தது. அப்போது அண்ணாதுரை என்ற ஒரு இளைஞரின் பெயரும் பரவலாகத் தெரியவந்தது. அவரது பேச்சாற்றல் பாராட்டைப் பெற ஆரம்பித்தது. கருணாநிதி, அண்ணா என்று எல்லோராலும் அழைக்கப்பட்ட அவருடைய தமிழில் சொக்கிப்போனார். அஞ்சாநெஞ்சன் என்று ஒரு பேச்சாளரைக் குறிப்பிட்டார்கள். பட்டுக்கோட்டை அழகிரிசாமி அடேயப்பா, அவர் சூறாவளிப் பேச்சாளர். அவர் பேச்சைக் கேட்டதும் சிறுவன் கருணாநிதிக்கு நாடி நரம்பு சிலிர்த்துப்போகும். அழகிரி பேசிக்கொண்டே இருப்பார். மேடையில் கோடையிடி குமுறுவதுபோல, சிங்கம் கர்ஜிப்பதுபோல. அழகிரியின் பேச்சினாலேயே மாணவர்களிடமும் இந்தி எதிர்ப்பு வேகம் பரவிற்று.

சட்டமன்றத்திலே பேசிய ராஜாஜி, "இந்தியை எதிர்ப்பவர்கள் யார்? இரண்டே பேர்தான். ஒருவர் ராமசாமி நாயக்கர். மற்றொருவர் பசுமலை பாரதியார்!" என்றார். எதிர் வரிசையில் அமர்ந்திருந்த பன்னீர் செல்வம் என்ற உறுப்பினர் சொன்னார்: "எதிர்ப்பவர் இருவர். ஆனால் இந்தியைக் கொண்டுவருபவர் நீங்கள் ஒருவர்தான். ஆகவே, பெரும்பான்மை எதிர்ப்பின் பக்கம்தான்!" என்றார். ஆனால் இந்தி கட்டாயச் சட்டம் தொடர்ந்தது.

இந்தி எதிர்ப்பில் பல தமிழறிஞர்கள் முன்னணிக்கு வந்தார்கள். பள்ளி வாயில்களில் நடந்த மறியலில் பலர் கைதானார்கள். சிறைக்குச் சென்ற தாளமுத்து, நடராஜன் இருவரும் சிறையில் இறந்த நிகழ்வு பொதுமக்களிடையே பெரும் சீற்றத்தை ஏற்படுத்திற்று.

14 வயது கருணாநிதி அப்போது இரண்டாம் படிவத்தில் படித்துக்கொண்டிருந்தார்.

இந்தி எதிர்ப்புப் போராட்டங்களின் செய்தியும், பட்டுக்கோட்டை அழகிரியின் ஆவேச இந்தி எதிர்ப்புப் பேச்சும் அவர் துணிந்து கால் நடையாகவே திருச்சியிலிருந்து சென்னைக்கு ஒரு எதிர்ப்புப் படையை அழைத்துச்சென்ற தீரமும்

கருணாநிதியின் உள்ளார்ந்த போர்க் குணத்தை உசுப்பியிருக்க வேண்டும். மாணவர்களை இணைத்து இளைஞர் சங்கம் அமைத்தார். மாலைதோறும் திருவாரூர் வீதிகளில் கையில் எதிர்ப்புக்கொடி பிடித்து அவர்களுடன் ஊர்வலம் வருவார்.

'வாருங்கள் எல்லோரும் போருக்குச் சென்றிடுவோம்! வந்திருக்கும் இந்திப் பேயை விரட்டி திருப்பிவிடுவோம்' என்று தான் எழுதிய கோஷத்துடன் அலைவார். இந்தி ஆசிரியர் கையில் 'இந்தி ஒழிக' என்ற துண்டுச் சீட்டை வைத்தபோது அது மிக புரட்சிகரமான செயல் என்று நினைத்துக்கொண்டார்.

அப்போது பேசாமல் இருந்த ஆசிரியர், கரும்பலகையில் இந்தி வார்த்தைகளை எழுதி அதை வாசிக்கச்சொன்னார். கருணாநிதிக்கு இந்தியில் ஒரு சொல்லும் தெரியாது. 'புரியவில்லை' என்ற கருணாநிதிக்குக் கன்னத்தில் பலமான அறை விழுந்தது.

அதே ஆசிரியர் முப்பது ஆண்டுகள் கழித்து கருணாநிதியை ஒரு மாநாட்டுக்குத் தலைமை தாங்க அழைத்துச்செல்ல வாயிலில் காத்திருந்தார். அப்போது அவர் இந்தி ஆசிரியர் இல்லை. ஓமியோபதி மருத்துவர்.

2

'மாணவ நேசன்' என்ற கையெழுத்து ஏட்டை நடத்தும் கருணாநிதியைத் தேடிக்கொண்டு ஒரு கதர்ச் சட்டைக் கண்ணாடிக்காரர் வந்தார். கம்யூனிஸ்ட் கட்சி நாட்டின் பல பகுதிகளில் ஊடுருவதற்கு முயன்றுகொண்டிருந்த காலம் அது. 'மாணவர்களையெல்லாம் ஒன்றுபடுத்தி, சுதந்திரம், சமாதானம் சமத்துவம் ஆகியவற்றுக்காக அணிவகுத்துக் குரல் எழுப்ப வேண்டும். அதற்குப் பாசறையாக மாணவர் சம்மேளனம் என்று ஒன்று ஆரம்பிக்கப்பட்டிருந்தது. அதன் அமைப்பாளராக திருவாரூர் பள்ளியில் உறுப்பினர்களைச் சேர்க்க வேண்டும்' என்று அவர் கருணாநிதியிடம் சொன்னார். கதர்ச் சட்டை அணிந்திருந்தார். ஆனால் காங்கிரஸ்காரர் இல்லை என்று கருணாநிதி புரிந்துகொண்டாலும் அவர் கம்யூனிஸ்ட் என்று தெரியாது அப்போது. பதினைந்து வயதில் அவர் சொன்ன சுதந்திரம், சமாதானம், சமத்துவம் என்ற வார்த்தைகள் உத்வேகத்தை அளித்தன. அமைப்பாளனாக சம்மதித்து பணி தொடங்கியதும் இருநூறு உறுப்பினர்கள் சேர்க்கப்பட்டார்கள். சம்மேள்னனம் காங்கிரஸ் சார்புடையது என்று நினைத்து காங்கிரஸ் மாணவர்களும் சேர்ந்தார்கள். ஆனால் சம்மேளனத்தின் போக்கு கருணாநிதிக்கு காரணம் புரியாமல் கலக்கத்தை ஏற்படுத்திற்று.

சம்மேளனத்தில் காங்கிரஸ் ஆதிக்கம் இருப்பது போல இருந்தது. "தமிழ் வாழ்க, இந்தி வளர்க என்பது நமது கோஷமாக வைத்துக்கொள்ளலாம்" என்று ஒரு நிர்வாக உறுப்பினர் சொன்னதற்கு கம்யூனிஸ்ட் அனுதாபமுள்ள மாணவர்கள் தலையசைத்தபோதும் கருணாநிதி அதற்கு சம்மதிக்கவில்லை. ஒரு இரவு முழுவதும் தூங்காமல் கழித்து ஒரு முடிவுக்கு வந்தார். சம்மேளனத்தைக் கலைத்து உறுப்பினர்களின் பணத்தைத் திருப்பி அளிக்க முன்வந்தார். 25 பேர்

தான் திரும்பப் பெற்றார்கள். மற்றவர்கள் அது உன்னிடமே இருக்கட்டும் என்றார்கள். மீதமிருந்த 75 ரூபாயில் 'தமிழ்நாடு தமிழ் மாணவ மன்றம்' தொடங்கப்பட்டது. அந்த ரூபாய்க்கு உரியவர்களை மன்றத்தின் உறுப்பினராக்கிக்கொண்டார். 1941ஆம் ஆண்டு மன்றத்தின் ஆரம்ப விழா நடைபெற்றது. 1942ஆம் ஆண்டு திருவாரூரில் மிகச் சிறப்பாகக் கொண்டாட ஏற்பாடுகள் நடந்தன. விழாவுக்கு அழைக்கப்பட்டிருந்தவர்கள் பெரும்பாலோர் வரவில்லை. அவர்களை வரவேற்க ரயில் நிலையத்தில் காத்திருந்த கருணாநிதிக்கு அழுகையே வந்து விட்டது. நண்பர்கள் அன்பழகனும் மதியழகனும் ஆறுதல் சொன்னார்கள். புதிதாக வருவிக்கப்பட்டவர்களை வழியனுப்பக் கையில் காசு இல்லை. நன்கொடைக்குக் கையெழுத்துப் போட்டவர்கள் காசு கிடைக்க பத்து நாட்கள் ஆகும் என்றார்கள். கருணாநிதிக்கு எப்படிச் சமாளிப்பது என்று புரியவில்லை. அவருக்கு அவருடைய தாய் ஆசையாக செய்து போட்டிருந்த தங்கச் சங்கிலி கொக்கி விட்டுப்போய் பழுதுபார்ப்பதற்காகப் பெட்டியில் வைக்கப்பட்டிருந்தது. வேறு வழி புலப்படாமல் கருணாநிதி யாருமில்லாத சமயத்தில் வீட்டில் பெட்டியில் வைக்கப்பட்டிருந்த சங்கிலியைத் எடுத்துக்கொண்டு ஐம்பது ரூபாய்க்கு ஈடுவைத்து பணம் பெற்றுக்கொண்டபோது மனசு மிகவும் அல்லல்பட்டது.

சங்கிலியைக் காணாமல் அம்மா தவித்தபோது தானும் கூடத் தேடுவதுபோல நடிக்க வேண்டியிருந்தது.

சங்கிலியை மீட்க முடியாமல் கடைசியில் விற்றுக் கடனைத் தீர்த்து மீந்த நாலைந்து ரூபாயில் கருணாநிதியும் அவரது நண்பர்களும் ஓட்டலில் சாப்பிட்டார்கள். சினிமா பார்த்தார்கள். சங்கிலியின் கதை அத்தோடு முடிந்தது. இன்னொரு முறை மன்றத்தின் செலவுக்குக் காசு போதாமல் மனைவியின் சந்தனக் கிண்ணத்தைத் திருடினார். அஜாக்கிரதைக்காகத் திட்டு வாங்கிய மனைவியை நினைத்து வருத்தப்படுவதைத் தவிர ஒன்றும் செய்ய முடியவில்லை.

பள்ளிப்பருவத்தில் அரசியலில் புகுந்துவிட்டதால் படிப்பில் நாட்டமில்லாமல் போனது. மூன்று முறை பள்ளி இறுதித் தேர்வில் தோல்வி. மூன்றாவது முறையும் தோல்வி என்றானபோது பெற்றவர்களின் முகத்தில் எப்படி விழிப்பது என்று பயமாக இருந்தது. அவர்கள் தனக்காக உழைத்துச் செலவழித்து கனவு கண்டதை நினைத்து துக்கமேற்பட்டது. காலையில் பத்திரிகை வந்ததும் அவரது தேர்வு எண்ணைத் தேடுவார்கள். இல்லையென்றதும் எத்தனை ஏமாற்றமாக

இருக்கும் அவர்களுக்கு? ஊரார் எதிரில் எப்படி நிற்பது? அவமான உணர்வில் மனசு கொந்தளித்தது. படுக்கையில் நிலைகொள்ளாமல் எல்லோரும் உறங்கிய பிறகு கருணாநிதி எழுந்து வீட்டைவிட்டு வெளியேறி நடந்தார்.

எங்கே போவது என்று புரியவில்லை.

துக்கமும் பசியுமாக உடல் சோர்ந்தது, ஏழு மைல் கல் நடந்து சென்றுவிட்டது புரிந்தது. ஒரு குளத்தில் முகம் கழுவி செங்கல் பொடியால் பல் விளக்கிக் கொப்பளித்து கையிலிருந்த காசில் தென்பட்ட ஓட்டலில் இரண்டு இட்லி வாங்கி சாப்பிட்டார். ரயில் நிலையத்துக்குச் சென்று அப்போது திருத்துறை பூண்டிக்குச் செல்லும் ரயில் வண்டி வந்தது கண்டு தோப்புத்துறைக்கு ஒரு டிக்கெட் வாங்கிக்கொண்டு ரயிலேறினார். அசன் அப்துல்காதர் என்று அவருடன் நான்காம் படிவத்தில் படித்தவர் அங்கு இருந்தார். அவர் வீட்டுக்குச் சென்று நின்றபோது அப்துல்காதர் மிக்க மகிழ்ச்சியுடன் அவரை வரவேற்றார். தோப்புத்துறையில் இருந்த மற்ற சில நண்பர்களோடு பொழுது கழித்தபோது மனத்தின் பாரம் சற்று குறைந்தது. அங்கிருந்தபடி திருவாரூரில் இருந்த நண்பன் தென்னனுக்கு ஒரு கடிதம் எழுதினார். தான் சௌக்கியமாக இருப்பதைப் பெற்றோருக்குத் தெரிவிக்கும்படி. அவர்கள் உடனடியாகத் தென்னனிடம் கருணாநிதியின் கைச்செலவுக்கும் பயணத்துக்கும் காசு கொடுத்து அனுப்பினார்கள். தேர்வில் தோற்றதில் அவமானம் தாங்காமல் கருணாநிதி வீட்டுக்குச் சொல்லாமல் ராணுவத்தில் சேரத் தயாராயிருந்தான், நான்தான் வற்புறுத்தி அவன் மனத்தை மாற்றி அழைத்து வந்தேன் என்று தென்னனிடம் கருணாநிதி யோசனை சொன்னதன்படி தென்னனும் சொல்ல, கருணாநிதிக்கு அதிக பாசத்துடன் வீட்டில் வரவேற்பு கிடைத்தது.

கருணாநிதி படிக்க வேண்டும் என்று எல்லோருக்கும் ஆசை. ஆனால் கருணாநிதிக்கு அச்சில் தனது எழுத்தைப் பார்க்க வேண்டும் என்ற ஆவல் இருந்தது. அப்போது சி. என். அண்ணாதுரை காஞ்சிபுரத்திலிருந்து *திராவிட நாடு* இதழைத் துவங்கியிருந்தார். ஏதோ ஒரு அசட்டுத் துணிச்சலில் கருணாநிதி ஒரு கட்டுரை எழுதி, திராவிட நாடு, காஞ்சிபுரம் என்று விலாசமிட்டு அனுப்பினார். அது மறுவாரமே பிரசுரமாயிற்று. அவருக்கு ஏற்பட்ட மகிழ்ச்சிக்கும் பெருமிதத்துக்கும் அளவே இல்லை. ஒரு பத்திரிகையை கையில் வைத்துக்கொண்டு ஒரு வாரகாலம் திருவாரூர் பூராவும் சுற்றினார். நாலுபேர் அமர்ந்திருக்கும் இடத்துக்குச் சென்று அவர்கள் முன்னால்

அதை வைப்பார். அவர்கள் கட்டுரையைப் படித்துப் பாராட்டும் வரை நகரமாட்டார்.

அதை அடுத்து இன்னொரு கட்டுரை எழுதி அனுப்பினார். அது பிரசுரமாகவில்லை. அதற்கு அடுத்த வாரம் ஏதோ விழாவில் கலந்துகொள்ள அண்ணாதுரை திருவாரூருக்கு வந்தார். நண்பர் வீட்டில் தங்கியிருந்த அவர், "இந்த ஊரில் கருணாநிதி என்று இருப்பது யார், நான் பார்க்கணும்" என்றார். கருணாநிதி மிக மகிழ்ச்சியுடன் சென்றார். ஒரு சிறுவனை அண்ணாதுரை எதிர்பார்க்கவில்லை.

'படிக்கிறீயா?' என்றார். 'ஆமாம்' என்று கருணாநிதி தயக்கத்துடன் சொன்னதும், 'இனிமேல் எனக்குக் கட்டுரை எழுதி அனுப்பாதே!" என்றார் அண்ணாதுரை கடுமையுடன். 'படிப்பிலே கவனம் செலுத்து.'

ஆனால் கருணாநிதி அந்த அறிவுரையைக் கேட்கும் மனநிலையில் இருக்கவில்லை. தமிழ்நாடு தமிழ் மாணவர் மன்ற நிதிக்காகப் பழனியப்பன் என்ற நாடகம் ஒன்றை எழுதி திருவாரூரில் மேடையேற்றினார். நாடகத்திற்கான செலவு 200 ரூபாய். வசூலானது 80 ரூபாய். 100 ரூபய்க்கு மேல் ஆகிவிட்ட கடனை அடைக்கும் வழி தெரியவில்லை. எங்கு திரும்பினாலும் கடன்காரர்கள் நின்று மிரட்டினார்கள். நண்பன் தென்னனுடன் நாகப்பட்டினம் ஓடினார். அங்கு இருந்த திராவிடக் கழகத் தலைவர் கோபாலிடம் தங்கள் நிலையைச் சொன்னார். நூறு ரூபாய் கடன் கொடுக்க கோபால் தயங்கினார். கடைசியில் 'பழனியப்பன்' நாடகத்தை நூறு ரூபாய் கொடுத்து வாங்கிக் கொண்டார்.

நாடகம் எழுதி சம்பாதிக்கவும் முடியும் என்பது புதையலைக் கண்டதுபோல இருந்தது. அதில் கொள்கைப் பிரச்சாரமும் செய்யலாம். மிகப்பெரிய உத்வேகத்துடன் மளமளவென்று எழுத ஆரம்பித்தார். வீட்டில் இருந்த பெரியவர்களுக்கு அது காலணா பெறாத தொழிலாகத் தோன்றிற்று. எங்கேயாவது ஐம்பது ரூபாய் கிடைச்சாலும் போதும், ஒரு உத்தியோகம்னு இருக்கும் என்றார்கள். காசுக்கு அல்லல்பட்ட அந்தக் காலத்தில் காதல் வேறு பிறந்தது. அந்தப் பெண்ணும் சம்மதித்தாள். ஆனால் பெண் வீட்டில் புரோகிதர் வைத்துத்தான் கல்யாணம் என்றார்கள். சுயமரியாதைக் கொள்கையில் இப்போது தீவிர ஈடுபாட்டுடன் இருந்த கருணாநிதி அதற்கு சம்மதிக்கவில்லை. அத்துடன் காதல் கல்யாணப்பேச்சு நின்றது.

மனமொடிந்துபோன கருணாநிதிக்கு உடனடியாக திருமணம் செய்துவிட வேண்டும் என்று அவருடைய சகோதரிகளும் ஒரு

உறவினரும் பெண் தேடி சிதம்பரத்துக்குச் சென்றார்கள். பாடகர் சிதம்பரம் ஜெயராமனின் சகோதரி பத்மாவை அவர்களுக்குப் பிடித்துப்போனது. கருணாநிதியை, பெண் பார்க்க வரும்படி தந்தி அனுப்பப்பட்டது.

கருணாநிதி நண்பன் தென்னனுடன் சென்றார். சிதம்பரத்தில் பெண் வீட்டு வாசலை மிதித்தபோது "தாயே மகமாயீ!" என்று பெரும் குரல் ஒலித்தது. திடுக்கிட்டுப் பார்த்தபோது திண்ணையில் மலைபோல் ஒருவர் நின்றிருந்தார். இசைத்துறை மேதை, பெண்ணின் தந்தை. அடேயப்பா, என்ன குரல் அது, யானை பிளிறுவதுபோல! தலையணைக்கு அருகில் இருந்த விபூதியை எடுத்து கருணாநிதியின் கையில் பக்தியுடன் கொடுத்தார். குழப்பத்துடன் அதை வாங்கிக்கொண்ட கருணாநிதி அதை நெற்றியில் பூசாமல் யாரும் பாராத சமயம் சுவரில் அப்பிவிட்டு உள்ளே சென்றார். அங்கு வருவதற்கு முன்பே கருணாநிதி தன் வீட்டாரிடம் அவர்கள் சீர்திருத்தக் கல்யாணத்துக்கு ஒப்புக்கொண்டால்தான் பெண் பார்க்கச் செல்வேன் என்று சொல்லியிருந்தார். பெண் வீட்டில் சம்மதம் தெரிவித்திருந்தார்கள்.

தூணைப் பிடித்தபடி நின்றிருந்த பத்மாவை முதன் முதலாகப் பார்த்தக்காட்சி அழகிய ஓவியம்போல அவர் மனத்தில் ஆழமாகப் பதிந்துபோனது.

கருணாநிதிக்கு சுயமரியாதை முறையில் மணவிழா நடந்தது. ஜெயராமனுக்குப் புரோகித முறையில் அதே பந்தலில் நடந்தது.

ஓராண்டு திருமண வாழ்க்கை இனிமையாக, பத்மாவின் அன்பிலும் அரவணைப்பிலும் கிறக்கத்தைத் தந்தது. இருந்தும் மெல்ல மன அமைதி குறைய ஆரம்பித்தது. நிலையான வருமானம் இல்லாதது மனத்தைக் குடைந்தது. சௌகர்யமாக வளர்ந்த பத்மா என்ன கனவுகளுடன் வந்திருப்பாளோ என்ற வேதனையும், எப்படியாவது சம்பாதித்தாக வேண்டுமென்ற நினைப்பும் அவரை நடிகனாக்க வைத்தது.

அவருடைய பழனியப்பன் நாடகத்தை நூறு ரூபாய்க்கு வாங்கியிருந்தவர், 'திராவிடர் நடிகர் சங்கம்' என்ற ஒரு மன்றத்தைத் தொடங்கி கழகப் பிரச்சார நாடகங்களை நடிக்க கருணாநிதிக்கு அழைப்பு விடுத்தார். கருணாநிதியுடன் அவருடைய நண்பர்கள் தென்னனும் சி.டி. மூர்த்தியும் இருந்தார்கள். கருணாநிதிக்குத் தனியாக இருக்கப் பிடிக்காது. இரண்டு நண்பர்களாவது கூட இருக்க வேண்டும். ஆனால் நாடகத்தின் மூலம் கொள்கைப் பிரச்சாரம் செய்ய முடிந்தது என்பதைத் தவிர வேறு எதுவும் மகிழ்ச்சியூட்டுவதாக இருக்கவில்லை. மன்றம் நஷ்டத்தில் நடந்தது. பார்த்தவர்கள் நாடகத்தைப் பாராட்டினாலும் வசூல்

இல்லை. ஒருநாள் நாடகத்தைப் பார்க்க பெரியார் வந்தார். இன்னொருநாள் அண்ணாதுரை வந்தார்.

அந்த சமயத்தில்தான் நீதிக் கட்சி என்ற பெயர், திராவிடக் கட்சி என்று மாற்றப்பட்டிருந்தது. பெரியாருக்கும் நீதிக் கட்சியின் பிரமுகர்களுக்கும் இடையே ஏற்பட்டுப்போன கருத்துவேறுபாட்டினால், பெரியாரைத் தலைமைப் பதவியிலிருந்து இறக்க முயற்சி செய்யப்பட்டது. எதிர்ப்புகளை முறியடிக்க அண்ணாதுரை தீவிரமாக உழைத்தார். நீதிக் கட்சி என்ற பெயரை மாற்றி திராவிடக் கழகம் என்று பெயரிடப்பட வேண்டும் என்றும் வெள்ளையன் ஆட்சியில் தரப்பட்ட பட்டங்கள் துறக்கப்பட வேண்டும் என்றும் கௌரவ நீதிபதி மற்றும் நியமனப் பதவி கொண்டவர்கள் அவற்றை ராஜினாமா செய்ய வேண்டும் என்றும் தங்கள் பெயர்களுக்குப் பின்னால் உள்ள ஜாதிப்பெயர்களை விட்டொழிக்கவேண்டுமென்றும் அண்ணாதுரை தீர்மானம் கொண்டுவந்தார். அண்ணாதுரையின் தீர்மானத்தைக் கட்சியின் ஆய்வுக்குழு வன்மையாகக் கண்டித்தது. ஆனால் பொதுமக்களும் கட்சித் தோழர்களும் அதை வரவேற்றதால், பிரமுகர்கள் கட்சியிலிருந்து வெளியேறினார்கள்.

திராவிடர் நாடக மன்றம் புதுவையில் போட்ட நாடகத்திற்குப் பிறகு நடந்த விஷயங்கள் பயங்கரமானவை. நாடகத்தைப் பார்க்கக் கூட்டம் வந்தது. பாராட்டும் பெற்றது. கருணாநிதி அங்கிருக்கும்போது *தொழிலாளர் மித்திரன்* என்ற பத்திரிகைக்கு கட்டுரைகள் எழுதினார். இலவசமாக தேநீர் மட்டுமே கிடைக்கும். காந்தியைப் பற்றிக் கிண்டலடித்து அவர் எழுதிய கட்டுரைகள் காங்கிரஸ்காரர்களைக் கோபப்படுத்திற்று. அந்தச் சமயத்தில் திராவிட மாநாடும் புதுவையில் நடந்தது. பெரியார், அண்ணாதுரை மற்றும் அழகிரிசாமி போன்ற தலைவர்கள் கலந்துகொண்டார்கள். கலகம் விளைவிக்க நினைத்தவர்கள் மாநாட்டின் முகப்பின் முன் நின்று 'திராவிடத் தலைவர்களே திரும்பிப்போங்கள்!' என்று கூச்சலிட்டார்கள். அதற்குப் பிறகு நடந்த அமளியில் பேச்சாளர்களைப் பாதுகாப்பாக அனுப்புவதே பெரும்பாடாயிற்று. அவர்களை அனுப்பிவிட்டுக் கருணாநிதியும், பாரதிதாசனும் தெருவில் நடந்துகொண்டிருந்தபோது பலமாகத் தாக்கப்பட்டார்கள். மற்றவர்கள் திசைக்கொருவராக ஓடிச்சென்றுவிட கருணாநிதி மாட்டிக்கொண்டார். தீவிரமான தாக்குதலில் அவர் மூர்ச்சையானதும் தெரு ஓரம் தள்ளிவிட்டுக் கலகக்காரர்கள் கிளம்பிப்போனார்கள்.

பிறகு கழகக்காரர்கள் அவரைக் கண்டு பெரியார் தங்கியிருந்த வீட்டிற்கு அழைத்துச்சென்றார்கள். பெரியாரே

அவரது காயங்களுக்கு மருந்திட்டார். தன்னோடு வந்துவிடும்படி கருணாநிதியிடம் சொன்னதும் அவர் காட்டிய அன்பில் நெகிழ்ந்துபோயிருந்த கருணாநிதியும் அவருடன் கிளம்பினார்.

அப்போது ஏற்பட்ட பரிச்சயத்துக்குப் பிறகு பெரியார்தான் ஈரோட்டில் நடத்திய *குடியரசு* பத்திரிகை அலுவலகத்தில் துணை ஆசிரியாராகக் கருணாநிதியைப் பணியாற்றச் சொன்னார். கருணாநிதியின் நண்பர் கருணாநந்தனும் அங்கு வேலை பார்த்தார். பெரியார் மாதச் சம்பளம் 40 ரூபாய் என்றார். பிற்பகலிலும் இரவிலும் பெரியார் வீட்டில் சாப்பிடுவதற்காக 20 ரூபாய் பிடித்துக்கொள்வார். காலை மாலைச் சிற்றுண்டிக்கு மாதம் பத்து ரூபாய் ஆகிவிடும். இதர செலவு ஐந்து ரூபாய். மீதம் ஐந்து ரூபாயை மனைவி பத்மாவுக்கு மணி ஆர்டர் செய்வார் கருணாநிதி. அதற்கே வீட்டிலுள்ளவர்கள் சந்தோஷப்பட்டுக் கொள்வார்கள்.

பெரியாருக்குத் தினமும் குளிக்கும் வழக்கமில்லை. கருணாநிதிக்குக் காலையில் நேரத்தோடு குளித்து தூய்மையான ஆடை அணியும் பழக்கம் இருந்தது. குளிக்கும் நேரம்கூட வீண் என்று பெரியார் நினைப்பார். 'எப்படி வேலை செய்வாய்?' என்று ஒருநாள் கேட்டார்.

'குளிப்பதும் ஒரு வேலை' என்றார் கருணாநிதி. பெரியார் மகா கண்டிப்புக்காரர். வேலை வாங்குவதில் நிபுணர். ஆனால் இரவு வேளைகளில் சாப்பாடு முடிந்ததும் வீட்டு மாடியில் காற்றோட்டமான பகுதியில் எல்லோரையும் உட்கார வைத்துக்கொண்டு நீண்ட நேரம் சமூக அரசியல் மாற்றங்கள் பற்றியெல்லாம் பேசுவார்.

கருணாநிதி *குடியரசி*ல் ஒரு ஆண்டு வேலை பார்த்தார். அதற்குப் பிறகு திரைக்கதைக்கு வசனம் எழுத கோவையிலிருந்து அழைப்பு வந்தது. பெரியாரிடம் விடைபெற்று கருணாநிதி கோவைக்குச் சென்றார்.

கோவை ஜுபிடர் நிறுவனம் 'ராஜகுமாரி' என்ற படம் தயாரிக்க இருந்தது. அதற்குத்தான் வசனம் எழுத வேண்டும். அந்தப் படத்தில் எம்.ஜி. ராமச்சந்திரன் முதல் முதலாகக் கதாநாயகனாக நடித்தார். கதர் ஆடையும் கழுத்தில் துளசி மணிமாலையும் அணிந்து காந்தி பக்தராக இருந்த அவருடன் கருணாநிதிக்கு விரைவில் நட்பு ஏற்பட்டது. அண்ணாதுரையின் புத்தகங்களை அவருக்குக் கொடுப்பார். அவர் கருணாநிதிக்கு காந்தியின் நூல்களைக் கொடுப்பார். கருணாநிதியின் திராவிடக்

கழகக் கொள்கைகளில் கடைசியில் ஈடுபாடு ஏற்பட்டு கழக உறுப்பினர் ஆகிவிட்டார்.

கோவைக்கு அருகில் சிங்காநல்லூரில் பத்து ரூபாய் வாடகையில் ஒரு வீடு எடுத்து பத்மாவைக் கருணாநிதி அழைத்துவந்தார். வசதி இல்லாத அந்தக் குருவிக்கூட்டு வாழ்க்கையே மிக இன்பமாக இருந்ததாக கருணாநிதி தனது வாழ்க்கைக்குறிப்பில் எழுதுகிறார். அங்குதான் அவர் மாய்ந்து மாய்ந்து எழுதிக் குவித்தார். அவர் வசனம் எழுதிய 'அபிமன்யு' படம் வெளியானதும் பெருமிதத்துடன் மனைவியை அழைத்துக்கொண்டு படம் பார்க்கச் சென்றார். ஆவலுடன் பார்த்தபோது அவருடைய பெயர் தலைப்புகளில் வராதது கண்டு மிகுந்த ஏமாற்றமும் கோபமும் வந்தது. ஏன் பெயர் போடவில்லை என்று பட அதிபரிடம் கேட்டபோது, உனக்குக் கொஞ்சம் பெயர் வரட்டும், பிறகு போடுகிறேன் என்றார் அவர். கருணாநிதிக்கு ரோசம் பொத்துக்கொண்டு வந்தது. உடனே பத்மாவை அழைத்துக்கொண்டு திருவாரூருக்குக் கிளம்பிவிட்டார் இனி என்ன செய்வது பிழைப்புக்கு என்று யோசனையே இல்லாமல். ஊர் திரும்பியதும் கட்டுரை நாடகங்கள் எழுத ஆரம்பித்தார். அப்போதுதான் 'மந்திரி குமாரி' நாடகம் எழுதினார். அப்போதுதான் *முரசொலி* அச்சில் வார இதழாக வர ஆரம்பித்தது. பத்திரிகை பாராட்டப்பட்டது. ஆனால் பணம்தான் வரவில்லை. அதற்குப் பட்ட கடனை சமாளிக்க மனைவியின் தங்கச் தாலிச் சரட்டை விற்க வேண்டியிருந்தது. ஏற்கெனவே வீட்டிலிருந்த நகைகள் பத்திரிகை துவங்க அடகு வைக்கப்பட்டிருந்தன.

பத்திரிகை வாழ்வதா சாவதா என்ற போராட்டத்தை நடத்திக்கொண்டிருந்தபோது, கருணாநிதியின் வாழ்க்கையிலும் ஒரு பெரும் போராட்டம் ஆரம்பித்தது. மனைவியின் உயிரைக் காப்பாற்ற வேண்டிய போராட்டம்

3

வாரம்தோறும் *முரசொலி* பத்திரிகையை வெளியிடுவது ‘ஒரு அறுவை சிகிச்சைப் பிரசவமாகவே’ இருந்தது. அச்சக உரிமையாளர் அச்சகக் கடனை இரண்டு வாரத்துக்குமேல் பொறுத்துக்கொள்ள மாட்டார். பத்மாவின் தாலிச் சங்கிலியை விற்று இரண்டு வாரக் கடனைத் தீர்த்து, கருணாநிதி மூன்றாவது வார ‘டெலிவரி’ எடுத்தார். விஜயபுரம் என்ற பகுதியில் இருந்த அச்சகத்திலிருந்து பிரதிகளைத் திருவாரூர் அலுவலகத்திற்கு எடுத்துச்செல்ல ஆள் வைக்கவோ வண்டி வைக்கவோ அவருக்கு வசதி இருக்கவில்லை. இரவோடு இரவாக அச்சடிக்கப்படுகிற பிரதிகளை அவரும் மானேஜர் கனகசுந்தரமும் தலையில் தூக்கிக் கொண்டு செல்வார்கள். அப்போது ஆற்றைக் கடக்க ஒரு மூங்கில் பாலம் இருந்தது. அதைக் கடந்து திருவாரூர் அலுவலகத்துக்குச் சென்று இரவெல்லாம் உட்கார்ந்து விற்பனையாளர்களுக்கும் சந்தாகாரர் களுக்கும் ஒட்டி அனுப்புவார்கள். இப்படி எத்தனை நாட்களுக்கு ஒரு பத்திரிகையை நடத்த முடியும் என்ற கவலை அவரை ஆட்கொண்டது. உண்மையில் மகிழ்ச்சியில் இருக்க வேண்டிய தருணம் அது. பத்மா கருவுற்றிருந்தார். அவரை சரியாகக் கவனிக்க முடியாத அளவுக்குக் கட்சி வேலையும் *முரசொலி* வேலையும் அவரை அழுத்தின. அவற்றிலிருந்து அவரால் தன்னை விடுவித்துக்கொள்ள முடியவில்லை.

சிங்காநல்லூரில் பத்மாவுடன் நடத்திய தனிக்குடித்தனத்தின் நினைவுகள் மிக இனிமை யானவை. எத்தனை வயதிலும் நினைவில் அழியாதவை. அவருக்கு வெகு நாட்கள் பசுமை யாக நினைவிருந்த சம்பவம் ஒன்று உண்டு. ஒருநாள் பத்மாவிடம் கோபித்துக்கொண்டு சிங்காநல்லூரி லிருந்து கோவை செல்வதற்காக பஸ் நிலையத்துக்குப்

போய்விட்டார். மாலை ஆறு மணிக்குமேல் இருக்கும். அவர் க்யூவில் பஸ்ஸுக்காகக் காத்து நின்ற வேளையில் 'கொஞ்சம் வாங்களேன்' என்ற குரல் கேட்டு திடுக்கிட்டுத் திரும்பினார். தலைப்பால் தலையில் முக்காடிட்டுக் கையில் ஒரு குவளைக் காபியுடன் பத்மா நின்றுகொண்டிருந்தார். வீட்டிலிருந்து பஸ் நிலையத்துக்கு இரண்டு ஃபர்லாங் தூரம் இருக்கும். அவர் கோபத்தில் காப்பி குடிக்காமல் சென்றதைத் தாங்கிகொள்ள இயலாமல் மனைவி வந்து நிற்பதைப் பார்த்து கருணாநிதி நெகிழ்ந்துபோனார். கோபம் ஓடிப்போயிற்று. கோவைக்குச் செல்லும் எண்ணத்தை விட்டு மனைவியுடன் வீடு திரும்பினார். அதற்குப் பிறகு 'அவளிடம் நான் கோபம் கொண்டதே கிடையாது' என்று சுயசரிதையில் அவர் எழுதுகிறார். அன்பு மனைவியுடன் அதிகப் பொழுது செலவழிக்க நேரமோ, இருபது வயதுகூட நிரம்பாத வயதில் நோயில் விழுந்தபோது சரியான மருத்துவம் பார்க்க வசதியோ இல்லாமல்போனது அவருக்கு மிகுந்த விசனத்தை ஏற்படுத்தியிருப்பது அவருடைய எழுத்தில் வெளிப்படுகிறது.

மிகப் பரபரப்பான அரசியல் சூழல் அப்போது. ஆகஸ்ட் 15, 1947இல் வெள்ளையனின் ஆட்சியிலிருந்து இந்தியா சுதந்திரம் பெற்றது. நாடே கொண்டாடிய அந்த நாளைப் பெரியார் துக்க நாளாகக் கொண்டாட வேண்டுமென்றார். வட இந்தியன் ஆட்சிக்கு வருவதைவிட, வெள்ளையனே தொடர்வது மேல் என்றார். ஆனால் அண்ணாதுரை 'அது துக்க நாள் அல்ல' என்றார் ஆணித்தரமாக. 'ஆகஸ்ட் 15ஆம் தேதி இரண்டு நூற்றாண்டுகளாக இந்தத் துணைக்கண்டத்தின் மீது இருந்துவந்த பழிச்சொல்லை, இழிவை நீக்கும் நாள், அது திராவிடருக்குத் திருநாள்' என்று பெரியாரின் கருத்தை மறுத்தார்.

பெரியாருக்கும் அண்ணாவுக்கும் சிறிது காலமாக ஏற்பட ஆரம்பித்திருந்த கருத்துவேறுபாடு தீர்க்கமாயிற்று. அதைச் சமாதானப்படுத்தும் எண்ணத்துடன், கருணாநிதி *முரசொலி*யில் 'கடைசி நாட்கள்' என்ற நீண்ட கட்டுரை எழுதினார். அதற்குக் கழகத்தில் பலத்த எதிர்ப்பு கிளம்பிற்று. முரசொலி இதழ்கள் கொளுத்தப்பட்டன. அடுத்த இதழை வெளியிட முடியாதபடி கழகத்தினரிடமிருந்து இடையூறுகள் வந்தன.

இதற்கிடையில் பத்மா பிள்ளைப் பேற்றிற்காக மருத்துவமனைக்கு அழைத்துச்செல்ல ஏற்பாடு செய்யப்பட்டிருந்தது. உடல் பலவீனமும் காய்ச்சலுமாக இருந்த அவரைக் குதிரை வண்டியில் ஏற்றியபோது அவர் கண்களிலிருந்து நீர் வழிவதைக் கண்டு கருணாநிதிக்கு மிகுந்த கவலை ஏற்பட்டது.

மிகுந்த சிரமத்திற்குப் பிறகு ஒரு ஆண் குழந்தை பிறந்தது தனது தந்தை முத்துவேலரை நினைவுபடுத்தும் விதத்தில் குழந்தைக்கு வைக்கப்பட்ட பெயர் முத்து. குழந்தையைப் பார்க்கச்சென்ற கருணாநிதியைக் கண்டு பத்மா மெல்லப் புன்னகைத்தார். அதுதான் அவரது கடைசி புன்னகை என்று கருணாநிதி அறியவில்லை. இரண்டு நாள் தொடர்ந்தாற்போல் கூட்டங்களுக்குச் சென்று வீட்டிற்குத் திரும்பியபோது பத்மாவிற்குக் காய்ச்சல் விடாமல் இருப்பதாகச் சொன்னார்கள். வீராவேசமாகக் கட்டுரை எழுதத் தெரிந்த கருணாநிதிக்கு மிக உணர்வுரீதியான சொந்தப் பிரச்சினையை எப்படி எதிர்கொள்வது என்று புரியவில்லை. உயர் மருத்துவம் பார்க்க வசதியில்லை. இதற்கிடையில் புதுக்கோட்டையில் ஒரு கூட்டத்தில் பேச வேண்டுமென்ற கட்டாயம் ஏற்பட்டது. தட்ட முடியாமல் மனசில்லாமலே கருணாநிதி சென்றார். ஊர் திரும்பியபோது பத்மாவின் உயிர் பிரிந்திருந்தது. தமக்குள் ஏற்பட்ட குற்றஉணர்விலிருந்து அவரால் வெகு நாட்களுக்கு விடுபடமுடியவில்லை.

பத்மாவின் மரணத்திற்குத் துக்கம் காத்த அந்த வேளையில் 1948 ஜனவரி 30 அன்று காந்தி கொலை செய்யப்பட்டார். அதைப் பற்றி கருணாநிதி தனது 'நெஞ்சுக்கு நீதி'யில் நெகிழ்ந்து எழுதுகிறார். 'அந்நிய ஆதிக்கத்தை எதிர்த்து அவர் எத்தனையோ போராட்டங்களை நடத்தினார். உண்ணாவிரதங்கள் இருந்து மரணத்தின் முகப்புவரை சென்று மீண்டுவந்தார். எத்தனையோ துணிவான அறப்போர்களில் அவர் ஈடுபட்டபோதெல்லாம் அவர் உயிரைப் பறிக்க யாரும் எண்ணியதில்லை. அந்நிய ஆதிபத்தியத்திலிருந்து நாடு விடுதலை பெற்று அவர் விரும்பிய சுதந்திரம் கிட்டிய பிறகு, அவர் கொல்லப்பட்டார் – அந்நியரால் அல்ல. இந்திய மண்ணில் பிறந்த ஒருவன், அந்தப் புனிதமான உயிரைப் பறித்துக்கொண்டான்.'

காந்தி மறைந்த ஆண்டு தமிழ்நாட்டு அரசியலில் பல மாற்றங்கள் ஏற்பட்டன. கருணாநிதியின் வாழ்விலும் ஏற்பட்டது. தாயில்லா குழந்தைக்கு ஒரு தாய் வேண்டுமென்று சொல்லி அவருக்கு இரண்டாம் திருமண ஏற்பாடுகள் நடந்தன. செப்டம்பர் 15ஆம் தேதி திருமணம். அதன் செலவுக்கு 'தூக்குமேடை' என்ற நாடகத்தை நடத்தி அதில் கிடைத்த 800 ரூபாயை வீட்டார் களிடம் கொடுத்தார். மணப்பந்தலில் எல்லோரும் வந்துவிட்ட வேளையில் இந்தி எதிர்ப்பு ஊர்வலம் வீட்டு வழியாகச் சென்றது. கருணாநிதி தான் மாப்பிள்ளைக்கோலத்தில் இருப்பது மறந்து ஊர்வலத்துடன் சென்றுவிட்டார். இப்படிப்பட்ட ஊர்வலங்களில் மற்ற ஊர்களில் பலர் கைது செய்யப்பட்டார்கள்.

ஆச்சரியமாகத் திருவாரூரில் யாரும் கைது செய்யப்படவில்லை. அதனால் கருணாநிதி தப்பித்தார். இல்லாவிட்டால் அவர் அன்று 'மாமியார்' வீட்டுக்குப் போயிருப்பார். எப்படியோ மணமேடைக்கு வந்து சேர்ந்தார். சுயமரியாதைத் திருமணத்திற்குப் பெண் வீட்டார் ஒப்புக்கொண்டிருந்தார்கள். அண்ணாதுரை வர இயலாததால் கருணாநிதியே தலைமைதாங்கி சொற்பொழிவாற்றி, அரண்டுபோயிருந்த தயாளு அம்மாளின் கழுத்தில் மாலை அணிவித்தார்.

பெரியாரின் இயக்கம் இந்தியா சுதந்திரம் அடைவதற்கு முன்பே கலகலத்துப்போயிருந்தது. பத்திரிகையாளர் என். ராம் சொல்கிறார்: 'எத்தனையோ எதிர்ப்புகளையும் மீறி பெரியார் ஒரு பரந்துபட்ட மிக முற்போக்கான கருத்துகளை, முக்கியமாக நிலப்பிரபுத்துவம் மற்றும் பெண்கள் உரிமை போன்றவற்றை முன்வைத்தவர். ஜாதி அமைப்பை எதிர்க்க வேண்டியது காலத்தின் காட்டாயமாக இருந்தது. தேர்தல் அரசியலில் நுழையக் கூடாது என்ற புத்திசாலித்தனமான முடிவை எடுத்தார்.' ஆனால் இந்த முடிவே அவரது சிஷ்யர்கள் பலருக்கு இடையே அதிருப்தியை ஏற்படுத்திற்று. இளம் வயதில் பெரியார் பாசறையில் வளர்ந்தவரும் பிறகு எம்ஜிஆர் ஆதரவாளரும் முன்னாள் அஇஅதிமுக அமைச்சருமான ஆர்.எம். வீரப்பன்(ஆர்.எம்.வீ) சொல்கிறார்: "பெரியாருடைய இயக்கம் காலத்தின் தேவை என்பதை அண்ணா உணர்ந்திருந்தார். ஆனால் பெரியார் ஒரு சர்வாதிகாரியாக இருந்தார். வெறும் பிராமண எதிர்ப்பையும் சமூக சீர்திருத்தத்தையும் பேசற கும்பலா அவர் கீழ எப்பவும் இருக்க முடியும்னு நாங்க நினைக்கல்லே. விரும்பவும் இல்லே. 'பெரியார் உடைக்க வந்தார். அதை செய்யவும் செய்தார். இப்ப புதுசா நிர்மாணிக்கிற வேலை நம்மகிட்டதான் இருக்கு' என்றார் அண்ணா. இதையேதான் காங்கிரஸ்கிட்டவும் சொன்னார். "நீங்கள் சுதந்திரத்தைக் கொண்டுவந்தீர்கள். வீட்டைக் கட்டின கொத்தனார் இனிமே நான்தான் வீட்டிலே இருப்பேன்னு சொல்ல முடியாது. புதுசா குடிவர்றவங்களுக்கும் வழிவிடணும்." ஆர்.எம்.வீ தொடர்ந்தார்: "அரசியல் அதிகாரம் இல்லாமெ எதுவும் சாதிக்க முடியாதுன்னு அண்ணா ரொம்பத் தெளிவா இருந்தார். இருக்கிற அமைப்பைத் தாக்கணும்னா அதை அரசியல்ரீதியாத் தான் செய்யணுமே தவிர, ஒரு தனி ஆளைத் தாக்கியோ ஒரு குறிப்பிட்ட சமூகத்தைத் தாக்கியோ செய்ய முடியாதுன்னு சொன்னார். யார் ஆட்சிக்கு வந்தாலும் அவங்களை ஆதரிச்சு காரியத்தை சாதிச்சுக்கலாம் என்பது பெரியாருடைய வாதம். அந்த வாதத்திலே ஒரு பலவீனம் இருந்தது. சித்தாந்தரீதியா வேறுபாடு இருந்தா எப்படிச் சாதிச்சுக்க முடியும்?"

அண்ணாவுக்கும் பெரியாருக்கும் இடையே ஒரு பனிப்போராட்டம் இந்தக் காரணத்தால் நிலவிவந்தது.

அந்தக் குழப்பத்துக்கு ஒரு முடிவு எதிர்பாராத விதமாக வந்தது.

பார்ப்பன எதிர்ப்பாளரான பெரியாருக்குப் பார்ப்பனர் ராஜாஜி நெருங்கிய நண்பராக இருந்தது வரலாற்று நகைமுரண். பெரியார் பிள்ளையார் சிலையை நடுத்தெருவில் உடைத்தபோதும் முதல்வராக இருந்த ராஜாஜி கண்டுகொள்ளவில்லை. ராஜாஜி இறந்தபோது, உடம்பு முடியாமல் சக்கர நாற்காலியில் இருந்த போதும் பெரியார் மயானத்தில் கடைசிவரை அமர்ந்திருந்தார் துயரம் தோய்ந்த முகத்துடன். அவர்கள் இருவரும் ரகசிய மாகச் சந்தித்தார்கள் என்று ஒரு வதந்தி சுழன்றுவந்தது. காங்கிரஸ்காரரான ராஜாஜியுடன் சந்திப்பு நடந்தது எதற்காக என்று கழகத்தினர் பலமுறைக் கேட்டும் பதில் வரவில்லை பெரியாரிடமிருந்து. பிறகு குட்டு வெளிப்பட்டது. அவரது சொந்த விஷயத்துக்கான சந்திப்பு என்று ஊகம் ஊர்ஜிதமாயிற்று.

தன்னுடன் சில ஆண்டுகளாக உதவியாளராகப் பணியாற்றிவந்த 31 வயது மணியம்மையை 70 வயதான பெரியார் மணம் புரியப்போவதாகவும் அவரைச் சட்டரீதியாக தனது சொத்துகளுக்கு வாரிசு ஆக்கிக்கொள்ளப்போவதாகவும் தனது ஏடான விடுதலையில் ஜுன் 28, 1949 அன்று அறிவித்தபோது கழகத்தில் பூகம்பம் வெடித்தது. அவர்களது கோபம் தன்னைவிட 40 வயது இளையவரைப் பெரியார் திருமணம் செய்துகொள்கிறார் என்பது இல்லை. கட்சியின் நிதிக்காக அவர்கள் கடுமையாக உழைத்திருந்தார்கள். இப்போது கட்சிப்பணம் சட்டப்படி மணியம்மையின் கட்டுக்குள் இருக்கும். கட்சிக்காரர்கள் ஏமாற்றப்பட்டதாக உணர்ந்தார்கள். பெரியாருடைய அண்ணன் மகன் ஈ.வி.கே. சம்பத் முதலில் விலகினார். அவரைத்தொடர்ந்து ஏ. கோவிந்தசாமி, அரங்கண்ணல், குத்தூசி குருசாமி ஆகியோரும் விலகினார்கள். பெரியாரின் முடிவிலிருந்து அவரை மாற்றும் சக்தி அவர்களுக்கு இல்லையென்பது அவர்கள் ஆலோசனைக்கூட்டம் முடிவதற்கு முன்பே பெரியாருக்கும் மணியம்மைக்கும் 9.7.1949இல் பதிவுத்திருமணம் நடந்துபோன செய்தி வந்ததும் தெரிந்தது.

பெரியாரைத் திராவிடக் கழகத்திலிருந்து விலக்க வேண்டும் என்று ஆத்திரப்பட்ட உறுப்பினர்களை சாந்தப்படுத்தி அண்ணா எல்லோருடனும் கலந்தாலோசித்த பிறகு சொன்ன யோசனையின்படி பெரியாருடைய திராவிடர் கழகத்திலிருந்து விலகி, திராவிட முன்னேற்றக் கழகம் என்ற தனிக்கட்சி ஆரம்பிப்பது என்று முடிவாயிற்று. 1949 செப்டம்பர் 17ஆம் தேதி

கொட்டும் மழையில் ராயபுரம் ராபின்சன் பூங்காவில் திராவிட முன்னேற்றக் கழகத்தின் தொடக்க விழா பொதுக்கூட்டம் நடந்தது. "மிக முக்கியமாக, முதல் வேலையாக, எழுத்துரிமை, பேச்சுரிமை எதையும் அடக்கும் சர்க்காரின் போக்கை எதிர்த்துப் போரிட, திராவிட முன்னேற்றக் கழகம் முன்னணிப்படையாக இருக்க வேண்டும்! அனைவரும் வாரீர்" என்றார் அண்ணா தனது எழுச்சிமிக்கப் பேச்சின் முடிவில். "பெரியார் அவர்களே, நீங்கள் கொடுத்த பயிற்சியின் பாதையில்தான் நாங்கள் எங்கள் பயணத்தைத் துவங்குகிறோம்" என்று சொல்லவும் மறக்கவில்லை.

அடுத்த இரண்டு மாதங்களில் தமிழ்நாடு முழுவதிலும் 700 கிளைக் கழகங்கள் உருவாயின. 50,000க்கும் மேற்பட்ட உறுப்பினர்கள் சேர்ந்தார்கள். அண்ணாவைக் கருணாநிதி கிட்டத்தட்ட ஆராதித்தார். அவரது பேச்சாற்றலிலும், விஷய ஞானத்திலும் பிரமிப்பும் மரியாதையும் எற்பட்டது. அண்ணா அவரைக் கழகத்தின் பிரச்சாரக்குழு உறுப்பினராக்கியபோது பெரு மகிழ்ச்சி அடைந்தார். உற்சாகமாகப் பணியாற்றப் புறப்பட்டாலும் கையில் போதிய காசில்லாமல் பயணித்த நாட்கள் சாகசம் நிறைந்தவை.

அஞ்சாநெஞ்சன் அழகிரிசாமி பெரியாருடனேயே தங்கியது மட்டுமல்லாமல், அண்ணாதுரையை வெகு கடுமையாக விமர்சிக்கத் தொடங்கியது கருணாநிதிக்கு வருத்தத்தை அளித்தது.

1950, மே 2ஆம் தேதி காங்கிரஸ் அமைச்சர் மாதவ மேனன் 1 முதல் 6ஆம் படிவம் வரை இந்தி கட்டாயப்பாடமென்று ஒரு உத்தரவு பிறப்பித்தார். திமுகவினர் மாபெரும் எதிர்ப்புப் போராட்டத்தை ஆரம்பித்தார்கள். அந்த எதிர்ப்பை சமாளிக்க முடியாமல் அரசு தவித்தது. எதிர்ப்பாளர்கள் போலீஸ் தடியடிபட்டார்கள். சிறைகள் நிரப்பப்பட்டன. இரண்டே மாதங்களில் அரசு சோர்ந்து, இந்தி கட்டாயப் பாடமில்லை, விருப்ப பாடம்தான் என்று அறிக்கைவிட்டு மண்டியிட்டது. அது திமுகவுக்குக் கிடைத்த முதல் வெற்றி.

இடையிடையில் கைதுகள், சிறை அடைப்பு என்று தொடர்ந்தது. ஒருமுறை பெரியாரும் அண்ணாவும் ஒரே சிறையில் ஒரே சமயத்தில் அடைக்கப்பட்டிருந்தார்கள். இந்தி எதிர்ப்பைத் திராவிடர் கழகமும், திராவிட முன்னேற்றக் கழகமும் ஒரேவிதமாகக் கையில் எடுத்தன. ரயில் நிலையங்களிலும் வட இந்தியர்களின் கடைகளின் முன்பும் இந்தி மொழி பிரயோகிக்கப்பட்ட இடங்களிலெல்லாம் தார் பூசினார்கள். திருச்சி ரயில் நிலையத்தில் கருணாநிதியும் பெரியாரும் சேர்ந்தே இந்தி வார்த்தைகளின் மேல் தார் பூசினார்கள்.

கருணாநிதியின் தலைமையில் திமுகவினர் திருச்சி தெருக்களில் கோஷமெழுப்பியபடி ஊர்வலம் சென்றபோது வழியில் சென்ற கார் ஒன்று நின்றது. அதிலிருந்த பெரியார் இறங்கி அவர்களை வாழ்த்தி அனுப்பினார். இரு வேறு கட்சிகளாகப் பிரிந்துபோனாலும் பாசமும் பற்றும் பட்டுப்போகவில்லை என்பது கருணாநிதிக்கு மிக்க நெகிழ்ச்சியை ஏற்படுத்திற்று. பெரியாருக்குச் சென்ற இடமெல்லாம் வெற்றி. அவரிடம் ஏதோ வசீகரம் இருந்தது. 1924லேயே கேரளத்துக்குச் சென்று அங்கு கோவிலில் கடைபிடிக்கப்பட்ட தீண்டாமைக்கு எதிராகக் குரல் கொடுத்து அகில இந்திய கவனம் பெற்றார். ஜாதிப் பெயர் சிற்றுண்டிச்சாலை பலகையில் இருக்கக் கூடாது என்று எதிர்த்து அதில் வெற்றி கண்டார். வயது ஆன பின்னும் அவர் காண்பித்த சுறுசுறுப்பு வியப்பை அளித்தது.

அவர் இயக்கத்தின் பிதாமகர் என்று கருணாநிதி மனதார நினைத்தார். ஆனால் காலத்திற்கு தேவைப்பட்டது வேறு மாதிரியான எழுச்சி. காங்கிரஸும் கம்யூனிஸ்ட் கட்சிகளும் வலுவாக இருந்த சமயத்தில் அரசியல் சக்தி பெற வித்தியாசமான அணுகுமுறை, கட்டமைப்பு கொண்ட எதிர்ப்பு தேவைப்பட்டது. திராவிட முன்னேற்றக் கழகம் தொடங்கிய நாளிலிருந்து புதிய ரத்தம் பாய்ந்ததுபோல உறுப்பினர்கள் உற்சாகமாகக் கலந்து கொண்டதில் கட்சி எதிர்பார்த்ததைவிட வேகமாக வளர்ந்தது. கருணாநிதியின் எதுகையும் மோனையும் மிளிர்ந்த கவித்துவப் பேச்சைக் கேட்க ஒரு ரசிகர் கும்பல் இளைஞரிடையே அதிகரித்துவந்தது. ‘கொட்டும் மழையன்று திமுக தொடங்கியது. அன்று எங்கள் கையில் பணம் இல்லை. பத்திரிகையாளர்களின் ஆதரவு இருக்கவில்லை. ஆனால் இன்று திமுக ஒரு அரசியல் சூறாவளியாக மக்களால் கருதப்படுகிறது’ என்று அண்ணாதுரை பெருமைப்பட்டுக்கொண்டார்.

சில பிரச்சினைகளும் உள்பூசலும் எழாமல் இல்லை தொண்டர்களிடையே. ஆனால் பிரச்சினை ஏற்படுத்துபவர்களையும் ஒன்றிணைக்கும் சாணக்கிய சாமர்த்தியம் கருணாநிதிக்கு இருந்தது. அவர்களிடம் அவர் காண்பித்த நெருக்கம் அவரது அரசியல் வாழ்வு முழுவதிலும் கைகொடுத்தது. திருச்சி கழகத் தோழர்களிடையே சச்சரவு ஏற்பட்டு இரண்டு குழுக்களாகப் பிரிந்திருந்தார்கள். கட்சி வளர முடியாமல் தேக்கம் கண்டிருந்தது. அங்கு ஒரு பொதுக்கூட்டமும் நடத்த தன்னால் திருச்சிக்கு வர முடியாது, அங்கிருந்த சச்சரவு தீரும்வரை என்று சொல்லிவிட்டார் அண்ணா. நீங்கள் வந்தால்தான் பிரச்சினை தீரும் என்று கருணாநிதி, பொன்மலை பராங்குசம், அன்பில் தர்மலிங்கம் ஆகியோர்

கெஞ்சிப்பார்த்தார்கள். அண்ணா மசியவில்லை. முதலில் கருணாநிதியை வைத்துக் கூட்டம் நடக்கட்டும். கழகத்துக்கு உயிர் இருக்கிறது என்று தெரிந்தால் வருகிறேன் என்று சொல்லி விட்டார் பிடிவாதமாக.

திக்கொன்று பார்த்துக்கொண்டு நின்றிருந்த இரண்டு குழுக்களையும் எப்படியோ பேசி ஒன்று சேர்த்துவைத்தது கருணாநிதியின் சாமர்த்தியம். இரண்டு குழுக்களுக்கும் அண்ணாவின்மேல் பாசமும் மரியாதையும் இருந்தது. அவர் திருச்சிக்கு வர மாட்டேன் என்றதும் மிகுந்த வருத்தத்தை ஏற்படுத்தியிருந்தது. நீங்கள் ஒற்றுமையாகக் கழகப் பணியாற்ற முடிவெடுத்தால் அண்ணாவின் மனசு மாறும் என்று கருணாநிதி சொல்ல, சொந்த மனமாச்சரியங்களைவிட கட்சி பெரிது என்று உணர்ந்து எல்லோரும் ஒன்றாக அண்ணா வாழ்க என்று கோஷமிட்டார்கள்! அதற்குப் பிறகு உற்சாகமாகத் திருச்சி மாவட்டம் முழுவதும் பல இடங்களில் கூட்டங்கள் ஏற்பாடு செய்தார்கள். கருணாநிதியின் பேச்சு ஆரவாரமாக வரவேற்கப் பட்டது. முதல் முறையாகக் கட்சிக் கொடியேற்றும் வழக்கம் ஆரம்பித்தது. அதைத் தொடர்ந்து மற்ற ஊர்களில் இருந்த கட்சித்தொண்டர்கள் கருணாநிதியைப் பேச அழைத்தார்கள். கொடியேற்றும் வைபவம் எல்லா ஊர்களிலும் அவருடைய பேச்சுடன் நடந்தது.

ஒரே ஆண்டில் திருச்சியில் திமுக நல்ல வளர்ச்சி கண்டது. தேங்கிக்கிடந்த கைத்தறி துணிகளை விற்பதற்காக திமுக ஒரு நாள் குறித்தது. அதை விற்க அண்ணாவே வந்தார். சந்தையில்லாமல் தேங்கிக்கிடந்த கைத்தறி ஆடைகள் கழகத்தினரின் முயற்சியால் சந்தையைப் பிடித்தன.

வரவே மாட்டேன் என்று சொன்னவர்தான் அதே திருச்சியில் 1956ஆம் ஆண்டு கழகத்தின் முதல் மாநில மாநாட்டை நடத்துவதற்கு ஒப்புதல் அளித்தார். அப்போதுதான் ஒரு முக்கியமான முடிவைக் கட்சி எடுத்தது. தேர்தலில் பங்குபெறுவோம் என்ற முடிவு – கழகத்தினர் அனைவரும் கைத்தறி ஆடையே அணிய வேண்டும் என்று முடிவாயிற்று. கட்சிக்கு நிதி சேர்க்கும் பொறுப்பு கருணாநிதிக்கு அளிக்கப்பட்டது.

கட்சிப் பணிகளுக்கு மத்தியில் கருணாநிதியின் குடும்பம் சேலத்துக்குக் குடிபெயர்ந்தது. பொருளாதார ரீதியாகச் சற்று செளகர்யமான காலத்துக்கு வாழ்க்கை நகர ஆரம்பித்திருந்தது. அவருடைய 'மந்திரிக்குமாரி' நாடகத்தை சேலம் மாடர்ன் தியேட்டர்ஸ் உரிமையாளர் டி.ஆர். சுந்தரம் திரைப்படமாக்க விருப்பம் தெரிவித்திருந்தார்.

அதற்குக் கருணாநிதி திரைக்கதையையும் வசனமும் எழுத வேண்டியிருந்தது. படம் மிகப்பெரிய வெற்றிப்படமாயிற்று. பல நாட்கள் ஓடிற்று. தலைப்புகளில் அவருடைய பெயர் வந்தது. சேலத்திற்கு வந்திருந்த என்.எஸ். கிருஷ்ணன் அதைப் பார்த்துவிட்டு தான் எடுக்கவிருக்கும் 'மணமகள்' படத்திற்குக் கருணாநிதிதான் திரைக்கதை வசனம் எழுத வேண்டும் என்று சொல்லி அதற்கு சன்மானமாக 10,000 ரூபாய் கொடுத்தார். அவர் கருணாநிதியை சென்னைக்கு வந்துவிடும்படி வற்புறுத்திவந்ததால் கருணாநிதி சென்னைக்குக் குடிவந்தார். என்.எஸ். கிருஷ்ணன் மிக நெருங்கிய நண்பரானார்.

1952இல் பொதுத்தேர்தல் வந்தது. அதில் பங்குபெறுவதில்லை என்றும் காங்கிரஸ் அல்லாத முற்போக்கு கருத்துள்ள கட்சிகளை ஆதரிப்பது என்றும் திமுக முடிவெடுத்தது. அந்தத் தேர்தலில் காங்கிரஸ் பெருவாரியான வெற்றி பெற முடியாததால், அரசியலில் சற்று ஒதுங்கியிருந்த ராஜாஜியின் உதவியை நாட, உழைப்பாளி கட்சி, காமன்வீல் கட்சி ஆகிய கட்சிகளையும் காங்கிரஸுடன் இணைத்துக்கொண்டு ராஜாஜி முதலமைச்சர் பதவிக்கு வந்தார். அவருடைய ஆட்சி காலத்தில் திமுக மிகப்பெரிய போராட்டங்களில் ஈடுபட நேர்ந்தது.

திராவிட முன்னேற்றக் கழகத்தை மூட்டைப்பூச்சியை நசுக்குவதுபோல நசுக்கிவிடுவேன் என்று முழக்கமிட்டவர் அல்லவா அவர்? திமுக மூன்று முனையில் எதிர்ப்பைத் தெரிவித்தது. அதற்கு மக்களின் ஆதரவும் இருந்தது. ராஜாஜியின் குலக்கல்வி திட்டத்திற்கு எதிர்ப்பு ஏற்பட்டது. பிரதமர் நேரு தமிழர்களை 'நான்சென்ஸ்' என்று திட்டினார் என்று அதற்கு எதிர்ப்பு. டால்மியாபுரம் ரயில் நிலையத்தின் பெயரை மாற்றி கல்லக்குடி என்று தமிழ்ப் பெயர் வைக்க வேண்டும் என்று போராட்டம்.

அது ஒரு அறப்போர். கல்லக்குடி களத்திற்கு கருணாநிதி தேர்ந்தெடுக்கப்பட்டார். 'கடமையெனும் வாள் – கண்ணியமெனும் கேடயம் – கட்டுப்பாடெனும் கவசம் – மூன்றும் எடுத்துச்செல்க!' என்றார் அண்ணா தொண்டர்களிடம்.

கருணாநிதியின் 'பராசக்தி' படம் வெளிவந்து அவரைப் பிரபலமாக்கியிருந்தது அப்போது. நூறு நாட்களுக்குமேல் ஓடிய படத்தின் பிராமண எதிர்ப்பு வசனம் மிகுந்த விமர்சனத்தை ஏற்படுத்தியிருந்தது. படம் தடை செய்யப்பட வேண்டும் என்றுகூட கோரிக்கை எழுந்தது. கதை வசனம் – மு. கருணாநிதி என்று படத்தின் டைட்டிலில் குறிப்பிடப்பட்டிருந்ததால் அவரைக் குறிப்பிட்டு மிகக் கடுமையான விமர்சனங்கள் வந்தன. ஆனால்

மக்கள் அதை லட்சியம் செய்யாமல் படம் பார்க்க வந்தார்கள். அன்று பத்திரிகைத்துறை அநேகமாக பிராமணர் வசம் இருந்தது.

அவரைப் பரப்பிரும்மம் என்று விமர்சித்த பத்திரிகைக்கு பதில் சொல்லும் விதத்தில் 'பரப்பிரும்மம்' என்ற முழுமையான பிரச்சார நாடகத்தை கருணாநிதி ஊர் ஊராக நடத்திக்கொண்டிருந்தார். அங்கிருந்து போராட்டத்துக்கு போலீஸ் கண்ணில் படாமல் டால்மியாபுரம் சென்றார். அதற்குள் அண்ணாவும் நெடுஞ் செழியனும் என்.வி. நடராஜனும் கைதுசெய்யப்பட்டதாகச் செய்தி வந்தது.

ஜூலை 15ஆம் தேதி மும்முனைப் போராட்டத்திற்காக நாள் குறிப்பிடப்பட்டிருந்தது. கருணாநிதியின் தலைமையில் கழகத் தொண்டர்கள் 24 பேர் கருப்பு / சிவப்புக்கொடியேந்தி ரயில் நிலையத்துக்குச் சென்றார்கள். சுற்றிலும் நூற்றுக்கணக்கான தொண்டர்கள். டால்மியாபுரம் என்றிருந்த பலகையின் மேல் கல்லக்குடி என்ற பெயரை ஒட்டினார்கள். துப்பாக்கி ஏந்தியபடி போலீஸ் வந்து நின்றது.

கருணாநிதியின் கீழ் அவரையும் சேர்த்து 25 பேர். ஐந்து பேர் பிரிவாகப் பிரித்து வரப்போகும் ரயிலுக்கு முன் தண்டவாளத்தில் தலைவைத்துப் படுக்க முடிவெடுக்கப்பட்டது.

கருணாநிதி முதல் நால்வருடன் படுத்தார். போலீஸ் வந்து எழுந்திருக்கச் சொன்னது. படுத்தவர்கள் மறுத்தார்கள். புகைவண்டி வெகு அருகில் வந்து நின்றதாக 'நெஞ்சுக்கு நீதி'யில் எழுதப்பட்டிருக்கிறது. ஆனால் ரயில் அவர் மீது ஏறும் ஆபத்து இருக்கவில்லை. போலீஸ் வந்து அவர்களை எழுப்பிக் கைது செய்து போராட்டக்காரர்கள் அனைவரையும் திருச்சி சிறையில் போட்டது. அந்த ஒரு நாள் மும்முனைப் போராட்டத்தில் தமிழகம் எங்கும் போலீஸ் சூட்டுக்குப் பலியானவர்கள் 6 பேர். சிறையில் அடைக்கப்பட்டவர்கள் 5000. கருணாநிதிக்கு இரண்டு மாதம் சிறை வாசமும், ரூபாய் 35 அபராதமுமாகத் தண்டனை கிடைத்தது.

கல்லக்குடியில் தனது தலைமையில் எல்லோரும் தண்டவாளத்தில் படுத்தது பெரிய சாகசம் என்று கருணாநிதி பெருமைபட்டுக்கொண்டார். அவரது விசுவாசத் தொண்டர்கள் பின்னாட்களில் அவரைக் 'கல்லக்குடி வீரர்' என்று புகழாரம் சூட்டினார்கள். ஆனால் கட்டுப்பாட்டின் வரம்பை அவர் மீறிவிட்டார் என்று அண்ணாதுரை கோபித்துக்கொண்டு வெகு நாட்கள் அவருடன் பேசாமல் இருந்தார்.

சிறையிலிருந்து திரும்பியதும் கட்சிப் பணி, பொதுக்கூட்டத்தில் பேச்சு என்று தொடர்ந்தது. அப்போதுதான் அந்த விபத்து நேர்ந்தது. பரமக்குடியில் ஒரு கூட்டத்தில் பேசிவிட்டு இரவு ஒரு மணிக்கு மேல் திருச்சி நோக்கி அன்பில் தர்மலிங்கம், பராங்குசம், தென்னனுடன் கிளம்பினார். பயணத்தின்போது எல்லோரும் உறங்கிவிட்டார்கள். கார் ஓட்டுனரும் உறங்கிவிட்டார் போலிருக்கிறது. வண்டி சாலை ஓரத்தில் இருந்த மைல் கல்லில் மோதி தடம்புரண்டது. கருணாநிதியின் மூக்குச் சில்லு உடைந்து ரத்தம் வழிந்தது. சற்று ஓய்வு எடுத்துக்கொண்டு மீண்டும் அடுத்த ஊர் கூட்டத்துக்குப் போனார். மெல்ல மெல்ல முகமெல்லாம் வீங்கி கண்ணில் வலி ஏற்பட்டது. வேலூர் மருத்துவமனைக்கு அழைத்துச்சென்றார்கள் நண்பர்கள். சிகிச்சை அளித்து ஆறு மாதங்களுக்கு எழுதவோ பொதுக்கூட்டத்தில் பேசவோ கூடாது என்றார்கள். அதை இரண்டு மாதத்துக்கு மேல் கடைப்பிடிக்க முடியவில்லை. ஒரு நாடகம் வேறு ஒரு மாதத்திற்குள் எழுத வேண்டியிருந்தது. அதன் விளைவாகக் கண் வலி பொறுக்க முடியாத நிலைக்குச் சென்றது. கண் மருத்துவமனையில் சேர்க்கப்பட்டு எட்டு அறுவை சிகிச்சை செய்ய வேண்டியிருந்தது. அந்தக் கண் பார்வை முக்காலும் போய்விட்டது. சில ஆண்டுகளுக்குப் பிறகு அந்தக் கண்ணை மறைக்கக் கருப்புக் கண்ணாடி போட ஆரம்பித்தார். தமிழ் நாட்டு அரசியல் தலைவர்களின் கருப்புக் கண்ணாடி 'வேசத்தை' வட இந்தியர்கள் பரிகசிப்பார்கள். எம்ஜிஆரைவிடக் கருணாநிதி அதிக பரிகசிப்புக்குள்ளானார். அன்றைய சினிமாக்களில் வில்லன்கள்தான் கருப்புக் கண்ணாடி அணிந்துவருவார்கள்.

○○○

1956 மே மாதம் திருச்சியில் மூன்று நாட்கள் நடந்த கட்சியின் பொதுக்கூட்டத்தில் அடுத்து வரும் தேர்தலில் திமுக பங்குகொள்ள வேண்டும் என்று ஜனநாயக வாக்கெடுப்பு மூலம் தீர்மானம் ஏற்பட்டது.

1957ஆம் ஆண்டு முதன்முதலில் பொதுத் தேர்தலில் திமுக பங்குகொண்டது. கலைவாணர் என்று அழைக்கப்பட்ட என்.எஸ். கிருஷ்ணனும் கழகத்தின் வெற்றிக்காக பிரச்சாரத்தில் ஈடுபட்டார். கருணாநிதி நின்ற குளித்தலைக்கு அவராக மூன்று முறை வந்து பிரச்சாரம் செய்தார். திமுக காங்கிரஸ் கட்சியை வீழ்த்த முடியாவிட்டாலும் (வீழ்த்துவோம் என்று அது நினைக்கவும் இல்லை. காங்கிரஸ் கட்சியின் 'எதேச்சாதிகார ஆணவக்கோட்டையில் சில கீறல்களை ஏற்படுத்தியாக வேண்டும்' என்பதே அதன் நோக்கம் என்கிறார் கருணாநிதி –

'நெஞ்சுக்கு நீதி') 15 இடங்களில் வென்றது. இரண்டு நாடாளுமன்ற இடங்களிலும் வென்றது. கருணாநிதி மாநில அவை உறுப்பினரானார். அண்ணாதுரை எதிர்க்கட்சித் தலைவராக அமர்ந்தார். 'தேர்தல் பணிகளின் அரிச்சுவடிகூட தெரியாமல், பணவசதியும் இல்லாமல்' அவர்கள் களத்தில் இறங்கி அந்த அளவுக்கு மக்களைக் கவர்ந்து முன்னேறியது ஆச்சரியமான விஷயம்.

திமுக உறுப்பினர்களின் அலங்காரமான கொஞ்சும் தமிழில் அவையில் நடந்த விவாதங்கள் குறிப்பெடுக்க வந்த பத்திரிகை நிருபர்களுக்கு அதிக உற்சாகத்தை ஏற்படுத்தின. கருணாநிதியின் பேச்சில் இருந்த நகைச்சுவையைக் காங்கிரஸ் உறுப்பினர்கள் கூட ரசித்தார்கள். எழுதிப் படிக்காத தன்னிச்சையான பேச்சு. உதாரணத்துக்கு ஒன்று: நிதி அமைச்சர் சி.சுப்பிரமணியம் நிதிநிலை அறிக்கையைத் தாக்கல் செய்கிறார். அதன் மீது கருணாநிதி நண்பகலில் பேசுகிறார். அதில் ஒரு துளி இது-

"ஆளும்கட்சியினர், எதிர்க்கட்சியினரான நாங்கள் கை பட்டால் குற்றம் கால் பட்டால் குற்றம் என்கிறோம் எனக் குறிப்பிட்டார்கள். கால் பட்டால் குற்றமா என்பது படுகிற காலைப் பொறுத்து இருக்கிறது. குழந்தையின் பாதம் படுவதை யாரும் குற்றம் சொல்ல மாட்டார்கள். குஞ்சர பாதம் படுவதை (அதாவது யானைப் பாதம்) யாராலும் அனுமதிக்க முடியுமா என்ன? எதிர்க்கட்சியினர் குறைகூறுகிறார்கள் என்று குற்றம் சாட்டிவிட்டு அடாணா ராகத்தில் ஆரம்பித்து அவர்களே நிறைய குறைகள் சொல்லி முகாரியில் முடித்தார்களே தவிர யாரும் மோஹன ராகத்தில் முடிக்கவில்லை.

ஆனால் ஒன்று, புதிய வரிகள் இல்லை பழைய வரியில்தான் மாறுதல் என்கிறது அமைச்சரவையின் வரவுசெலவுத் திட்டம். வெளியூர் சென்ற கணவன் என்ன நிலையில் வருகிறானோ என்று எதிர்பார்த்து கதவோரத்தில் காத்து நிற்கும் காரிகையிடம், 'உனக்கு மத்தாப்பு சேலை, மரகத மணி, மல்லிப்பூமாலை வாங்கி வரவில்லை. அதுமட்டுமல்ல, உன்னை இனிமேல் அடிப்பதற்கு புதிய கம்பு வாங்காமல், தற்காலிகமாகப் பழைய கம்பையே பழுதுபார்த்து வந்திருக்கிறேன்' எனச் சொன்னால் மகிழ்ச்சியா பிறக்கும் மனைவிக்கு? இந்தக் கதையைப் போல்தான் இருக்கிறது நிதி நிலைமை அறிக்கையில் காணப்படும் திட்டமும், பழைய வரி மாறுதலும்!"

○○○

1959இல் சென்னை மாநகராட்சித் தேர்தலில் திமுக அதிகபட்சமாக 45 சீட்டுகளில் வெற்றிபெற்றது. ஏ.பி. அரசு மதராஸின்

முதல் திமுக மேயர் ஆனார். அந்தத் தேர்தலுக்குப் பின் நடந்ததை கருணாநிதி தமது புத்தகத்தில் எழுதுகிறார். "45 பேர்கள் வெற்றி பெற்றார்கள் என்ற சேதி கேட்டதும் அண்ணா அவர்கள் என்னைப் பார்த்து, ... ஆனால் நான் உன்னிடம் தோற்றுவிட்டேன்' என்றார்." அதற்கு விளக்கமும் கொடுக்கிறார். 45 பேர் வெற்றிபெற வைக்க முடியும் என்று தேர்தல் குழுவுக்குத் தலைமைதாங்கிய கருணாநிதி சொன்னதை அண்ணா நம்பவில்லை. வெற்றிபெறவைத்தால் எனக்கு என்ன தருவீர்கள் என்று கருணாநிதி கேட்டதற்கு அண்ணா அலட்சியமாக ஒரு பவுன் தங்க மோதிரம் பரிசளிப்பேன் என்றார். அதன் விளைவாக சென்னைக் கடற்கரையில் நடந்த வெற்றிவிழாக் கூட்டத்தில் வாக்கு தவறாமல் மோதிரம் அணிவித்தார். அந்த மோதிரம் கருணாநிதி இறந்த பிறகும் அவரது விரலில் சவப்பெட்டியில் இருப்பதாகச் செய்தி.

ஆனால் அந்த மோதிரத்தைப் பற்றி பெரிய விமர்சனங்கள் எழுப்பப்பட்டன. கருணாநிதியின் அசுர வளர்ச்சியைக் கண்டுப் பொறாமைபட்ட கட்சிக்காரர்கள் அநேகம். அதில் பிரதானமானவர்கள் ஈ.வி.கே. சம்பத்தும் கண்ணதாசனும். ஏற்கெனவே கருணாநிதி பொருளாளராகக் கட்சிக்குச் சேர்த்த பணத்தை எடுத்து சினிமா எடுக்கிறார் என்று குற்றம் சாட்டி வந்தார்கள். ஆரம்பத்தில் கருணாநிதியுடன் மிக நெருக்கமாக இருந்த கண்ணதாசன், பிறகு கருணாநிதிக்குத் தொண்டர்களிடையே ஏற்பட்ட ஆதரவையும், அண்ணாவிடமிருந்து கிடைக்கும் வெளிப்படையான பாராட்டையும் கண்டு எரிச்சல் பட்டார். அவர் தமது 'வனவாசம்' புத்தகத்தில் மனக்குமறலை வெளிப்படுத்தினார். கருணாநிதியை விட தானும் மற்றவர்களும் மாநகராட்சித் தேர்தலுக்கு உழைத்ததாகவும் அண்ணா மிகவும் ஒருதலைப் பட்சமாகக் கருணாநிதியைப் பாராட்டியது நியாயமில்லை என்று கருதி அண்ணாவிடம் நேரிடையாகச் சென்று கருணாநிதிக்குக் கணையாழி எங்களுக்குப் பட்டை நாமமா என்று கேட்டபோது 'ஏன் நீயும் ஒரு மோதிரத்தை வாங்கிக்கொண்டு வாயேன், போடறேன்' என்று சொன்னதாகக் கண்ணதாசன் எழுதியிருக்கிறார். எம்ஜிஆரின் தீவிர ஆதரவாளரான ஆர்.எம். வீயை சில ஆண்டுகளுக்கு முன் சந்தித்தபோது, கண்ணதாசன் எழுதியிருப்பது உண்மை என்றார். எது உண்மையோ கடற்கரையில் மீளாத்துயிலில் இப்போது படுத்திருக்கும் அண்ணாவுக்கும் கருணாநிதிக்கும்தான் வெளிச்சம்.

சம்பத்தும் கண்ணதாசனும் தொடர்ந்து கருணாநிதியை எதிர்த்துவந்தார்கள். "என்னைப் பற்றி எந்த அளவிற்குத்

தவறான பிரச்சாரங்கள் செய்தனரென்பதையெல்லாம் இன்றைக்கு நினைத்தால்கூட என் நெஞ்சம் 'பகீர்' என்கிறது" என்கிறார் கருணாநிதி 'நெஞ்சுக்கு நீதி'யில். கண்ணில் ஏற்பட்ட விபத்தின் காரணமாகப் பயணத்தின்போது கண்ணுக்கு அதிர்ச்சியேற்படுவதை மிதமாக்கும் வகையில் ஒரு பெரிய காரில் பயணிப்பது நல்லது என்று மருத்துவர்கள் சொன்னதால் 1960இல் ஒரு பெரிய கார் வாங்கினார். சினிமா வசனம் எழுதி சம்பாதித்ததில் வசதியாகவே இருந்தார். ஆனால் காரை கட்சிப் பணத்தில் வாங்கியிருப்பார் என்ற புரளி கிளப்பபட்டது. எம்எல்ஏக்கள் கட்சியின் முக்கியப் பொறுப்புகளில் இருக்கக் கூடாது என்று சம்பத் ஒரு கோரிக்கை வைத்தார். கருணாநிதியை வைத்துத்தான் அதைச் சொன்னார். ஆனால் அண்ணா சம்பத்தின் வேண்டுகோளுக்கு இணங்காமல் அவரை சமாதானப்படுத்த எடுத்த முயற்சியெல்லாம் தோல்வியுற்றது. அண்ணாவின் மனத்தில் கருணாநிதி 'விஷத்தைப் புகுத்திவந்தார், கட்சியில் பிளவை ஏற்படுத்தவே முயன்றார்' என்று கண்ணதாசன் எழுதியிருக்கிறார் வனவாசத்தில். கடைசியில் எல்லோரும் எதிர்பார்த்தது நடந்தது. சம்பத்தும் கண்ணதாசனும் அவர்களது ஆதரவாளர்களும் கட்சியைவிட்டு விலகுவதாக 9.4.1961 அன்று அறிக்கை விட்டார்கள்.

கட்சியில் ஏற்பட்ட முதல் பிளவு அது. கட்சியின் உட்கட்சி பூசல்களே *முரசொலியை* 1960இல் நாளிதழாக்கியது. தினசரியாகத் தொண்டர்களுடன் உரையாட வேண்டிய தேவை அதற்குக் காரணமானது. ஐம்பதுக்கு மேலான ஆண்டுகள், நாள் தவறாமல் 'உடன்பிறப்புக்குக் கடிதம்' என்பதே கருணாநிதியின் எழுத்துப்பணிக்கான நிறைவான அத்தாட்சியாகப் படுகிறது. அது ஒரு அரசியல் வியூகம்கூட – அவர் அறியாமல் எடுத்தது. தொண்டர்களுடன் ஒரு உணர்வுரீதியான பிணைப்பை ஏற்படுத்திய புத்திசாலித்தனமான வியூகம் கூட – அவராக வளர்த்துக்கொண்டது.

4

1960களில் திமுக தமிழ்நாடு முழுவதிலும் இந்தித் திணிப்புக்கு எதிராகக் கடுமையான போராட்டத்தைத் தொடங்கியது. இந்தித் திணிப்பினால் தமிழர்கள் இரண்டாம் பிரஜையாகிவிடுவார்கள், இளைஞர்கள் வேலைவாய்ப்பு இழந்து தவிப்பார்கள் என்ற பிரச்சாரம் மாணவர்களைத் திமுகவின் பக்கம் சாய்த்தது. திமுகவினரின் பேச்சாற்றல் காங்கிரஸ்காரர்களுக்குக் கைவராதது. இவர்களது பேச்சு கேட்பவர்களை உசுப்பி மட்டும் விடவில்லை, போதையளித்தது. 60களில் கடும் உணவுப் பற்றாக்குறையும் ஏற்பட்டது. அதற்குக் காங்கிரஸ் அரசு மட்டும் காரணமில்லை என்றாலும் திமுக அதைத் தனக்கு சாதகமாக்கிக்கொண்டது. உணவைவிட மானம் தமிழனுக்குப் பெரிது என்ற அதனுடைய 'தமிழ் பண்பு' வாதம் இந்தி எதிர்ப்புக்கு உதவிற்று. 'தமிழ் எந்தன் மூச்சு', 'உடல் மண்ணுக்கு, உயிர் தமிழுக்கு' என்ற கோஷங்கள் மென்மையான உணர்வுகொண்ட இளைஞர்களின் நாடி நரம்பையெல்லாம் சிலிர்க்கவைத்தன. அதில் உணர்ச்சிவசப்பட்ட திமுக தொண்டர் 34 வயது வி. ரங்கனாதன் விருக்கம்பாக்கத்தில் ஒரு பூங்காவில் ஜனவரி 25, 1965, அன்று இரவு, தமிழ் வாழ்க, இந்தி ஒழிக என்று கோஷமிட்டபடி தீக்குளித்து இறந்தார். அதே இரவு கோடம்பாக்கத்தில் ஒரு மைதானத்தில் திமுக தொண்டர் டி.எம். சிவலிங்கம் தன்னை மாய்த்துக்கொண்டார். கொந்தளித்துப் போன திமுக தலைவர்களும் தொண்டர்களும் கருப்புக்கொடி ஏந்தி எதிர்ப்பு காட்டிய அமளியில் நூற்றுக்கணக்கானவர்கள் சிறையில் அடைக்கப் பட்டார்கள். அதன் பிறகு மாணவர்கள் களத்தில் இறங்கினார்கள். பேருந்துகள், ஜீப்புகள், இந்தி புத்தகங்கள், 'இந்திப் பேய்' கொடும்பாவிகளை எரித்தார்கள். காங்கிரஸ் அலுவலகங்களைத் தாக்கினார்கள்.

பிரதமராக தில்லியில் இருந்த லால் பகதூர் சாஸ்திரி அரண்டுபோனார். மொழிக்காக உயிரை மாய்த்துக்கொள்ளும் கலாச்சாரம் அவருக்குப் புரியாதது. மாணவர்களின் கோபத்தையும் புரிந்துகொள்ள முடியவில்லை. இந்தியைத் தேசியத்தின் அடையாள மாகக் காங்கிரஸ் பார்த்தது. போராட்டங்கள் எல்லாம் தேச விரோதச் செயல்களாக நினைத்தது. 'இந்தி தேசிய மொழி என்று நான் புதிதாகச் சொல்லவில்லை. 1965க்குப் பிறகு அது அமலுக்கு வர வேண்டுமென்று அரசியல் சாசனத்திலேயே சொல்லப்பட்டிருக்கிறது' என்றார் சாஸ்திரி. 'நீங்கள் ஆங்கிலத்தைத் தாராளமாகத் தொடர்ந்து உபயோகிக்கலாம். இந்தியை விரும்பியவர்கள் கற்றுக்கொள்ளலாம். கட்டாயமில்லை' என்று கடைசியில் சொன்னார். அது 1963 அதிகாரபூர்வமான அறிக்கையாகவும் வந்தது. ஆனால் அதில் இருந்த சரத்துக்கள் சர்ச்சைக்குரியவையாக இருந்தன. மத்திய அரசுப் பணிகளில் இந்தி தெரிந்தவர்களுக்கு வேலைவாய்ப்பிலும் பதவி உயர்விலும் முன்னுரிமை அளிக்கப்படும் என்று இருந்தது.

இது மாணவர்களை அதிகக் கோபப்படுத்திற்று. போராட்டம் அனைத்து நகரங்களுக்கும் பரவிற்று. திமுக இந்தச் சூழலை நன்றாகப் பயன்படுத்திக்கொண்டது. அந்தப் போராட்ட கால ஆண்டுகளில் கருணாநிதி பல முறை கைது செய்யப்பட்டார். தொடர்ந்து *முரசொலியில்* உடன்பிறப்புகளுக்குக் கடிதங்கள் வெளியாயின. எதிர்ப்பு உணர்வுக்கனல் தணிந்து விடாமல் காத்தன. வெளியில் மாணவர்களின் எழுச்சி ஜுவாலையாக இருந்தது. 'இது ஒரு புனிதப்போர்!' என்று அண்ணா முழங்கினார். இத்தகைய முழக்கங்களிலிருந்து பெரியார் ஒதுங்கி இருந்தார். இந்தியை அவர் எதிர்த்தார் – அது ஆரிய, பிராமண வடமொழி யின் சர்வாதிகாரச் சின்னம் என்று. ஆனால் இந்தத் தமிழ் மொழி ஆவேசமும் அதற்காக உயிரை விடுவோம் என்று உணர்ச்சிவசப்படுவதும் பைத்தியக்காரத்தனம் என்று சொன்னார்.

ஆனால் அன்றைய சூழல் மாற்றத்தை எதிர்நோக்கி இருந்தது. அதற்கு திமுக பல கூறுகளின் மூலம் அடித்தளம் இட்டிருந்தது. இதில் முக்கியமான கூறு, பத்திரிகை, திரைப்படம், கள அரசியல் ஆகியவை ஒன்றுக்கொன்று தொடர்பானவையாகவும், பரஸ்பரம் பலம் ஏற்படுத்துவதாகவும் இருந்தன. (கட்சி நிகழ்வுகள் செய்திகள் ஆகின) உடன்பிறப்புக்கான தினசரி மடல், இடைவிடாத உரையாடல் களமாகியது. *முரசொலியைப்* படிக்க இயலாதவர், அதைப் படிக்கக்கேட்டு ரசித்தார்கள். தமிழகத்து சேதி மட்டுமில்லை, உலக அரசியல் பற்றிகூட தெரிந்துகொண்டார்கள். உரிமைக்காகத் தமிழ் நாட்டில் நடக்கும் போர் வரலாற்றில் புதிதல்ல என்று தெம்பு அடைந்தார்கள்.

கட்சியின் கருத்துகளை, செயல்திட்டங்களை, வெகுஜனங்களுக்கு கொண்டுசெல்லும் முக்கியமான சாதனமாகியது திரைப்படம். மடல்கள் உடன்பிறப்புக்குச் சொன்னதை 'பராசக்தி' குணசேகரனும், 'மனோகரா' மனோகரனும், 'மலைக்கள்ளன்' நாயகனும் மக்களுக்குச் சொன்னார்கள். இதை மிகக் கச்சிதமாகக் கருணாநிதி கையாண்டார். அவரது அலங்கார மொழிநடையை, படிப்பறிவில்லாத பாமரனும் ரசிக்க ஆரம்பித்தான். ஏற்கெனவே கடுப்பில் இருந்த சம்பத் சினிமாவைச்சார்ந்து கட்சி செல்வதாக நடிகர்களுக்கும் நாடக ஆசிரியர்களுக்கும் அதிக முக்கியத்துவம் கொடுப்பதாகக் குற்றம் சாட்டினார். பெரியார் சொன்னதுபோல காமராஜரும் திமுகவினரைக் கூத்தாடிகள் என்று இகழ்ந்தார்.

1953இல் எம்ஜிஆர் கட்சி உறுப்பினர் ஆகியிருந்தார். கட்சியின் அடிநிலை தொண்டர்களின் விரிவாக்கம் அப்போதிலிருந்து தொடங்கியது. எம்ஜிஆரின் வசீகரம் மூலைமுடுக்கிலிருந்த கிராமங்களிலும் மக்களை ஆட்கொண்டது. திமுகவில் சேருவதற்கு முன் அவர் காங்கிரஸில் இருந்தார். கருணாநிதிதான் அவரை திமுகவிற்கு இழுத்தவர். ஆனால் எம்ஜிஆரின் வளர்ச்சியும் புகழும் கருணாநிதி எதிர்பாராத அளவுக்கு வளர்ந்தது. அடிமனத்தில் கவலைகொள்ள வைத்தது. எம்ஜிஆருக்கும் கட்சிக்கும் வித்தியாசம் தெரியாமல் போயிற்று ரசிகர்களுக்கு. அவர் நடித்த படம் ஒன்றில் திமுக கொடி காண்பிக்கப்பட்டபோது அது எம்ஜிஆர் கொடி என்று நினைத்தார்கள். ஆர்.எம்.வீ சொல்கிறார்: கட்சிக்கு எம்ஜிஆர் ஒரு மூலதனம் என்று அண்ணாவுக்குத் தெரியும். 1967 மாநில அவைத் தேர்தலின்போது எம்ஜிஆர்ரை சக நடிகர் எம்.ஆர். ராதா சுட்டதில் குண்டடி பட்டு மருத்துவமனையில் சிகிச்சை பெற்றுக்கொண்டிருந்தார். எப்படியாவது எம்ஜிஆரைத் தேர்தல் பிரச்சாரக் களத்திற்கு அழைத்துவரும்படி அண்ணா சொன்னார். தேர்தலுக்கு வெகு சொற்ப நாட்களே இருந்தன. எம்ஜிஆர் முகம் காட்டினால் 30,000 வாக்குகள் விழும். பேசினால் ஒரு லட்சம் விழும் என்றார் அண்ணா. எம்ஜிஆர் மருத்துவமனையில் கழுத்துக்கட்டுடன் படுத்திருக்கும் புகைப்படத்தை ஆர்.எம்.வீ, தமிழகம் முழுவதும் திரையில் போட்டுக் காண்பிக்க ஏற்பாடு செய்தார். தேர்தல் வெற்றிக்கு அது ஒரு முக்கிய காரணம் என்கிறார் ஆர்.எம்.வீ. மருத்துவமனையில் இருந்தபடியே எம்ஜிஆர் வென்றார்.

அந்தக் காலகட்டத்தில் பத்திரிகைத்துறையில் இருந்தவர் எவரும் 1967ஆம் ஆண்டு தமிழகத்தில் ஒரு மாற்றத்தைக் கொண்டுவரும் என்று நினைத்திருக்கவில்லை. காங்கிரஸ் கட்சி 'நேற்று முளைத்த' திராவிட முன்னேற்றக் கழகம் தனக்கு ஒரு அச்சுறுத்தலாக இருக்கும் என்று நினைக்கவில்லை. திமுக

தேர்தலில் பங்கு பெறுவது என்று முடிவெடுத்தபோது காங்கிரஸ் தலைவர் காமராஜர் 'நான் படுத்துக்கொண்டே ஜெயிப்பேன்' என்றார், களத்தில் திமுகவினர் தேனீக்களாக செயல்பட்டுக்கொண்டிருந்ததை உணராமல்.

○○○

நடுநிசியைத் தாண்டிய அந்த வேளையில் தேர்தல் வாக்குகள் எண்ணப்பட்டு முடிவுகள் தெரிவிக்கப்பட்டு வந்தன. அந்தச் சிறிய அறையில் இருந்த சின்ன வானொலிபெட்டி அருகில் முடிவுகளைக் கேட்டபடி அவர்கள் மூச்சுவிடக்கூட நினைவில்லாமல் அமர்ந்திருந்தார்கள்... 60, 89, 110...

கருணாநிதியின் மூச்சு நின்றுவிடும்போல் இருந்தது. செய்தி சொல்பவர் ஏதேனும் குழப்பத்தில் சொல்கிறாரோ? கூட அமர்ந்திருந்தவர் எல்லோரிடமும் பரபரப்பு தெரிந்தது முகத்தில். முழு முடிவுகள் வந்துவிட்டன. திமுகவுக்கு 137 இடங்கள்! அத்தனை ஆண்டுகாலம் ஆண்ட காங்கிரஸுக்கு 49 இடங்கள் மட்டுமே. திமுகவின் தோழமைக்கட்சிகளான ஸ்வதந்திரா, இடது சாரிகள் முறையே 20ம் 11ம் எடுத்தன. மற்றவர்கள் 5. அமர்ந்திருந்த கருணாநிதி, நெடுஞ்செழியன், அன்பழகன் பிரமையிலிருந்து விலகி எழுந்து ஒருவரையொருவர் ஆரத்தழுவி உரக்கச்சிரித்து ஆர்ப்பரித்தார்கள். அண்ணாவின் முகத்தில் யோசனைக்கோடுகள் தெரிந்தன. அதைக் கவனித்த அவரது வளர்ப்பு மகன் பரிமளம், மற்றவர்கள் கிளம்பிச்சென்ற பிறகு கேட்டார். ஏம்பா உங்களுக்கு சந்தோஷமில்லையா? 'இல்லை' என்றார் அண்ணா. "இவ்வளவு சீக்கிரம் நாம் ஆட்சியைப் பிடித்திருக்கக் கூடாது. 150 ஆண்டு வரலாறு கொண்ட காங்கிரஸ் கட்சியை மக்கள் கடாசிவிட்டார்கள். நமது கட்சி தொடங்கி 15 ஆண்டுகள் கூட ஆகவில்லை. பெருந்தலைவர்கள் காமராஜரும் பக்தவத்சலமும் தோற்றுப்போயிருப்பது வருத்தமாக இருக்கிறது. நாம்தான் அதற்கு பொறுப்பு."

அது யாரும் நினைத்துப்பார்த்திராத வெற்றி. அன்று படுத்தது தான் காங்கிரஸ் கட்சி தமிழ்நாட்டில். பிறகு எழுந்திருக்கவே இல்லை. திமுகவின் வெற்றி தமிழ் நாட்டின் சமூக அரசியல் சரித்திரத்தை மாற்றவிருந்ததை அண்ணா அறியவில்லை.

அண்ணாதுரை முதலமைச்சர் ஆனார். கருணாநிதி பொதுப்பணித்துறை, மனை, நெடுஞ்சாலை போக்குவரத்து ஆகிய துறைக்கு அமைச்சர் ஆனார்.

பெரியாரின் சிஷ்யராக அரசியலில் பங்குகொள்ள ஆரம்பித்ததிலிருந்து முதல்வராகும் தருணத்திற்குள், ஆர்.எம்.வீ

சொல்வதுபோல அண்ணாவிடம் ஒரு பரிமாண வளர்ச்சி ஏற்பட்டிருந்தது. பெரியாரை ஒற்றி தனித்தமிழ்நாடு கோரிக்கை, பிராமண எதிர்ப்பு, வடக்கின் ஆதிக்கம், நாஸ்திகம் என்று பேசியவர், நாடாளுமன்ற மேல் சபை உறுப்பினரான பின் நடுநிலையை எடுக்க ஆரம்பித்தார். இந்தியா – சீனா போர் தொடங்கியதும் நாட்டின் பாதுகாப்புக்கு அச்சுறுத்தல் என்ற நிலையில் 1963ஆம் ஆண்டு பிரிவினைக் கொள்கைக் கொண்ட கட்சிகள் இந்தியாவில் சட்டவிரோதமானவை என்றான பின் தனித் தமிழ்நாடு கோரிக்கையைத் திமுக அதிகாரபூர்வமாகக் கைவிட்டது. அதற்குப் பதிலாக அண்ணா மாநிலங்களுக்கு அதிக அதிகாரம் தேவை என்பதை வலியுறுத்தினார். பெரும்பான்மை மக்கள் ஆஸ்திகர்கள் என்ற உணர்வில் அவர்களையும் கவரும் விதத்தில் நாஸ்திகத்தைக்கைவிட்டு மத விஷயத்தில் திமுகவின் கொள்கை 'ஒன்றே குலம் ஒருவனே தேவன்' என்ற புதிய கோஷத்தை முன்வைத்தார். "அப்பா யதார்த்தவாதி" என்றார் பரிமளம் (பல ஆண்டுகளுக்கு முன் இந்த எழுத்தாளர் அவரைச் சந்தித்தபோது). "கடவுள் இல்லை என்று நிரூபிப்பதற்காக நான் கட்சி நடத்தவில்லை என்பார்." தீவிர பிராமண எதிர்ப்பைக் கைவிட்டு பார்ப்பனீயம் எனும் சித்தாந்தத்தை எதிர்ப்பதாகச் சொன்னார். ஆனால் கருணாநிதி மனதளவில் வெகு காலத்துக்கு பிராமண எதிர்ப்பு உணர்விலிருந்தும், தான் பிற்படுத்தப்பட்ட ஜாதியைச் சேர்ந்தவர் என்ற நினைப்பிலிருந்தும் வெளிவரவே இல்லை என்பது அவரது பேச்சில் வெளிப்படும். ஐந்து முறை முதல்வர் பதவியில் இருந்தும் 'நான் ஒரு சூத்திரன் என்ற காரணத்தால் பிராமணப் பத்திரிகைகள் என்னை விமர்சிக்கின்றன' என்று குற்றம் சாட்டுவார், ஊடக விமர்சனங்கள் வரும்போதெல்லாம்.

அண்ணாவின் முயற்சியால் மதராஸ் மாநிலம் என்பது தமிழ்நாடு ஆயிற்று. சுயமரியாதைத் திருமணங்கள் சட்டமாக்கப் பட்டன. பொதுப்பணித்துறை அமைச்சராக இருந்த கருணாநிதியின் முக்கியமான சாதனை பேருந்து வழித்தடங் களைத் தேசியமயமாக்கியது. மேட்டூரிலிருந்து வரும் காவிரி நீரை வீராணம் ஏரியின் வழியாகச் செலுத்தி சென்னைக்குக் குழாய்கள் மூலம் கொண்டுவரும் திட்டமும் உருவாக்கப்பட்டது.

வெற்றியும் புகழும் பதவியும் நிலத்தில் பாவாத ஓட்டத்துக்கிடையே கருணாநிதியின் சொந்த வாழ்வில் ஏற்பட்ட ஒரு நிகழ்வு மாநில அவையில் காங்கிரஸ் கட்சி கேள்வி எழுப்பவும், பொதுவெளியில் விமர்சிக்கும் கேலிப்பேச்சாகவும், கட்சிக்கும் முதல்வருக்கும் சங்கடம் ஏற்படுத்தும் விஷயமாகவும் ஆயிற்று. ஆட்சிப்பதவியை இழந்திருந்த காங்கிரஸ் கட்சி, திமுகவை ஏதாவது காரணம் வைத்து ஏசிக்கொண்டிருந்தது. திமுகவினர் பொதுவாகப்

பெண்கள் விஷயத்தில் மோசமாக நடப்பவர்கள் என்கிற கருத்தைப் பரப்பிக்கொண்டிருந்தது. திமுகவைச் சேர்ந்தவர்கள் பலருக்கு இரண்டு மனைவி என்பது நடைமுறையானது என்பார்கள். கருணாநிதி விஷயத்தில் அவர்களுக்கு மெல்ல அவல் கிடைத்தது. அது குண்டாக வெடிக்கும் அளவுக்கு. கருணாநிதியின் பேச்சிலும் அவரது சரளமான சிரிப்பிலும் பல பெண்கள் மயங்கினார்கள். அவருக்கும் பல சிநேகிதிகள் உண்டு என்று வதந்தி இருந்தது. தர்மாம்பாள் என்ற ராஜாத்தி நாடகத்தில் நடித்துக்கொண்டிருந்தார். கருணாநிதிக்கும் அவருக்கும் ரகசியத் தொடர்பு ஏற்பட்டு அது தீவிரமாக வளர்ந்தது. ராஜாத்தி கர்ப்பமானது அறிந்து கருணாநிதி அவருக்கு சென்னையில் தங்க ஒரு வீடு அமர்த்தி வைத்தார் பாதுகாப்பாக. துர்காபாய் தாய் சேய் மருத்துவமனையில் ஜனவரி 5, 1968 ராஜாத்திக்குப் பெண் குழந்தை பிறந்தது. குழந்தையின் தந்தை யார் என்று அவர்கள் பதிவேட்டில் எழுதக் கேட்டபோது ராஜாத்தி மு. கருணாநிதி, பொதுப்பணித்துறை அமைச்சர் தமிழ்நாடு அரசு என்று தகவல் அளித்தார். மருத்துவமனை பதட்டத்துடன் அதிகாரிகளுடன் தொடர்புகொண்டு விஷயத்தைச் சொன்னது. அவர்கள் அதை முதல்வர் அண்ணாதுரையிடம் தெரிவித்தார்கள். அண்ணா மிகுந்த சங்கடத்துக்குள்ளானார். இது கட்சிக்கும் ஆட்சிக்கும் கெட்ட பேர் அளிக்கும் என்று கவலைப்பட்டார். கருணாநிதியை ராஜினாமா செய்யச் சொன்னார். சட்டமன்றத்தில் காங்கிரஸ் கட்சி விஷயத்தைக் களேபரமாக்கியது. 'ராஜாத்தி யார்?' என்று கோரஸ் எடுத்து பாடிற்று. கருணாநிதியை ஒரு பக்கமாக அழைத்து அண்ணாதுரை உண்மையை ஒப்புக்கொள் என்றார்.

அப்போது எழுந்து கருணாநிதி அவையை நோக்கி, "எனது மகள் கனிமொழியின் தாய் தர்மாம்பாள் என்கிற ராஜாத்தி" என்றார். அதற்குப் பிறகு கோரஸ் பாடுவது நின்றது. ராஜாத்தியை அவர் கைவிடவில்லை என்பது அண்ணாதுரைக்கு ஓரளவுக்கு சமாதானத்தை அளித்திருக்கலாம். கருணாநிதி உணர்ந்து கொண்டார், ராஜாத்தியுடனான உறவை மறைப்பதில் ஏதும் அர்த்தமில்லை என்று. பிறகு பொதுவெளியிலும் ராஜாத்தியைத் தனது துணைவி என்று வெளிப்படுத்தினார். சட்டப்படி மனைவியான தயாளு அம்மாளுக்கு நிச்சயம் அதிர்ச்சியும் வருத்தமும் இருந்திருக்கும். அதுவே பிறகு பல பிரச்சினைகள் உருவாகக் காரணமாக இருந்திருக்கும். நாள் செல்லச் செல்ல கட்சிப்பணிகளும் அரசுப்பணிகளும் கொடுத்த அழுத்தங்களுக்கு இடையில் இரண்டு வீடுகளிடையே இரண்டு பெண்களிடையே சமன்படுத்திச் செல்வது கருணாநிதிக்குத் தடுமாற்றமாக இருந்திருக்கும் என்பதில் சந்தேகமில்லை. ஆனால் அன்று

நிலைமையை சாமர்த்தியமாக அண்ணாவின் உதவியுடன் சமாளித்தார். உண்மையில் சட்டசபையில் உண்மையை ஒப்புக் கொண்டது நிம்மதி அளித்தது. ராஜாத்தியுடனான உறவு உணர்வுபூர்வமானது, அது அந்தப் பிரகடனத்தால் வலுப்பெற்றது. வளரும் கனிமொழிக்குப் பாதுகாப்பு வளையம் போட்டுவிட்ட சமாதானம் ஏற்பட்டது.

திமுகவின் ஆட்சியைப் பெருவாரியாக மக்கள் ஏற்கத் தொடங்கிய வேளையில் 1968 செப்டம்பர் மாதம் அண்ணாதுரைக்கு உடல் நலிவு ஏற்பட்டது. வயிற்றுவலியால் அவதிப்பட்டவர் மருத்துவச் சோதனைக்குச் சென்றபோது அதிர்ச்சி தரும் வகையில் அவருக்கு முற்றிவிட்ட நிலையில் புற்றுநோய் இருப்பது தெரிய வந்தது. மருத்துவர்களின் ஆலோசனையின்படி உடனடியாக அமெரிக்காவுக்குப் பயணமானார். அங்கு அறுவை சிகிச்சை முடிந்த பின் நவம்பர் முதல் வாரம் தமிழகம் திரும்பினார். உடல் நலிவு காரணமாக அமைச்சர்கள் அவருக்காக ஏற்பாடு செய்யவிருந்த எந்த வசதியையும் ஏற்க மறுத்தார். அவரது நோய் குணமாகிவிட்டது என்ற மயக்கத்தில் கட்சி இருந்தது. ஆனால் மறுபடி அவரது வயிற்று நோவு திரும்பியது. அடையாறு புற்றுநோய் மருத்துவமனையில் சேர்க்கப்பட்டார்.

அரசு இயந்திரமும் அமைச்சர்களும் அண்ணாவின் நிலையைப் பற்றி கதிகலங்கி செயல் மறந்து நின்ற காலகட்டத்தில் தஞ்சாவூர் மாவட்டத்தில் கீழ்வெண்மணி கிராமத்தில் அந்தக் கொடூரம் நடந்தது. டிசம்பர் 25, 1968 அன்று தலித் விவசாயத் தொழிலாளர்கள் உறங்கிக்கொண்டிருந்த வேளையில் அவர்களது குடிசைகள் தீயிட்டுக் கொளுத்தப்பட்டன. 44 பேர் ஆண்களும் பெண்களும் குழந்தைகளுமாக இறந்துபோனார்கள். 1966லிருந்து விவசாயத் தொழிலாளர்கள் கூலி அதிகம் வேண்டும் என்று கேட்டுவந்தார்கள். விளைச்சல் அதிகம் இல்லை என்று நிலச் சொந்தக்காரர்களான மிராசுதார்கள் கொடுக்க மறுத்ததும் வேலை நிறுத்தத்தில் ஈடுபட்டார்கள். வெளிமாவட்டத்திலிருந்து கூலிகள் வரவழைக்கப்பட்டார்கள். அவர்களை உள்ளே வரவிடாமல் கீழ்வெண்மணி உழைப்பாளிகள் தடுத்ததால் கலவரம் ஏற்பட்டது. அவர்களுக்கு ஆதரவாக மார்க்சிஸ்ட் கம்யூனிஸ்ட் கட்சி இருந்தது மிராசுதார்களுக்குத் தெரியும். தொடர்ந்து நடந்த கலவரங்களில் மூன்று கம்யூனிஸ்ட் உறுப்பினர்கள் கொல்லப்பட்டார்கள். தங்களுக்குப் பாதுகாப்பு வேண்டும் என்று பி. ராமமூர்த்தி தலைமையில் இருந்த கம்யூனிஸ்ட் கட்சி அண்ணாவின் அரசுக்குக் கடிதம் எழுதியது. 'இந்த ஆட்சியில் ராமமூர்த்தியின் ஆட்களுக்கு என்ன அச்சுறுத்தல் இருக்க முடியும்' என்று அண்ணா ஒரு பொது மேடையில் சொன்னார்.

அவர் நிலவரத்தின் தீவிரத்தை உணர்ந்துகொள்ளவில்லை என்று ராமமூர்த்தி தரப்பில் நினைத்தார்கள்.

ஒரு மிராசுதாரின் ஏஜெண்ட் பக்கிரிசாமி என்பவர் கொலை செய்யப்பட்டதற்குப் பிறகு வெகுண்ட மிராசுதார்கள் கீழ்வெண்மணி கிராமத்தைக் கொளுத்தியதாகச் சேதி வந்தது. பதறிப்போன அண்ணாதுரை, கருணாநிதியையும் சட்டத்துறை அமைச்சர் மாதவனையும் கீழ்வெண்மணிக்கு அனுப்பினார். ஓய்வு பெற்ற நீதிபதி கணபதியா பிள்ளை தலைமையில் ஒரு விசாரணை ஆணையத்தை அமைத்தார். "வெண்மணி உள்ளிட்ட கிழக்குத் தஞ்சை மாவட்டத்திலுள்ள விவசாயத் தொழிலாளர்களுக்கு நியாயமான கூலி நிர்ணயத்திற்கு அரசு முயற்சிக்க வேண்டும்" என்று அவர் கொடுத்த பரிந்துரையின் விளைவாக 1969இல் 'தமிழ்நாடு விவசாயத் தொழிலாளர்கள் நியாயமான கூலிச் சட்டம்' நிறைவேற்றப்பட்டது என்கிறார், முன்னாள் நீதி அரசர், கே. சந்துரு. "இதன் பின்னர் கிழக்குத் தஞ்சை மாவட்டத்திலுள்ள தொழிலாளர்களுக்கு மற்ற மாவட்டங்களில் உள்ள தொழிலாளர்களைவிட அதிகமான கூலி நிர்ணயம் செய்யப்பட்டதோடு பண்ணையாள் முறையும் ஒழிக்கப்பட்டது".

அதற்குள் அண்ணாதுரையின் நோய் தீவிரமடைந்துவிட்டது. அரசு திகைத்துப் போயிருந்தது. அண்ணாதுரை பிப்ரவரி 3 அன்று இறந்தார். வரலாற்று ஏடுகளில் கீழ்வெண்மணி சம்பவம் திராவிட முன்னேற்றக் கழக ஆட்சிக்கு ஒரு கரும்புள்ளியாயிற்று.

5

விழுப்புரத்தில் அமர்ந்திருந்த அந்த மாபெரும் கூட்டத்தைப் பார்த்து கட்சியின் மூத்த உறுப்பினர் க. அன்பழகன் சொன்னார்: "தனக்குப் பின் பதவியைக் கருணாநிதி எடுத்துக்கொள்ள வேண்டும் என்பது அண்ணாவின் விருப்பம்". கலைஞரின் கடுமையான உழைப்பு, அவருடைய எழுத்து, அவரது சேவை, செய்த தியாகங்கள், அவரது கூர்மையான பேச்சாற்றல், இவையெல்லாம் கண்டு கலைஞர் தமக்குப் பின் ஆட்சிக்கு வருவார் என்பதில் அண்ணாவுக்கு சந்தேகம் இருக்கவில்லை." தமது பேச்சுக்கு ஆதாரமாக அன்பழகன் மேலும் விளக்கினார். 'ஒரு பொதுக்கூட்டத்தில் அண்ணா பேச வேண்டியிருந்தது. 'நான் முதலில் பேசுகிறேன் ஒரு முக்கியமான அலுவலுக்குச் செல்ல வேண்டி யிருப்பதால்' என்றார் அண்ணா. 'கருணாநிதி பேச்சைத் தொடர்வார். இந்த இயக்கத்தின் ஆரம்ப அத்தியாயத்தை எழுதிவிட்டேன். பின்வருபவற்றை அவர் எழுதுவார்' என்றார். புத்திசாலிகள் அண்ணா சூட்சுமமாகச் சொன்னதைப் புரிந்துகொள்வார்கள். இதைப் புரிந்துகொள்ளாதவர்களுக்கு என்னால் விளக்க முடியாது."

அன்பழகன் பேச்சில் சூட்சுமம் ஏதும் இருக்க வில்லை. 'கருணாநிதியின் பெயரை மட்டும் அண்ணா குறிப்பிட்டுச் சொல்வானேன்?' என்றார். கூட்டம் ஆமோதிப்புடன் தலையசைத்தது. தன்னுடைய வாரிசாகக் கருணாநிதியை நினைத்திராவிட்டால் அண்ணா ஏன் அத்தகைய வார்த்தைகளைச் சொல்ல வேண்டும்?

கட்சியில் கருணாநிதியின் செல்வாக்கு பெயர்போனது. அதில் அவர் ஏற்படுத்தியிருந்த கட்டுப்பாட்டைப் பற்றி நகைச்சுவையாகச் சொல்வார்கள். கருணாநிதி ஒரு கட்சித் தொண்டனிடம் 'தலைகீழாக மூலையில் நில்' என்று

சொன்னால், தொண்டன் 'ஏன்' என்று கேட்க மாட்டான், 'எந்த மூலையில்' என்று கேட்பான். கருணாநிதி அண்ணாவின் மரணத்திற்குப் பின் முதல்வர் ஆவதற்கு முன்பே கட்சியில் அத்தகைய செல்வாக்கு அவருக்கு இருந்தது. ஆனால் அவரது தலைமை கேள்விக்குள்ளானபோதெல்லாம் அவரைக் கண்டுப் பொறாமைப்பட்டவர்கள் நிறையப் பேர் – அதை பொதுவெளியில் நியாயப்படுத்தப்பட வேண்டிய அவசியமாயிற்று. அண்ணாவே விரும்பிய வாரிசு அவர் என்று நினைவுபடுத்த வேண்டியிருந்தது – பலர், பல்வேறு காலங்களில் முதுகில் குத்தியபோது – அடிமனத்து இருண்ட குகைகளில் பதுங்கியிருந்த குற்றஉணர்வின் வெளிப்பாடோ என்று நினைக்கும் அளவுக்கு.

மரணதூதன் வாசலில் நிற்பதை அண்ணாதுரை உணர்ந்திருந்தபோதும் தனக்குப் பின் யார் வர வேண்டும் என்று ஒரு சமிக்ஞைகூட செய்யவில்லை. ஜனநாயக ரீதியில் கட்சி முடிவெடுக்கட்டும் என்று அவர் இருந்திருப்பார். கட்சியில் இரா. நெடுஞ்செழியன், அண்ணாதுரைக்கு அடுத்து இரண்டாவதாக இருந்தார். கல்லூரிப்படிப்பு படிக்கையில் திராவிட இயக்கத்தில் சேர்ந்தவர். திராவிட முன்னேற்றக் கழகத்தை ஆரம்பித்த ஐவருள் ஒருவர். பொதுச்செயலாளர் பதவியிலிருந்து அண்ணாதுரை விலகியபோது திருச்சியில் நடந்த கட்சி மாநாட்டில் நெடுஞ் செழியனை வரவேற்று சொன்ன வார்த்தைகள் பலகாலத்துக்குக் கருணாநிதியின் விரோதிகளால் பல விதங்களில் விளக்கப்பட்டது.

"தம்பி வா, தலைமையேற்க வா. உன் ஆணையைக்கேட்டு நடக்க சித்தமாக இருக்கிறோம்." என்றார் அண்ணா.

நெடுஞ்செழியனே தனக்குப்பின் வரவேண்டும் என்று அண்ணா நினைத்திருக்க வேண்டும் என்று தங்களுக்குள் சொல்லிக் கொண்டார்கள். ஆனால் அண்ணாதுரை அலங்காரப்பேச்சில் வல்லவர். வார்த்தை ஜாலத்திற்காகவே பேசுவதுபோலிருக்கும். எம்ஜிஆரைக்கூட 'என் இதயக்கனி' என்று புகழ்ந்தவர். அண்ணாதுரை வாய்திறந்து தன் எண்ணத்தைச் சொல்லாமல் இருந்தது ஆச்சரியம்தான். அவர் நோயில் மருத்துவமனையில் படுத்திருந்தபோதும் அவரது மரணத்துக்குப் பிறகும் நெடுஞ் செழியன் தற்கால முதலமைச்சராக இருந்தார். அண்ணாவின் அமைச்சரவையில் கல்வி அமைச்சராக இருந்தவர். அண்ணாவால் 'நடமாடும் பல்கலைக்கழகம்' என்று புகழப்பட்டவர். கவிஞர் கண்ணதாசன் அவரை 'நிறைகுடம்' என்று புகழ்ந்தார். பண்ருட்டி ராமச்சந்திரன், என். கணபதி, ராம சுப்பையா போன்ற சிலர் நெடுஞ் செழியனை ஆதரித்தார்கள். ஆனால் பெரும்பான்மை கட்சித் தொண்டர்களின் ஆதரவோ விசுவாசமோ அவருக்கு இருக்கவில்லை.

கருணாநிதி அதற்கு நேர்விரோதமாக இருந்தார். அவரது அபார நிர்வாகத்திறமையால் எல்லா மாவட்டச் செயலாளர்களின் அன்பையும் மதிப்பையும் பெற்றிருந்தார். கட்சியைப் பலப்படுத்தவும் நிதி திரட்டவும் (ஒருமுறை அண்ணாவே எதிர்பாராத அளவு கருணாநிதி ரூ. 11 லட்சம் நிதி திரட்டியபோது திருவாளர் 11 லட்சம் என்று பொது மேடையில் அண்ணா பாராட்டினார்) தேர்தல் பிரச்சாரம் செய்வதிலும், போராட்டங்களை நடத்துவதிலும் தனது துணிகரமான திறனைக் காண்பித்திருந்தார். கட்சியின் பொருளாளராக இருந்த சமயத்தில் தான் எழுதிய நாடகங்களைக் கட்சியின் சார்பாக எல்லா மாவட்டங்களிலும் மேடை யேற்றினார். அதில் கிடைத்த வசூலில் கட்சிக்கு எடுத்துக்கொண்டது போக ஒரு சிறிய தொகையை மாவட்டச் செயலாளர்களுக்கு அவர்களது உழைப்பைப் பாராட்டும் விதமாக அளித்தார். இது அவருக்கு ஒரு விசுவாசக் கும்பலை ஏற்படுத்திற்று. சிறு வயதிலிருந்து கடுமையாக உழைத்துச் சுயமாக வளர்ந்திருந்த கருணாநிதி முன்னேறத் துடித்தார் என்பதில் சந்தேகமில்லை. முதல்வர் பதவிக்கு நிச்சயம் ஆசைப்பட்டிருப்பார்.

அதற்கு அவருக்குத் தகுதியும் இருந்தது. கட்சியும் அவரது கட்டுக்குள் இருந்தது. அண்ணாதுரைக்கு இதெல்லாம் தெரியாமல் இல்லை. தனக்குப் பின் இவர் என்று யாரையும் குறிப்பிட்டுச் சொன்னால் கட்சியில் சச்சரவும் பகையும் ஏற்படும் என்று கருதியே அவர் சொல்லாமல் போயிருக்க வேண்டும்.

கட்சியிலிருந்தும், அமைச்சர்கள், சட்ட சபை, நாடாமன்ற உறுப்பினர்கள் ஆகியோரிடமிருந்தும் தான் முதல்வர் பதவி ஏற்க வேண்டும் என்று அழுத்தம் ஏற்பட்டதாகக் கருணாநிதி 'நெஞ்சுக்கு நீதி'யில் எழுதியிருக்கிறார். ஆனால் நெடுஞ் செழியன் கருணாநிதிக்கு முதல்வர் பதவி வகிக்க வேண்டும் என்று பேராசை இருந்தது, அண்ணா உயிருக்குப் போராடிய வேளையிலேயே பதவியைப் பிடிக்க திட்டம் போட்டார் என்று குற்றம் சாட்டினார்.

ஆச்சரியமாக, கருணாநிதியே முதல்வராக வேண்டும் என்று கட்சியினரை ஒன்றாக இணைத்து தேர்ந்தெடுக்க வைத்தவர் பின்னாட்களில் எதிரியாகிப்போன எம்ஜிஆர்.

எம்ஜிஆருடன் சி.பா. ஆதித்தன், அன்பில் தர்மலிங்கம், மன்னை நாராயணசாமி, பி.யு. சண்முகம், கே.ஏ. மதியழகன் மற்றும் சத்தியவாணி முத்துவும் சேர்ந்து தனக்கு எதிராக சதி செய்ததாக நெடுஞ்செழியன் சொன்னார். சி.பா. ஆதித்தன் சட்டமன்ற உறுப்பினர்களை ஈர்க்க நிறைய பணம் செலவழித்தார் என்றும்,

எம்ஜிஆர் எல்லோரையும் தனது ராமாவரம் தோட்டத்துக்கு உணவருந்த அழைத்து கருணாநிதிக்கு அவர்களது ஆதரவு தேவை என்று வலியுறுத்தினார் என்றும் சொன்னார் நெடுஞ் செழியன்.

அவர்கள் எல்லோரையும் சம்மதிக்கவைக்க எம்ஜிஆருக்கு அரை மணி நேரமே தேவைப்பட்டது. எம்ஜிஆர் என்ற வசீகர ஆளுமையின் உதவியும் மாவட்டச் செயலாளர்களின் ஆதரவும் சேர்ந்ததில் மிகச் சுலபமாக 383 உறுப்பினர்களில் 300 உறுப்பினர் களின் வாக்கு பெற்று 1969, பிப்ரவரி 10 அன்று கருணாநிதி முதலமைச்சரானார். முதல்வர் பதவிக்கு வர தனக்கு ஏதும் விருப்பமிருக்கவில்லை, மற்றவர்களின் நிர்ப்பந்தத்தினாலேயே பதவி ஏற்றேன் என்று கருணாநிதி எழுதியிருக்கிறார்.

மூன்று ஆண்டுகள் கழித்து செங்கல்பட்டில் ஏப்ரல் 8, 9இல் நடந்த திமுக மாநாட்டில் எம்ஜிஆர் அதில் தனக்கிருந்த பங்கை விளக்கினார். (ஆர்.கண்ணன் எழுதியிருக்கும் எம்ஜிஆர் புத்தகத்திலிருந்து)

“யார் அடுத்த முதல்வர் பதவிக்கு வர வேண்டும் என்று நான் கட்சியின் பெரும்பாலானவர்களைக் கேட்டபோது அவர்கள் எல்லோரும் கலைஞருக்கு ஆதரவு தெரிவித்தார்கள். நானும் கலைஞர்தான் பதவியேற்க வேண்டும் என்றேன். அதற்கு நம் கலைஞரின் பதில் என்னவாக இருந்தது என்று நான் இதுவரை பொதுக்கூட்டத்தில் சொன்னதில்லை. இப்போது சொல்லலாம் என்று நினைக்கிறேன். ‘முதல் அமைச்சராக இருக்க எனக்கு விருப்பமில்லை. எனக்கு வேண்டாம்’ என்றார். அதுமட்டுமல்ல. தம்பி மாறனை அனுப்பி அவருக்கு இதில் விருப்பமில்லை என்ற சேதியைச் சொல்லவைத்தார். கலைஞருடைய மனைவியும் அதையே சொன்னார். நாங்கள்தான் அதை ஏற்க மறுத்தோம். அதனால் கலைஞர் இந்தப் பதவியை விரும்பவுமில்லை, அதற்காக ஆசைப்படவும் இல்லை. அவர் மக்களின் விருப்பத்திற்கிணங்க முதல்வர் பதவி ஏற்றார். நாங்கள் எல்லோருமாகச் சேர்ந்து அவரது தோள்களில் இந்தப் பணியின் சுமையை ஏற்றினோம். திரைப்பட வசனகர்த்தாவாக அவர் இருந்தால் ஆயிரக்கணக்கில் சம்பாதித்திருப்பார். அதைப் புறக்கணித்து மக்களின் நலன் கருதி பதவி ஏற்றார்.”

நெடுஞ்செழியன் தனது அதிருப்தியையும் கோபத்தையும் காண்பிக்கத் தவறவில்லை. விமர்சனத்துடன் ஆட்சியை ஆரம்பிக்க விரும்பாத கருணாநிதி அவரைத் தமது அமைச்சரவையில் பதவி ஏற்கச் சொன்னபோது நாவலர் என்று அழைக்கப்பட்ட நெடுஞ்செழியன் பிடிவாதமாக மறுத்தார். காயப்பட்டவர்,

அவரால் கட்சியில் பிரச்சினை முளைக்கும் என்று கருணாநிதி கவலைப்பட்டார். பெரியாரை அணுகினார் யோசனை கேட்க. அந்த இக்கட்டான வேளையில் திமுக ஒன்றாகச் செயல்பட வேண்டும் என்பதைப் பெரியார் உணர்ந்து 11 பிப்ரவரி தேதியிட்ட தமது *விடுதலை* பத்திரிகையில் நெடுஞ்செழியனுக்கும் திமுக தொண்டர்களுக்கும் ஒரு 'திறந்த' கடிதம் எழுதினார். 'இந்த நேரத்தில் பகிரங்கமான நாவலரின் அதிருப்தி துரதிர்ஷ்டவசமானது. இந்த அதிருப்தி நீடித்தால் அதற்கு மோசமான விளைவும் கட்சியில் விரோதமும் ஏற்படும். முதலமைச்சர் பதவி கருணாநிதிக்கோ நாவலருக்கோ சொந்தமில்லை. அது தமிழகத்தின் சொத்து. நாவலரும் கருணாநிதியும் வெறும் தர்மகர்த்தாக்கள். நான் கருணாநிதிக்கும் நாவலருக்கும் வேண்டுகோள் விடுக்கிறேன். இந்தப் பதவியை தனது உரிமை என்றோ கௌரவப் பிரச்சினை என்றோ எவரும் நினைக்கக் கூடாது. பொது வாழ்வில் ஒன்றை உரிமை, கௌரவம் என்று நினைப்பது சுயநலம் ஆகும்'.

பெரியார் தொடர்ந்து *விடுதலையில்* கடிதங்கள் எழுதினார். 45 வயது இளைஞரான கருணநிதியின் ஆற்றலில் தமக்குப் பூரண நம்பிக்கை இருப்பதாகப் பாராட்டியதோடு நெடுஞ் செழியனை விட்டுக்கொடுக்குமாறு கேட்டுக்கொண்டார். கடைசியில் நெடுஞ்செழியன் பணிந்துவந்தார் பெரியாரிடம் இருந்த மரியாதையினால். ஆகஸ்ட் மாதம் கல்வி மற்றும் சுகாதார அமைச்சரானார். அவையின் தலைவாரகவும் தேர்ந்தெடுக்கப் பட்டார்.

ஓரளவு நிலைமை சீரடைந்த பின் கருணாநிதி முழுமூச்சுடன் அரசுப்பணியில் , சீர்திருத்தத்திட்டங்களில் கவனம் செலுத்தினார். மனு நீதி திட்டம் முதலாவதாக அறிவிக்கப்பட்டது. அரசு அதிகாரிகள் நேரிடையாக மக்களைச் சந்தித்து அவர்களுடைய புகார் மனுக்களைக் கேட்டு வாங்கி உடனுக்குடன் அதற்குத் தீர்வு கிடைக்க வழிசெய்தார்கள். 1969 செப்டம்பர் 15 ஆரம்பிக்கப்பட்ட திட்டத்திற்குப் பதினைந்து நாட்களுக்குள் லட்சக்கணக்கில் மனுக்கள் குவிந்தன. 90% மேல் புகார்கள் தீர்வு பெற்றன. இந்தத் திட்டத்தால் அதிகாரிகளுக்கு மக்களுடன் நேரிடையான தொடர்பு கிடைத்தது மட்டுமல்ல, அரசை அணுகுவது மக்களுக்கு சரளமாயிற்று.

கருணாநிதி அரசு செய்த ஒரு மிக முக்கியமான சட்டம் நிலச்சீர்த்திருத்தச் சட்டம் என்கிறார் நீதி அரசர் சந்துரு. "காங்கிரஸ் ஆட்சிக்கு ஆதரவு அளித்ததில் பெரும் தொழிலதிபர்களும், பண்ணையார்களும் கணிசமான பங்குவகித்தார்கள்.

நிலச்சீர்திருத்தம் பற்றிப் பேசிவந்தாலும் அதற்காகக் காங்கிரஸ் அரசு எதையும் செய்யவில்லை. கடுமையான போராட்டங்களின் விளைவாக 1961இல் தமிழ்நாடு நிலச் சீர்த்திருத்த (உச்ச வரம்பு நிர்ணயம்) சட்டம் கொண்டுவரப்பட்டது. தனி நபருக்கான நில உச்ச வரம்பாக 30 ஸ்டாண்டர்ட் ஏக்கர் நிலம் நிர்ணயிக்கப் பட்டது. ஆனால் பயன் இல்லை. 1970இல் கருணாநிதி அரசு மிகத் துணிச்சலோடு உச்ச வரம்பிற்கான அளவை 15 ஏக்கராகக் குறைத்தது. இதன் மூலம் கணிசமான நிலங்கள் கையகப்படுத்தப்பட்டு விவசாயத் தொழிலாளர்களுக்கும் சிறு விவசாயிகளுக்கும் பகிர்ந்தளிக்கப்பட்டது."

பள்ளி இறுதி வகுப்புவரை இருந்த இலவசக் கல்வி புகுமுக வகுப்புவரை ஆனது. சட்டநாதன் ஆணையம் அமைத்த திமுக அரசு, அதன் பரிந்துரையின்பேரில் பிற்படுத்தப்பட்டோருக்கான 25% இட ஒதுக்கீட்டை 31%ஆக மாற்றிற்று. தாழ்த்தப்பட்டோருக்கு 16% லிருந்து 18% ஆனது.

1970 டிசம்பர் 2இல் இந்து அறநிலையத் துறைச் சட்டம் திருத்தப்பட்டு 'எந்த ஜாதிப் பிரிவினராக இருப்பினும் அவர்கள் திருக்கோயில்களின் வழிபாட்டு முறைகளை முறையாகக் கற்றுத் தேர்ந்திருப்பின், அவர்களை அர்ச்சகர்களாக நியமிப்பதற்குத் தடையில்லை' என்னும் சட்டத்திருத்தம் கொண்டுவரப்பட்டது.

உரிமைக்குக் குரல் கொடுக்க 1969இல் அமைந்ததுதான் மத்திய – மாநில உரிமைகளை ஆராய நீதிபதி ராஜமன்னார் கமிட்டி. அதன் தொடர்ச்சியாய் 1970 பிப்ரவரி 22இல் திருச்சியில் ஐம்பெரும் முழக்கங்களைக் கருணாநிதி வரைந்து கொடுத்தார். 1. அண்ணா வழியில் அயராது உழைப்போம். 2. ஆதிக்கமற்ற சமுதாயம் அமைப்போம். 3. இந்தி திணிப்பை என்றும் எதிர்ப்போம். 4. வன்முறை தவிர்த்து வறுமையை ஒழிப்போம். 5. மாநிலத்தில் சுயாட்சி, மத்தியில் கூட்டாட்சி.

மனோன்மணீயம் சுந்தரனார் எழுதிய 'நீராரும் கடலுடுத்த' என்று தொடங்கும் பாடல் தமிழ்த்தாய் வாழ்த்தானது.

1970 மார்ச் 21இல் தேசிய வளர்ச்சிக் குழுக் கூட்டத்தில் சேலம் இரும்பு ஆலைக்கான அறிவிப்புக்குத் தீவிரமாக வலியுறுத்தி, ஏப்ரல் 17 அன்று இந்திரா காந்தியால் அதை நாடாளுமன்றத்தில் அறிவிக்கவும் செய்தார் கருணாநிதி.

கருணாநிதி முதல்வரானதும், "கருணாநிதியா? அவர் மத்திய அரசோடு ஒத்துழைப்பாரா? தகராறு செய்யக்கூடியவர் என்று கேள்விப்பட்டேனே?" என்றாராம் அன்றைய பிரதமர் இந்திரா

காந்தி. அடுத்த சில மாதங்களில், கருணாநிதி, “உறவுக்குக் கை கொடுப்போம், உரிமைக்குக் குரல் கொடுப்போம்” என்றார். சொன்னபடியே இந்திரா காந்தி ஆதரித்த வி.வி. கிரியைக் குடியரசு தலைவராக வெற்றி பெறச் செய்யவும், வங்கிகளை நாட்டுடைமை ஆக்குவதற்கும் உதவினார். அடுத்த ஆண்டு இந்திரா அரசு முன்னெடுத்த மன்னர் மானிய ஒழிப்புக்குத் துணை நின்றார். ஆனால் இந்திராவின் சர்வாதிகாரப் போக்கினால் மூத்த தலைவர்கள் கோபப்பட்டு இந்திராவை கட்சியிலிருந்து வெளியேற்றினார்கள். அதனால் காங்கிரஸ் பிளவுபட்டது. இந்திரா காங்கிரஸ் (ஆர்) நிஜலிங்கப்பா–காமராஜர் காங்கிரஸ் (ஓ) என்று பிரிந்தது. அப்போது இந்திரா காந்திக்கு திமுக தலைவர் கருணாநிதியின் உதவி தேவைப்பட்டது. அது ஒரு நல்ல சந்தர்ப்பம் என்று கருணாநிதி உணர்ந்தார். பொதுத்தேர்தலில் அவருடன் தேர்தல் கூட்டணி ஏற்படுத்தி மக்களைவை சீட்டுகள் காங்கிரஸுக்கு, மாநில அவை சீட்டுகள் திமுகவுக்கு என்று உடன்படிக்கை செய்து தமிழக திராவிட அரசியலில் முதல் திருப்பத்தை ஏற்படுத்தினார். “ஆனால் உதவிகளைப் பெற்றுக்கொள்வதில் இந்திராவுக்கு இருந்த ஆர்வம் கருணாநிதியின் உரிமைக்குரலுக்கு உதவுவதில் இருக்கவில்லை. அவருடைய அமைச்சரவையிலும் பலர், மாநிலங்களின் உரிமையைப் பற்றி உரக்கப் பேசிய கருணாநிதியை ரசிக்கவில்லை” என்கிறார் ‘எம்ஜிஆர்’ என்று எம்ஜிஆரின் வரலாற்று நூல் எழுதியிருக்கிறார் ஆர். கண்ணன்.

எம்ஜிஆர் – அண்ணாவின் மரணத்திற்குப் பிறகு கருணாநிதிதான் முதல்வராக வேண்டும் என்று உறுதியாக செயல்பட்டவர். எம்ஜிஆரின் புகழ் அதிகரித்து வந்த வேகம் திகைப்பைத் தந்தது. அவரைக் காணவந்த ஆண்களும் கணிசமான பெண்களும் அடங்கிய மக்கள் கூட்டம் கருணாநிதியை மிரள வைத்தது. 1971இல் மதுரையில் நடந்த கட்சி மாநாடு நிகழ்ச்சியில் எம்ஜிஆர் பேசி முடித்த பிறகு கருணாநிதி பேச வேண்டியிருந்தது. ஆனால் எம்ஜிஆர் பேச்சை முடித்தவுடன் கூட்டம் வெளியேற ஆரம்பித்ததைப் பார்த்து கருணாநிதிக்கு மயக்கமே வந்துவிட்டது என்றார் ஆர்.எம்.வீ. ஆனால் எம்ஜிஆரும் வேண்டுமென்றே கூட்டம் நடக்கும்போது தாமதமாகப் பாதியில் வந்து மக்கள் கவனத்தைத் திசைத்திருப்புவார். கட்சிக்கு ஒரு தலைவர் மட்டுமே இருக்க முடியும். அப்போதுதான் அது கட்டுக்குள் இருக்கும். மதுரையில் தன் காலடியில் நிலம் சரிவதுபோல கருணாநிதிக்குக் கலக்கம் ஏற்பட்டிருக்கும். மற்றவர்களை ஓரம்கட்டியதுபோல எம்ஜிஆரை ஓரம்கட்டுவது சாத்தியமாக இருக்கவில்லை. கருணாநிதிக்கு எம்ஜிஆரை 1971 தேர்தல் பிரச்சாரத்துக்கு அனுப்ப

முதலில் இஷ்டமிருக்கவில்லை என்கிறார் எம்ஜிஆரின் தீவிர விசுவாசி ஆர்.எம்.வீ.

"எப்படியும் திமுக ஜெயிக்கும் என்று நம்பியதால் அந்த வெற்றியை யாருடனும் பகிர்ந்துகொள்ள அவர் விரும்பவில்லை. காமராஜர் பிரச்சாரத்துக்குக் கிளம்பியிருந்தார். திமுக ஜெயிக்காது, ஜெயிச்சாலும் பெரும்பான்மை பெறாதுன்னு பிரச்சாரம் செஞ்சார். எம்ஜிஆர் பிரச்சாரத்துக்கு அனுப்பப்படணும்னு நான் கலைஞர்கிட்ட வலியுறுத்தினேன்" என்கிறார் ஆர்.எம்.வீ. "எம்ஜிஆர் 15 நாட்கள் மாநிலம் முழுவதும் சுத்திப் பிரச்சாரம் செஞ்சது பெரிய வித்தியாசம் ஏற்பட்டது. பல இடங்களிலே திமுக 2000 வாக்கு வித்தியாசத்திலேதான் ஜெயிச்சது."

காமராஜர்– ராஜாஜி கூட்டணியை வீழ்த்தி 184 இடங்களைப் பிடித்து திமுக அதுவரை காணாத பெரும்பான்மை பலத்துடன் ஆட்சிக்கு வந்தது. கருணாநிதி மீண்டும் முதல்வர் ஆனார். தேர்தல் வெற்றிக்குத் தனக்குக் கடமைப்பட்டவர் கருணாநிதி என்று எம்ஜிஆர் நினைத்திருந்தால் ஆச்சரியமில்லை. அப்படி அவரை உசுப்பேற்ற அவரைச் சுற்றி நிறையப் பேர் இருந்தார்கள். தேர்தல் முடிவு வந்தபோது அவர் காஷ்மீரில் படப்பிடிப்பில் இருந்தார். எப்போது அவருக்கு அமைச்சர் பதவி வேண்டும் என்று தோன்றிற்று என்பது ஆர்.எம்.வீக்கு ஆச்சரியமாக இருந்தது. "அவர் கிங் மேக்கர். அப்படிப்பட்டவர் ஒரு அமைச்சர் பதவிக்குத் தொங்குவாரா?" ஆனால் கருணாநிதி யுடன் தொலைபேசியில் தொடர்புகொண்ட எம்ஜிஆர் அதைப் பற்றி பேசினார் என்று சொல்லப்படுகிறது. "நேரில் வாருங்கள் பேசுவோம்" என்றார் கருணாநிதி. தனக்கு அமைச்சர் பதவி ஒன்று கிடைக்கும் என்று எம்ஜிஆர் எதிர்பார்த்தார். அவருக்குக் கட்சிப் பொருளாளர் பதவி மட்டுமே கொடுக்கப்பட் டிருந்தது. எம்ஜிஆர் சென்னைக்குத் திரும்புவதற்குள் அமைச்சரவை பட்டியல் வெளியிடப்பட்டிருந்தது. எம்ஜிஆர் தனக்கு சுகாதாரத் துறை கொடுக்கும்படி கேட்டார் என்கிறார் கருணாநிதி 'நெஞ்சுக்கு நீதி'யில். எம்ஜிஆர் இன்னமும் நடித்துக்கொண்டிருந்தார். எந்த முடிவும் கட்சியின் ஜனநாயக முடிவாகத் தெரிய வேண்டும் என்பதில் கருணாநிதி கருத்தாக இருந்தார். அதற்காக ப.உ. சண்முகம் வீட்டில் எல்லோரையும் அழைத்து ஆலோசனை கேட்டார். "அமைச்சரவையைக் கொடுத்துடலாம், ஆனால் அவர் சினிமாவிலே நடிக்கிறதை விட்டுவிடணும்" என்று எல்லோரும் அபிப்பிராயம் தெரிவித்ததாக அன்று அங்கு இருந்தவரும் பல ஆண்டுகள் கருணாநிதியின் நிழல் போலப் பணியாற்றியவருமான சண்முகநாதன் அதைப்

பற்றி சொல்கிறார். "அந்த முடிவை நான் தான் எம்ஜிஆர்கிட்ட போய் படிச்சுக் காண்பிச்சேன். 'அப்ப முடியாதுன்னறாங்க, அப்படித்தானே!'ன்னு எம்ஜிஆர் கோபமா கேட்டார்."

ஆனால் அந்தக் கோபத்தை அப்போது வெளிப்படை யாகக் காண்பித்துக்கொள்ளவில்லை. கிட்டத்தட்ட சமாதானமானது போலக்கூட இருந்தது. உண்மையில் பொது மேடைகளிலெல்லாம் எம்ஜிஆர் கருணாநிதியை அளவுக்கு அதிகமாகப் புகழ்ந்தார். மது விலக்குக்கொள்கையைக் கருணாநிதி அரசு நிறுத்திய போது எம்ஜிஆர் எதிர்த்தார். ஆனால் அப்போது கருணாநிதியின் தலைமையை ஆதரித்துப் பேசுவார். ஆனால் மனசில் விரிசல் விழுந்ததா, அல்லது தனது சொந்தப் பிரச்சினையிலிருந்து விடுபட காங்கிரஸ் விரித்த வலையில் விழுந்தாரா என்று கருணாநிதிக்கே புரியவில்லை. எம்ஜிஆரிடமிருந்து தீவிரமான எதிர்ப்பு கிளம்பியபோது முதுகில் குத்தப்பட்டதுபோல இருந்தது. 'நெஞ்சுக்கு நீதி'யில் துரோகத்தின் ஆரம்பம் என்ற பகுதியில் அதைத் துயரத்துடன் விவரிக்கிறார். காங்கிரஸ் செய்த சதியினால் எம்ஜிஆர் மாறிப்போனார் என்று அவர் நம்பியது வெளிப்படுகிறது.

அந்தக் கோபம் கட்சிப்பிளவில் சென்று முடியும் என்றோ அதற்குப் பிறகு இரண்டு திராவிடக் கட்சிகளுக்கு இடையில் இதிகாசப் போர் துவங்கும் என்றோ நினைத்துப்பார்க்காத கருணாநிதி சுறுசுறுப்புடன் அரசுப் பணிகளைத் தொடர்ந்தார்.

குடிசை மாற்று வாரியம், இலவசக் கண் சிகிச்சை முகாம்கள், இரவலர் மறுவாழ்வு திட்டம், கை ரிக்ஷா ஒழிப்பு, சிப்காட், புஞ்சை நிலங்களுக்கு நிலவரி எடுத்தது என்று ஏராளமான திட்டங்களைத் தந்தது கருணாநிதி அரசு. ஆனால் ஊழல், அதிகார மமதை என்றும் பேச்சுகள் எழுந்திருந்தன. ஊழல் குற்றம் சாட்டப்பட்ட எந்த அமைச்சரையும் கருணாநிதி நீக்கவில்லை.

கருணாநிதி சிம்சன்ஸ் நிறுவனத்தின் சென்னைக் கிளை யில் நடந்த தொழிலாளர் பிரச்சினையிலிருந்து எல்லாமே கோளாறாகிப்போனதாக 'நெஞ்சுக்கு நீதி'யில் எழுதுகிறார். பிரச்சினையை சுமுகமாகத் தீர்க்க முறையாகத் தேர்ந்தெடுக்கப் பட்டிருந்த திமுக யூனியன் தலைவரைக் கருணாநிதி பதவி விலகச் சொன்னார். ஆனால் மிதமிஞ்சிய பலத்துடன் ஆட்சிக்கு வந்திருந்த திமுகவின் தலைவரும் முதல்வருமான கருணாநிதியின் செயல்கள் இடதுசாரிகளால் விமர்சிக்கப்பட்டன. மக்கள் இயக்கங்களையும் தொழிற்சங்கங்களையும் திமுக அரசு அடக்கிற்று, அது சிம்சன்

தொழிலாளர் வேலை நிறுத்தத்தைக் கையாண்டதில் தெரிந்தது என்றார்கள்.

மத்திய அமைச்சர்கள் சி. சுப்பிரமணியமும், கம்யூனிஸ்ட் கட்சியிலிருந்து காங்கிரஸுக்கு மாறியிருந்த மோகன் குமாரமங்கலமும் திமுக ஆட்சியைத் தொடர்ந்து விமர்சித்தார்கள். அந்த விமர்சனத்துக்குப் பின் ஒரு திட்டம் இருந்தது. காங்கிரஸும் கம்யூனிஸ்ட் கட்சிகளும் திமுகவின் எழுச்சிக்குப் பிறகு மிகுந்த எரிச்சலுக்குள்ளாகியிருந்தன. தங்களது முக்கியத்துவம் தமிழகத்தில் குறைந்துபோனதால் – முக்கியமாகக் காங்கிரஸ் கட்சியின் மத்திய அமைச்சரவையில் இருந்த மேலே குறிப்பிடப்பட்ட தமிழர்கள் எரிச்சலடைந்திருந்தார்கள்.

1972 ஜனவரி 17இல் தஞ்சையில் கூடிய திமுக பொதுக்குழு, அவர்களின் போக்கை, 'விரும்பத்தகாத நிலை' என்று வர்ணித்தது. இந்தப் பொதுக்குழுக் கூட்டத்தில் எம்ஜிஆர் பங்கேற்கவில்லை. அவர் படப்பிடிப்பில் இருப்பதாகச் சொல்லப்பட்டது. ஆனால் பொதுக்குழுத் தீர்மானத்தில் தன்னை சம்பந்தப்படுத்திக்கொள்ள அவர் விரும்பவில்லை என்று யூகிக்கப்பட்டது. பிராந்திய சக்திகளின் எழுச்சிக்கு ஒரு முன்மாதிரியாக திமுக இருந்துவிடும் என்று மத்தியில் காங்கிரஸ் பயந்தது. அதன் வளர்ச்சியைத் தடுக்கப் பல்வேறு முயற்சிகள் நடந்துவருவதான தகவல்கள் கட்சிக்குள் வலம்வந்தன. சண்முகநாதன் சொல்கிறார்: "அண்ணா இருக்கும்போதே எம்ஜிஆரை வருமான வரித்துறையை வெச்சு நெருக்கிட்டாங்கன்னு பேச்சு வந்துடுச்சு. அண்ணா மறைவுக்குப் பின்னாடி எம்ஜிஆருக்கான நெருக்கடிகள் அதிகரிச்சதுதான் பிளவோட மையம். கணக்குக்கேட்டது, தலைவர் மேல குற்றஞ் சாட்டினது எல்லாம் வெளிப்பூச்சுலே நடந்தது. அப்பவும்கூட எம்ஜிஆரை நீக்குற முடிவைத் தலைவர் எடுக்கல்லே."

கருணாநிதி எழுதுகிறார்: "தில்லியுடைய பார்வை என் நண்பர் எம்ஜிஆரின் மேல் விழுந்தது. அவருடன் தில்லி அதிகார வட்டம் தொடர்புகொண்டது, கனிவையும் பீதியையும் உண்டாக்கும் வியூகத்துடன் ரகசிய விசயங்கள் செய்திபோல பத்திரிகைகளில் வர ஆரம்பித்தன. எம்ஜிஆர் தடுமாறினார். கழகத்துக்குத் துரோகம் செய்ய அவருக்கு மனசில்லை. ஆனால் மத்திய அரசின் கைப்பாவையாவும் இருக்க வேண்டியிருந்தது. அதை மறைக்க பொதுமேடைகளில் தான் திமுகவின் செயல் வீரராகவும், என்னிடம் அளவுகடந்த அன்புடையவராகவும் காட்டிக்கொண்டார்.

வாஸந்தி

1992இல் டி.ஜி.பி. மோகன் தாஸ் ஜூனியர் விகடனில் போலீஸ் மனிதர்கள் என்ற தொடரில் அப்போது நடந்த விவரங்களை எழுதினார்.

"திமுகவிலிருந்து எம்ஜிஆரை வெளியில் இழுக்க நாங்கள் ஒரு பெரிய நாடகம் (1971) போட்டோம். திமுகவுக்கு 15 எம்பிக்கள் இருந்தார்கள். அரசியல்ரீதியில் கருணாநிதி மிகுந்த செல்வாக்குள்ளவராக இருந்தார். மாநில சுயாட்சியைத் தீவிரமாக வலியுறுத்திவந்தார். தன்னுடைய மாநிலம்தான் ஆகச் சிறந்த நிர்வாகம் கொண்டது என்று சொன்னார். இவையெல்லாம் பிரதமர் இந்திரா காந்தியின் செவிக்குச் சென்றன. திமுகவின் கையில் தமிழ்நாடு ஒரு தீவுபோல இருந்தது. இந்திராவுக்கு திமுக எம்பிக்களின் ஆதரவு தேவைப்பட்டது. கருணாநிதி தனது கட்டுக்குள் இருக்க வேண்டும் என்றும் விரும்பினார்.

திமுகவில் பிளவு ஏற்படுத்தினால் அது காங்கிரஸின் உதவியை நாடும் என்று நினைத்துத் தனது அதிகாரிகளை அது குறித்து நடவடிக்கை எடுக்கச் சொன்னார்.

புலனாய்வுத்துறை வழி சொன்னது. எம்ஜிஆர் நிறையப் படங்களில் நடித்து நிறைய சம்பாதித்துக்கொண்டிருந்தார்."

வரி ஏய்ப்புக்கு எம்ஜிஆரை வருவாய்த்துறை நெருக்கிற்று. நான் அவருக்கு ஆலோசனை சொன்னேன். ஒரு காங்கிரஸ் தலைவர் மூலமாக 'அம்மா'வைப் போய்ச் சந்திக்கும்படி.'

எம்ஜிஆர் அதன்படி இந்திரா காந்தியைத் தில்லியில் சந்தித்தார். சென்னை திரும்பியபோது ஆள் மாறியிருந்தார்.

அக்டோபர் 8இல் திருக்கழுக்குன்றத்திலும் பின்னர் சென்னையிலும் பேசிய எம்ஜிஆர், கழகம் கறைபடிந்து விட்டதாகவும், கழக ஆட்சியிலும் கட்சியிலும் பொறுப்பில் உள்ளவர்கள் கணக்குக்காட்ட வேண்டும் என்றும் கேட்டார். "யாரோ ஒரு சலவைத் தொழிலாளி சந்தேகிக்கிறான்... இராமன் அனுப்பினான் சீதையைக் காட்டுக்கு! இராமன் அனுப்பலாம், இராமசந்திரன் இப்படிக் கழகத்தைக் காட்டுக்கு அனுப்பத் துணியலாமா?" என்று கேட்டார் கருணாநிதி.

சண்முகநாதன் வெளியில் சொல்லப்படாத ஒரு விஷயத்தைச் சொல்கிறார். "எம்ஜிஆர் திருக்கழுக்குன்றத்தில் பேசிய பேச்சுகளைக் கேட்டு கட்சிக்குள் பெரிய களேபரம் ஆச்சு. என்ன முடிவெடுக்கறதுன்னு கூடிப் பேசினாங்க. பெரும்பாலானவங்க கட்சியைவிட்டு எம்ஜிஆரை நீக்கணும்னு

சொன்னாங்க. தலைவருக்கு மனசில்லை. தவிச்சார். பேச்சு போய்கிட்டே இருந்தது. சரி இன்னிக்கு ஆறவிட்டு நாளைக்குப் பேசிக்கலாம்னு சொல்லிக் கூட்டத்தை முடிச்சப்போ, "நீங்க இப்படி இழுப்பீங்கன்னு சொல்லித்தான் நான் நியூஸை அனுப்பிட்டேன்"ன்னார் நாவலர். அதாவது வெளியிலே நின்ன பத்திரிகைக்காரங்க மத்தியிலே "எம்ஜிஆர் மேல நடவடிக்கை எடுத்திட்டோம், கட்சியைவிட்டு விலக்கிட்டோ"ம்னு செய்தி போயிடுச்சு. தலைவர் பதறிப்போய் "என்ன இப்படி செஞ்சுட்டீங்க"ன்னு சொல்லி "ஓடிப்போய் செய்தியை நிறுத்துப்பா"ன்னு என்னை அனுப்பினார். ஆனா, அதுக்குள்ளேயே செய்தியை டெல்லிக்கு அனுப்பியாச்சுன்னார் பிடிஐ நிருபர் வெங்கடராமன்."

நாவலருக்கு எம்ஜிஆரின்மேல் உள்ளார்ந்த கோபம் இருந்திருக்க வேண்டும், தான் முதல்வராவதைத் தடுத்தவர் எம்ஜிஆர் என்று.

"நாவலர் அவசரப்பட்டிருக்கக் கூடாதுன்னு தலைவர் சொல்வார். ஆனா கட்சியைவிட்டு வெளியேற்றாம இருந்திருந்தாலும் ரொம்ப நாளைக்கு எம்ஜிஆர் நீடிச்சிருக்க மாட்டார். கட்சி பிளவுபட்டதிலே டெல்லியின் சதி இருந்ததுன்னு பலமுறை சொல்லியிருக்கார்" என்கிறார் சண்முகநாதன்.

ஒரு வாரம் கழித்து 1972, அக்டோபர் 18இல் 'அண்ணா திராவிட முன்னேற்றக் கழகம்' என்ற புதிய கட்சியைத் துவங்கினார் எம்ஜிஆர்.

"எம்ஜிஆரை வெளியேற்றியது தவறான முடிவு" என்று துக்ளக்கில் தலையங்கம் எழுதினார் சோ. ராமஸ்வாமி. இனி வாக்குகள் எல்லாம் எம்ஜிஆரிடம் போகும். கட்சி கருணாநிதியிடம் இருக்கும்".

'கருணாநிதி, எம்ஜிஆர் ஆளுமையின் வீச்சைக் குறைத்து மதிப்பிட்டார்' என்றார் சோ. சில ஆண்டுகளுக்கு முன் இந்த எழுத்தாளர் அவரை பேட்டிகண்டபோது. 'எம்ஜிஆர் நல்ல மனிதர் என்று மக்கள் நம்பினார்கள்.'

"கருணாநிதி பதவி விலக வேண்டும்" என்று எம்ஜிஆர் ஒவ்வொரு கூட்டத்திலும் பேசினார். டெல்லி வரை சென்று ஊழல் புகார்களைக் கொடுத்தார். 1973இல் திண்டுக்கல் மக்களவை இடைத்தேர்தலில் புதிய கட்சியின் சின்னத்தில் நின்று வெற்றிபெற்று சாதனைபுரிந்தார்.

இதனிடையில் முதல்வர் கருணாநிதி ராஜராஜனுக்கு சிலை, பூம்புகார் கலைக்கூடம், கட்டபொம்மனுக்குக் கோட்டை,

பொதுவாழ்வில் ஈடுபட்டோர் லஞ்ச ஊழலைத் தடுப்பதற்கான மசோதா மாநில சுயாட்சித் தீர்மானம், கச்சத்தீவு தீர்மானம் (அது சர்ச்சைக்கு உள்ளானது என்பது வேறு விஷயம்) என்று அயராமல் இயங்கிக்கொண்டிருந்தார்.

○○○

மாணவர் சமூகத்தின் விமர்சனத்துக்கும் கோபத்துக்கும் உள்ளாகும் சம்பவமும் நடந்தது. அது ஒரு அழியாத கரும்புள்ளி ஆயிற்று. முன்னாள் நீதி அரசர் கே. சந்துரு அப்போது மாணவர், மார்க்ஸிஸ்ட் கம்யூனிஸ்ட் கட்சியின் இந்திய மாணவர் சங்க உறுப்பினராக இருந்தார். மார்க்ஸிஸ்ட் கம்யூனிஸ்ட் கட்சி திமுகவை எதிர்த்துவந்தது. கருணாநிதி அரசு காவல்துறை தொழிலாளர் சங்கங்கள், எதிர்ப்புகள் ஆகியவற்றை மிகக் கடுமையாக அடக்கிவந்தது. காவல்துறைக்கு அத்தகைய அதிகாரம் கொடுக்கப்பட்டிருந்தது.

மாணவர் மன்றங்களும் ஆர்ப்பாட்டங்களில் ஈடுபட்டன. 1972 ஜூலை மாதம் சிதம்பரம் அண்ணாமலைப் பல்கலைக்கழகம் சார்பாகக் கருணாநிதிக்கு கௌரவ டாக்டர் பட்டம் கொடுக்க முடிவெடுக்கப்பட்டது. எஸ்எஃப்ஐ மாணவர்கள் ஆர்ப்பாட்டத்தில் இறங்கினார்கள். காங்கிரஸ் கட்சி மாணவர் சங்கமும் சேர்ந்துகொண்டது. கருப்புக் கொடி ஏந்தி, ‘படித்தவர்களுக்கு வேலையில்லை, உமக்கு டாக்டர் பட்டம் ஒரு கேடா?’ என்று கோஷமெழுப்பினார்கள். சில மாணவர்கள் கழுதையின் கழுத்தில் டாக்டர் என்று எழுதிய அட்டையை மாட்டி உலவவிட்டார்கள். பெரிய ரகளை நடக்கும்போல் இருப்பதைக் கண்டு போலீஸ் அடக்குமுறையில் இறங்கிற்று. கடுமையான விதிகள் போடப்பட்டன. எந்த மாணவருக்கும் அரங்கிற்கு உள்ளே செல்ல அனுமதி இல்லை. நுழைவுச் சீட்டு வைத்திருந்த மாணவர்களும் உள்ளே அனுமதிக்கப்படவில்லை. அவர்களுடைய பெற்றோருக்கும் அனுமதி மறுக்கப்பட்டது. பல பெற்றோர்கள் ஊரிலிருந்து வந்திருந்தார்கள்.

மாணவர்கள் தனக்கு எதிராகக் கருப்புக் கொடி காட்டுவது தன்னையும் அரசையும் பலவீனமாகக் காட்டும் என்று கருணாநிதி நினைத்தார். பெரும்பான்மை பலத்துடன் ஆட்சியைப் பிடித்து வந்திருந்த கட்சியின் ஏகபோக தலைவருக்கு இத்தகைய பகிரங்கமான எதிர்ப்பு அவரது பிம்பத்தைக் கெடுக்கும் என்று தோன்றியது. போலீஸ் ஒரு படி மேலே போயிற்று. சிதம்பரம் எஸ்பிக்கும் டிஎஸ்பிக்கும் அது முதல் போஸ்டிங். முதல்வரிடம் நல்ல பெயர் எடுக்க வேண்டும் என்று அதிக ஆர்வமாக

இருந்திருக்க வேண்டும். 144 ஊரடங்கு சட்டம் போட்டார்கள். அதை மீறி வந்த மாணவர்கள் மீது தடியடி நடந்தது. 800 போலீஸ் விரட்டி விரட்டி ஹாஸ்டலுக்குள் சென்று அடிக்க ஆரம்பித்ததில் மாணவர்கள் பயந்து திசைக்கு ஒருவராக ஓடினார்கள். அப்படி ஓடியதில் சில மாணவர்கள் அங்கிருந்த இரண்டு குளங்களில் குதித்தார்கள். வெறிச்சோடி இருந்த தெருக்களைக் கடந்து பல்கலைக்கழகத்துள் சென்று கருணாநிதி டாக்டர் பட்டம் பெற்றார். மாலை வேறு ஒரு நிகழ்ச்சியில் கலந்துகொண்டு சென்னைக்குச் சென்றார். கவர்னர் கே.கே. ஷாவும் பட்டமளிப்பு விழாவுக்கு வந்திருந்தார்.

மறுநாள் காலை சில சீனியர் பொறியியல் மாணவர்கள் குளத்தின் வழியே நடைபயிற்சிக்குச் சென்றபோது ஒரு உடல் மிதப்பதைப் பார்த்து பரபரப்படைந்தார்கள். துணைவேந்தர் இல்லத்துக்குச் சென்று தகவலைச் சொன்னார்கள். போலீஸுக்குத் தெரிவிக்கப்பட்டது. இது எப்படி நடந்தது என்று சங்கப் பிரதிநிதிகளின் முன் விசாரிக்கப்பட வேண்டும் என்று மாணவர்கள் சொன்னார்கள். போலீஸ் நாலைந்து பிரதிநிதிகளை அழைத்துச்சென்றது. பிரேதப் பரிசோதனை செய்ய சிதம்பரத்தில் வசதி இல்லாததால் 'பாடியை' கடலூருக்கு எடுத்துச்சென்றார்கள். ஆனால் பாதி வழியிலேயே மாணவர்களை இறக்கிவிட்டு போய்விடச் சொன்னார்கள். மூழ்கி இறந்ததாக பிரேதப் பரிசோதனையில் சொல்லப்பட்டது. அந்த உடலின் விரலில் கேபிஎஸ் என்ற எழுத்துகள் கொண்ட மோதிரம் இருந்தது. ஒரு கையில் ரோலெக்ஸ் கடிகாரம். பாக்கெட்டில் ரூம் சாவி இருந்தது. அதிலிருந்து அது அந்த அறையில் வசித்த இரண்டாம் ஆண்டு கணிதம் படிக்கும் பிஎஸ்ஸி மாணவன் உதயகுமார் என்று தெரிந்தது. பையனின் தந்தை பள்ளி ஆசிரியர் பெருமாள்சாமிக்குச் சொல்லி அனுப்பப்பட்டது. நரிக்குப்பத்திலிருந்து அவர் வந்தார். என் மகன்தான் என்று சொன்னார்.

கருணாநிதிக்குத் தெரிவிக்கப்பட்டது. போலீஸ் தடியடி நடந்ததற்கான சாட்சியாகக் கல்லூரி ஹாஸ்டலின் கதவுகளும் ஜன்னல்களும் உடைந்திருந்தன. அப்போது அசெம்பிளி நடக்கும் காலம். காங்கிரஸ் கட்சி அனந்தநாயகியின் தலைமையில் ஒரு கவன ஈர்ப்புத் தீர்மானம் கொண்டுவந்தது.

இந்த இரண்டு விஷயங்களையும் எப்படி அணுகுவது என்று கருணாநிதி தீவிரமாக யோசித்திருக்க வேண்டும். அவைக்கு மதியம் வந்த அவர் சபையைப் பார்த்துச் சொன்னார்.

"சிதம்பரத்தில் சதிகாரர்களின் சதி நிறைவேறியிருந்தால், இங்கு கண்டனத் தீர்மானம் கொண்டுவருவதற்கு பதில் இரங்கல் தீர்மானம் கொண்டு வந்திருப்பீர்கள்" என்றார். நக்சலைட்கள் வலுவாக இருந்த மாவட்டம் அது. அவர்கள் மாணவர்களைப் பகடைக்காயாக வைத்து அவரைக் கொலை செய்ய திட்டமிட்டிருந்ததாக உளவுத்துறை தகவல் என்றார்.

அந்தச் சடலம் தனது மகன் இல்லை என்று பெருமாள்சாமி சொல்லிவிட்டதாகக் காவல்துறை தெரிவித்தது.

அதற்குள் பெருமாள்சாமிக்கு என்ன மிரட்டல் கிடைத்திருந்தது என்று சந்துருவுக்கும் மற்றவர்களுக்கும் தெரியாது. போலீஸ் தகவல் அதிர்ச்சியாக இருந்தது. சந்துரு தோழர்களுடன் பெருமாள்சாமி வீட்டுக்குச் சென்றபோது உதயகுமாரின் புகைப்படம் வைத்து மாலை போடப்பட்டிருந்ததை, விளக்கு ஏற்றப்பட்டிருந்ததைப் பார்த்திருந்தார்கள். பெருமாள்சாமிக்கு மதிவாணன் என்ற இன்னொரு மகன் இருந்தான். இரண்டு அமைச்சர்கள் (ராஜாராம், மன்னை நாராயணசாமி) அனுப்பப்பட்டார்கள் பெருமாள்சாமியுடன் பேச. பெருமாள்சாமி ஒரு அறிக்கை கொடுக்க நிர்பந்திக்கப்பட்டிருக்க வேண்டும் அமைச்சர்களால். "என் மகன் உதயகுமார் காணாமல்போய்விட்டான் ஒரு தகவலும் எனக்கு இல்லை என்ற பெருமாள்சாமி, 'அவனிடம் நக்சல் எழுத்துப் பிரசுரங்கள் இருந்தன. கூடா நட்பு இருந்ததாக எனக்கு சந்தேகம். என்னிடம் பேசுவதை நிறுத்திக்கொண்டு எங்களிடமிருந்து விலகிப்போனான். இந்தச் சடலம் எனது மகன் இல்லை' என்றார் இப்போது. குளத்தில் மூழ்கி இறந்துபோனது உதயகுமார் இல்லை என்ற கருணாநிதி, அவையில் சொன்னார். 1969இல் இத்தனை பேர் காணாமல் போனார்கள், 1970இல் இத்தனை பேர் காணாமல் போனார்கள். இதற்கெல்லாம் கருணாநிதி பொறுப்பா?"

அப்போது குளத்தில் இறந்தது யார் என்று மாணவர்கள் கேள்வி எழுப்பினார்கள். முதல்வர் பச்சைப்பொய் சொல்கிறார் என்று வெகுண்டார்கள்.

மாநிலம் தழுவிய போராட்டத்தை எஸ்எஃப்ஐ ஆரம்பித்தது. அத்துடன் மற்ற அமைப்புகளும் சேர்ந்துகொண்டன. ஒரு விசாரணைக்கமிஷன் போட வேண்டும் என்று எல்லோரும் அரசை வற்புறுத்தியதில், என்.எஸ். ராமசாமி கமிஷன் அமைக்கப்பட்டது. நீதி அரசராக இருந்த வீராசாமி ஒரு உயர்நீதிமன்ற ஜூனியர் ஜட்ஜை, கூடுதல் ஜட்ஜாகவும் இருந்த என்.எஸ். ராமசாமியை கமிஷனுக்குத் தலைமையாற்றச் சொன்னார். சந்துரு மாணவர்

சார்பில் ஆஜரானார். கடலூரில் விசாரணை. உங்கள் மீது எனக்கு நம்பிக்கையில்லை என்று சந்துரு நேரிடையாக ராமசாமியிடம் சொன்னார். சந்துருவுக்கு எந்த லாட்ஜிலும் தங்க இடம் மறுக்கப்பட்டது. அவர் புதுவையில் தங்கி அங்கிருந்து சென்றார்.

இறுதியான விசாரணை சிதம்பரத்தில்தான் நடக்க வேண்டும் என்ற மாணவர்களின் கோரிக்கை ஏற்கப்பட்டிருந்தது. சந்துரு மாணவர்கள் தரப்பு வாதம் செய்ய ப. சிதம்பரத்தை அழைத்துச்சென்றார். என்.எஸ். ராமசாமிக்கு அந்த வாதத்தை எதிர்க்க முடியாமல்போயிற்று. தமது அறிக்கையில் சொன்னார்: மாணவர்களின் அத்துமீறிய செயலால் போலீஸ் தடியடிப் பிரயோகம் செய்ததில் தவறு இல்லை. குளத்தில் மூழ்கி இறந்தது உதயகுமார்தான், என்றார்.

இறந்தது உதயகுமார் என்று நிரூபணமானது தங்களுக்கு வெற்றி என்று மாணவர்கள் மகிழ்ந்தார்கள். அதிலிருந்து மாணவர் சமூகம் முழுவதுமே அரசுக்கு எதிராகிப்போன சூழல் உருவானது. ஆனால் ஒரு வேடிக்கை, கமிஷனின் அறிக்கை வரும் சமயத்தில் எம்ஜிஆர், திமுகவிலிருந்து வெளியேற்றப்பட்டிருந்தார். அதுவரை இறந்த மாணவனைப் பற்றி ஏதும் பேசாமல் இருந்தவர், ஒரு நாள் உதயகுமாரனின் தம்பி மதிவாணனை தனது காரில் கடலூருக்கு அழைத்துச் சென்று, "மதிவாணனுக்கு நீதி வேண்டும்!" என்று முழங்கினார்.

கருணாநிதியின் நிலை தார்மீகரீதியாகப் பலம் இழந்தது. எம்ஜிஆர் தொடுக்க ஆரம்பித்த ஊழல் குற்றச்சாட்டுகளால் அதிக பலவீனமடைந்தது. அதன் விளைவாக அவரைச் சுற்றியிருந்த பலர் ஒவ்வொருவராக விலக ஆரம்பித்தார்கள். எம்ஜிஆருடன் இணைந்தார்கள். எம்ஜிஆர் எல்லோரையும் வரவேற்று பதவி கொடுத்தார். 'கௌரவமாக வைக்கப்பட்டார்கள்' அவர் ஆட்சிக்கு வந்ததும்.

6

எம்ஜிஆரின் புதிய கட்சி 'ஒரு மாயை' என்றார் கருணாநிதி. 'தியாகமும் கொள்கையும் அடித்தளக் கட்டுமான அமைப்பும் இல்லாத கட்சி நிலைக்காது,' என்றார். 'திமுக யாராலும் அசைக்க முடியாத கோட்டை' என்றும் சொன்னார். அப்போதிலிருந்து அதிமுகவின் வளர்ச்சியைக் கட்டுப்படுத்துவதே முக்கியப் பணிகளில் ஒன்றாயிற்று. எம்ஜிஆரை திமுக தலைவர்கள் கடுமையாக விமர்சிப்பதை ஊக்குவித்தார். அவர்கள் எம்ஜிஆரை மலையாளி என்றார்கள். அவரால் திராவிட சமூகத்தின் நலன்களை முன்னெடுத்துச் செல்ல முடியாது என்றார்கள். எம்ஜிஆர் தமிழ்நாட்டின் முதல்வரானால், தமிழ்நாடு எந்த வகையில் கேரளத்துக்கு மாறுபட்டு இருக்கும் என்று கேட்டார்கள். சட்டசபையில் கருணாநிதி சொன்னார்: 'இரண்டு கேரளம் தெற்கில் இயங்க முடியாது.' மலையாளிகளிடமிருந்து தமிழர்களைப் பாதுகாக்கத் தமிழர் பாதுகாப்புப் பேரவை ஒன்று அமைக்கப்பட்டது. அதில் இருப்பவர்கள் திமுகவினர் என்று பேச்சு இருந்தது. அந்த அமைப்பு அதிமுக அலுவலகங்களையும் எம்ஜிஆர் படம் ஓடும் அரங்குகளையும் தாக்கி வன்முறையில் இறங்கின. ஆனால் அதற்கும் திமுகவிற்கும் சம்பந்தம் இல்லை என்றார் கருணாநிதி.

அதிமுகவின் வளர்ச்சியைத் தடுக்க எடுத்த முயற்சியெல்லாம் தோல்வியை சந்தித்தது. வன்முறைச் செயல்களெல்லாம் திமுகவுக்குக் கெட்ட பெயரை அளித்தன. சாமான்ய மனிதனுக்கும் நடந்த தாக்குதல்கள் எல்லாம் எம்ஜிஆரைக் குறிவைத்தவை என்று புரிந்தது. எம்ஜிஆரின் வசீகரம், மின்வசதியால் சினிமா பார்க்கும் வழக்கம் ஏற்பட்டுப்போன கடைக்கோடி கிராமத்துப் பாமர மக்களையெல்லாம் ஆட்கொண்டிருந்தது.

எம்ஜிஆரைச் சுற்றியிருந்த ஆர்.எம்.வீ போன்ற நண்பர்கள் அவரது அரசியல் எதிர்காலத்தைக் கணக்கில் கொண்டு அவருடைய திரைப் பிம்பத்தை வளர்த்தார்கள். அவர் மிகக் கவனமாகத் தேர்ந்து ஏற்று நடித்த நல்லவன், பரோபகாரி, நல்ல ஒழுக்கங்கள் கொண்ட, பெண்களை ரட்சிக்கும் கதாநாயகன் போன்ற வேடங்களெல்லாம் அவருடைய உண்மையான குணாதிசயங்கள் என்று மக்கள் நம்பினார்கள்.

"கட்சி பிரிஞ்சு எம்ஜிஆர் போயிட்டாரே தவிர, அதிமுகன்னு ஒரு கட்சி நீடிச்சதிலே தலைவருக்கு வருத்தம் இருந்ததில்லே" என்கிறார் சண்முகநாதன். "அது அழியணும், வீணாப்போகணும்னு அவர் நினைச்சதில்லே. திராவிட இயக்கத்திலேந்து வந்த ரெண்டுலே ஒரு கட்சிதான் ஆட்சியிலே இருக்க முடியும்கிற சூழல் ஏற்பட்டதிலே ஒரு சந்தோஷம் அவருக்கு இருந்துச்சு".

கருணாநிதியுடன் மிக நெருக்கமாக இருந்தவரும், திமுக ஆட்சியில் மாநில திட்டக்குழு துணைத்தலைவருமாக இருந்தவருமான நாகநாதன் சொல்கிறார் – "நெருக்கடிநிலையின் போது திமுகவுக்குத் தடைவிதிக்கப்படலாம் என்ற சூழல் இருந்தது. கலைஞர், நாவலர், நான் மூவரும் பீச்சில் உட்கார்ந்திருந்தோம். 'தடை செஞ்சா என்ன? வேற பெயரிலே ஒரு கட்சியைத் தொடங்கிடுவோம்னு நாவலர் சொன்னார். 'இல்ல நாவலர், திராவிட முன்னேற்றக் கழகம்கிறது அண்ணா தொடங்கியது. அண்ணாவோட உயிர் அதிலே இருக்கு. அப்படியே தடைவிதிச்சாலும்கூட, கட்சியைக் கொஞ்ச நாளைக்குத் தள்ளிவெச்சு நடத்தலாம். எம்ஜிஆர் ஒரு கட்சியை வெச்சிருக்கார் இல்ல? அதிலேயும் அண்ணாவும் திமுகவும் இருக்கு. நாம அதைப் பார்த்து ஆறுதல் அடைஞ்சுக்குவோம். ஆனா, திமுக திரும்ப முளைக்கும் நாவலர்!' அப்படின்னார் கலைஞர். அதிமுகவைப் போட்டியா பார்த்தாரே அன்றி அது இல்லாம போகணும்னு இல்லே" என்கிறார் நாகநாதன்.

ஆனால் நாவலருக்கு நம்பிக்கை இருக்கவில்லை என்பது சர்காரியா கமிஷன் அறிக்கை வெளியாவதற்கு முன்பே எம்ஜிஆருடைய புதிய கட்சியில் அவர் சேர்ந்ததில் தெரிந்தது.

எம்ஜிஆருக்கும் உள்ளார்ந்த அன்பும் மரியாதையும் கருணாநிதியிடம் இருந்தது என்றும் எம்ஜிஆரை அவர் காதுபட அவருடைய கட்சிக்காரர்கள் தரக்குறைவாகப் பேசினால் பொறுக்க மாட்டார் என்றும் சொல்லப்படுகிறது. கலைஞர் என்று சொல்லாமல் கருணாநிதி என்று அவையில் யாரேனும் சொன்னாலும் அதை அவைக் குறிப்பிலிருந்து நீக்கிவிடச் சொல்வாராம்.

ஆனால் எம்ஜிஆர் ஒரு தீவிரத்துடன் கருணாநிதியின் அரசின் மேல் ஊழல் குற்றச்சாட்டுக்களைத் தொடர்ந்தவண்ணம் இருந்தார். மாநிலம் முழுவதும் அதிமுகவினர் கூட்டம் நடத்தி ஊழல் குற்றச்சாட்டுகளை விசாரிக்க மத்திய அரசு ஒரு விசாரணக்கமிஷனை நியமிக்க வேண்டும் கருணாநிதியின் அரசை டிஸ்மிஸ் செய்ய வேண்டும் என்றார்கள். விரைவில் அரசைப் பற்றிய மக்களின் அதிருப்தி உணர்வை அவர்கள் பிரதிபலிப்பதாகத் தோற்றம் வந்தது. அதன் விளைவாக வந்தது சர்காரியா கமிஷன்.

சர்காரியா கமிஷன் தொடுக்கப்பட்ட 56 குற்றச்சாட்டுகளில் ஆரம்பத்திலேயே பல குற்றச்சாட்டுகளை நிராகரித்துச் சிலவற்றைக் கையில் எடுத்தது. எம்ஜிஆர், அவருடைய ஆதரவாளர்கள் மற்றும் இந்திய கம்யூனிஸ்ட் கட்சி தொடுத்த புகார்களில் முக்கியமானவை:

1) கருணாநிதியின் அமைச்சரவையில் இருந்த அன்பில் தர்மலிங்கம் சம்பந்தப்பட்டது நாதன் அச்சக ஊழல். திருச்சியில் பாண்டுரங்கம் மற்றும் கஸ்தூரி செட்டியாருக்குச் சொந்தமான நாதன் ப்ரெஸ் உண்மையில் தர்மலிங்கத்தின் பினாமி என்று சொல்லப்பட்டது. திமுக ஆட்சிக்கு வந்த பின் 1968இல் நாதன் பதிப்பகம் என்ற புதிய நிறுவனம் தர்மலிங்கத்தின் சகோதரி தனமாணிக்கம் அவர்களை, பாண்டுரங்கம் ஆகியோரின் பார்ட்னராக வைத்து ஆரம்பிக்கப்பட்டது. இரண்டு ஆண்டுகள் கழித்து தமிழ்நாடு பாட நூல் வாரியம் அமைக்கப்பட்டதும் நாதன் பதிப்பகத்துக்கு விதிகளை மீறி ஒப்பந்தம் கொடுக்கப்பட்டது புத்தகங்களை அச்சிடவும் வினியோகிக்கவும். பாட நூல் அச்சிடும் பழக்கமில்லாத பதிப்பகத்துக்குத் தொடர்ந்து உரிமம் கிடைத்ததாகவும் அதன் மூலம் பயன் பெற்றவர் தர்மலிங்கம் என்றும் புகார். அமைச்சர் வி.ஆர். நெடுஞ்செழியன் (நாவலர்) அதற்கு உதவினார் என்று சொல்லப்பட்டது.

2) பயிர்களுக்குப் பூச்சிக்கொல்லி மருந்து வழக்கிலும் விவசாயத்துறை அமைச்சர் அன்பில் தர்மலிங்கமே குற்றவாளி மற்றும் பயனாளி. பிரதமர் இந்திரா காந்தி வான் வழியாகப் பயிர்களுக்குப் பூச்சிக்கொல்லியைத் தூவும் திட்டத்தைக் கொண்டுவந்தார். பொன்னி என்டர்ப்ரைஸ் என்ற தர்மலிங்கத்தின் பினாமி நிறுவனம் மூலம் உரிமம் பெறப்பட்டது. உரிமம் வழங்குவதிலும் கருணாநிதியின் அந்தரங்கச் செயலர், ஐ.ஏ.எஸ் அதிகாரி

வைத்தியலிங்கம் பெரிய தொகை லஞ்சம் வாங்கினார் என்று சொல்லப்பட்டது. கருணாநிதிக்கும் அதில் ஒரு பங்கு சென்றது என்று சொல்லப்பட்டது. வைத்தியலிங்கம் விலாவாரியாக கருணாநிதியே உரிமத்துக்குக் கொடுக்க வேண்டிய உயர்த்தப்பட்ட தொகையையும் வான் வழி தூவலுக்கு புஷ்பகா ஏவியேஷன் என்கிற நிறுவனத்துக்கான உபரி (லஞ்ச) கட்டணத்தையும் நிர்ணயித்து உத்தரவிட்டதாகவும் சொன்னார். அதிகாரி லஞ்ச ஊழலுக்குத் துணைபோனதாகச் சொன்னது வியப்பாக இருந்தது. தர்மலிங்கத்துக்கு முன் அமைச்சரவையைக் கவனித்துக்கொண்டிருந்த சத்தியவாணி முத்து (எம்ஜிஆர் ஆதரவாளர்) தாம் உயர்த்தப்பட்ட தொகையை எதிர்த்ததாகவும் கருணாநிதி தன்னிச்சையாக எடுத்த முடிவு அது என்றும் அனுமதி வழங்க தான் கட்டாயப்படுத்தப்பட்டதாகவும் சாட்சி சொன்னார்.

ஆனால் இதைப் பரிசீலிக்க இதற்கான கோப்புகள் எதுவும் மத்திய புலனாய்வுத் துறைக்குக் கிடைக்கவில்லை. கிடைத்த கோப்புகளில் அரைகுறையான தகவல்களே இருந்தன. சட்ட அமைச்சர் செ. மாதவன் அதற்குக் காரணம் என்றது சி.பி.ஐ.

வைத்தியலிங்கத்தின் வாக்குமூலத்தை வைத்து கமிஷன் லஞ்சம் வாங்கப்பட்டது, அதனால் அன்பில் தர்மலிங்கமும் கருணாநிதியும் பயன் பெற்றார்கள் என்றது.

3) நியூ க்ளோப் தியேட்டர் நிலம்: 1938இல் வரதராஜ பிள்ளை என்பவர், மவுண்ட் ரோடில் பதினொன்றே முக்கால் கிரவுண்ட் நிலம் 15 ஆண்டுக்குக் குத்தகைக்கு வாங்கியிருந்தார்.

அங்கு நியூ க்ளோப் தியேட்டர் என்ற சினிமா அரங்கத்தைக் கட்டினார். குத்தகைக் காலம் இன்னும் பத்து ஆண்டுகளுக்கு நீட்டிக்கப்பட்டது. அது முடிந்ததும் நிலத்தின் சொந்தக்காரர்கள் நிலத்தையும் அரங்கக் கட்டிடத்தையும் ரூ. 50,000 கொடுத்துத் திரும்பப் பெறலாம் என்று ஒப்பந்தம் இருந்தது. பிள்ளை அதைத் திருப்ப மறுத்தார். உச்ச நீதிமன்றம் வரை சென்று தொடுக்கப்பட்ட வழக்கில் நிலத்தின் சொந்தக்காரர்கள் ஜெயித்தார்கள். பிப்ரவரி 1972இல் நிலம் திருப்பப்பட வேண்டும் என்றது தீர்ப்பு. பிள்ளை நீதிமன்றங்களுக்குச் சென்று இன்னும் இரண்டு ஆண்டுகள் குத்தகையை நீட்டித்து தருமாறு உரிமை கோரினார். தீர்ப்பு சாதகமாக இல்லாமல் போனதும்

மார்ச் 1974இல் நிலத்தைத் திருப்பிக்கொடுத்தார். மே மாதம் இறந்தும்போனார்.

பிள்ளை இழுத்தடித்ததற்கான காரணம் கருணாநிதி அரசு அவரிடம் லஞ்சம் வாங்கி 'வாடகைக்கு இருப்பவர் பாதுகாப்புச் சட்டத்தை' திருத்தம் செய்யும் என்ற எதிர்பார்ப்பில் என்றும், செய்யப்பட்ட சட்டத் திருத்தம் அவர் விஷயத்தில் நீதிமன்றங்களால் நிராகரிக்கப்பட்டது என்ற விவரமும் பின்னால் தெரியவந்தது. பிள்ளையின் மகனே தன்னுடைய தந்தை மருத்துவமனையில் இருந்தபோது சொன்னபடி தான் ஒரு கவரை கருணாநிதியின் வீட்டில் கொடுத்ததாகக் கமிஷனிடம் சொன்னார். சட்டத் திருத்தம் செய்ய பல அதிகாரிகள் நிர்பந்தப்படுத்தப்பட்டார்கள் என்று சொல்லப்பட்டது. சட்டத் திருத்தம் அவசரமாகக் கொண்டுவரப்பட்டது.

சட்டத் திருத்தத்தைக் கொண்டுவர சட்ட அமைச்சர் மாதவனும் முதல்வர் கருணாநிதியும் அவசரப்பட்டார்கள் என்பது உண்மை என்றாலும் அவர்கள் அதற்காக லஞ்சம் வாங்கிக்கொண்டார்கள் என்பதற்கு ஆதாரம் இல்லையென்று கமிஷன் சொன்னது.

4) சர்க்கரை மூட்டை ஊழல் பெரிதாகப் பேசப்பட்ட ஒன்று. எம்ஜிஆர் போட்ட வழக்கு. முதல்வர் கருணாநிதிக்கு சர்க்கரை மூட்டைகளைத் தனியார் சர்க்கரை ஆலைகளிலிருந்து பெற்று வினியோகிக்கும் உரிமை கிடைத்திருந்தது. முதல்வரும் உணவுத்துறை அமைச்சர் ப.உ. சண்முகமும் ஒரு மூட்டைக்கு 2லிருந்து 3 ரூபாய் வரை தனியாரிடமிருந்து பெற்று ரூ 50 லட்சம் லாபம் பெற்றார்கள் என்பது குற்றச்சாட்டு.

அதிக விலை கொடுக்க ஈஐடி பாரி அண்ட் கோ சேர்மன் ஹெச்.வி.ஆர். ஐயங்கார் மறுத்ததால் வந்தது பிரச்சினை. அவரைத் தவிர மற்ற எல்லோரும் ஒப்புக்கொண்டதற்குக் காரணம் அந்த ஆண்டு கரும்பு விளைச்சல் மிக அதிகமாக இருந்ததால் சர்க்கரை மூட்டைகள் மிக அதிகமாக தேங்கின. அவற்றைப் பாதுகாக்க கிடங்கு வசதி இல்லை. சந்தை விலை மிகக் குறைந்துபோனாலும் இந்தப் பிரச்சினை காரணமாக கருணாநிதி கேட்ட விலைக்கு ஒப்புக்கொள்ளப்பட்டது. ஆனால் தேங்கியிருக்கக்கூடிய மூட்டைகள் விற்கப்பட்டன. முதலில் மறுத்த ஐயங்கார் கடைசியில் அழுத்தம் காரணமாக ஒப்புக்கொண்டார். எல்லோருடைய கோரிக்கையையும் ஏற்று ரூ 3 – பாதியாகக்

குறைக்கப்பட்டது. இதனால் உணவுத்துறை அமைச்சரும் முதல்வரும் 13 லட்சம் லாபம் பெற்றார்கள் என்றது கமிஷன் தனது முதல் அறிக்கையில். எப்படியும் 1971இல் சர்க்கரை திறந்த சந்தைக்கு வந்துவிட்டதால் லஞ்சம் பெற வாய்ப்பு இருக்கவில்லை.

5) கடலூர் வீராணம் குடிநீர் திட்ட ஊழல் இன்று வரை பேசப்படும் ஒன்று. மிக அதிகமாக ஊழல் நடந்ததாக சொல்லப்பட்டது. கமிஷன் சொன்னது – "ஒப்பந்தக்காரரிடமிருந்து கருணாநிதி லஞ்சம் பெற்றதற்கான ஆதாரம் எதுவும் இல்லை. ஆனால் அரசு கஜானாவுக்கு ஏற்பட்ட பெரிய இழப்பிற்கு அவர் பொறுப்பேற்க வேண்டும்."

இந்தத் துறையில் முன்அனுபவம் ஏதும் இல்லாத சத்திய நாராயணா சகோதரர்களுக்கு ஒப்பந்தம் கொடுக்கப்பட்டதாகவும் அவர்களுக்கு ஏற்ற வகையில் ஒப்பந்தத்தின் விதிகள் போட அதிகாரிகளுக்குச் சொல்லப்பட்டதாகவும் புகார். சகோதரர்களில் ஒருவர் முரசொலி மாறனின் நெருங்கிய நண்பர், முரசொலி கட்டிடத்தை இலவசமாகக் கட்டிக்கொடுத்தவர் என்று கிசுகிசுக்கப்பட்டது.

சகோதரர்களுக்கு அரசு தரப்பிலிருந்து முன்பணம் நிறையவே கொடுக்கப்பட்டது ஆனால் திட்டம் முடிவடையவே இல்லை. (பிறகு ஆட்சிக்கு வந்த எம்ஜிஆர் அதைக் கிடப்பில் போட்டார்)

எம்ஜிஆர் தரப்பு தொடுத்த குற்றச்சாட்டுப் பட்டியலில் என்னவெல்லாம் எழுதியிருந்தது என்று எம்ஜிஆருக்கே தெரியாது என்பது அவர் கமிஷனுக்குக் கொடுத்த வாக்குமூலத்தில் தெரிந்தது. குற்றச்சாட்டுகளில் எல்லாமாகச் சேர்த்து 50 லட்சம் ரூபாய்க்கு ஊழல் நடந்திருப்பதாகச் சொல்லப்பட்டது. அதில் வீராணம் திட்டம் முக்கியமான ஊழலாகக் குறிப்பிடப்பட்டு, 40 லட்சம் ரூபாய் ஊழல் என்று சொல்லப்பட்டது. 'சாட்சிகளைக் குறுக்கு விசாரணை செய்யக் கூடாது என்று சர்காரியா அவர்கள் கூறிவிட்டதால், நாங்கள் விசாரணையிலிருந்து வெளியேறினோம்' என்றார் கருணாநிதி ஒரு பேட்டியில். (*22.4.98, துக்ளக்*) திமுக அரசு சார்பில் ஆஜரான வக்கீல் சாந்தி பூஷன் இப்படிப்பட்ட நிபந்தனைகளோடு வழக்கு நடத்த முடியாது என்றுவிட்டார்.

டெல்லியில் இது தொடர்பாக ஒரு அமைப்பு சர்காரியா கமிஷனில் வழக்காடியபோது இறுதியாகக் கமிஷன், லஞ்சம் வாங்கியதற்கான ஆதாரம் எதுவும் எந்த வழக்கிலும் இல்லை என்றது. *(2 மார்ச் 1977)*

வழக்கு நடந்த தருணத்தில் சர்காரியா அதை மிக 'விஞ்ஞானரீதியான ஊழல்' என்று சொன்னதாக ஒரு செய்தி பரவி அதையே ஜெயலலிதா உடும்புப்பிடியாகப் பிடித்துக்கொண்டு கருணாநிதியை விமர்சித்துவந்தார். அதுவே இன்றளவும் சொல்லப்படுகிறது.

திமுகவை ஒழித்துக்கட்ட வேண்டும் என்கிற வெறி எம்ஜிஆருக்கு இருந்தது. ஒருமுறை கருணாநிதி முதல்வராக இருக்கையில் மாணவர் போராட்டத்தில் இரண்டு பஸ்கள் எரிக்கப்பட்டன. இரண்டு எஸ்எஃப்ஐ மாணவர்களைப் போலீஸ் தேடிவந்தது. அவர்கள் சென்னைக்குத் தப்பி வந்து சந்துருவிடம் யோசனை கேட்க வந்தார்கள். எம்ஜிஆர் உதவக்கூடும் என்ற எண்ணத்தில் சந்துரு அவர்களை எம்ஜிஆரிடம் அழைத்துச்சென்றார். எம்ஜிஆர் அவர்கள் சொன்னதைக் கேட்டார். 'எத்தனை பஸ்களைக் கொளுத்தினீங்க?' என்றார். மாணவர்கள் பயந்த குரலில் 'இரண்டு' என்றார்கள். "ரெண்டுதானா கொளுத்தினீங்க? போங்க, இன்னும் கொளுத்துங்க! எல்லாத்தையும் உடைச்சு தள்ளுங்க! சட்டம் ஒழுங்கு பிரச்சினைன்னு கருணாநிதியைத் தாக்கணும் அசெம்பிளியிலே. கருணாநிதி அரசு கவிழணும். திமுக அழியணும்!" என்றார்.

சந்துரு அந்த மாணவர்களை அழைத்துக்கொண்டு கவர்னரிடம் சென்று உதவிபெற்று அவர்களை போலீஸ் தொந்தரவிலிருந்து மீட்டார்.

1975, ஜூன் 25, நெருக்கடிநிலை நாட்டில் பிரகடனம் செய்யப்பட்டது. திமுக ஆட்சி கலைக்கப்பட வேண்டும் என்ற தனது கோரிக்கையை நிறைவேற்றிக்கொள்ள எம்ஜிஆருக்கு நல்ல சந்தர்ப்பம் வாய்த்தது.

ஜூன் 26 அதிகாலை 4 மணிக்குத் தன் கைப்பட எழுதிய கண்டன அறிக்கையில்,

"இந்திரா காந்தி சர்வாதிகாரத்துக்கான தொடக்க விழாவை நடத்தியிருக்கிறார்" என்றார் கருணாநிதி. திமுகவினர் பலர் கைது செய்யப்பட்டார்கள். கருணாநிதியின் இளைய மகன் ஸ்டாலினுக்கு அப்போது 23 வயது. 2015இல் ஒரு ஆங்கில ஏட்டிற்குக் கொடுத்த பேட்டியில் இந்திரா காந்தி தூதுவர் மூலம் கருணாநிதிக்கு, 'நீங்கள் நெருக்கடிநிலையை ஆதரிக்காவிட்டாலும் அதை வெளிப்படையாக எதிர்க்கக் கூடாது' என்று செய்தி அனுப்பியதாக சொன்னார்: 'எதிர்க்காமல் இருந்தால் உங்களுடைய ஆட்சி தமிழ்நாட்டில் தொடரும். எதிர்த்தால் உங்கள் அரசை கலைக்க வேண்டிவரும்' என்றது செய்தி.

"எங்கள் தலைவர் திட்டவட்டமாகச் சொன்னார். நான் பெரியார் மற்றும் அண்ணா ஆகியோரின் மாணவன். ஒருபோதும் சர்வாதிகாரத்தை ஆதரிக்க மாட்டேன். திமுக எப்போதும் ஜனநாயகத்தின் பக்கமே நிற்கும் என்று சொல்லி அவர்களை அனுப்பிவிட்டார்" என்கிறார் ஸ்டாலின்.

அதையடுத்து கருணாநிதி காங்கிரஸ் (ஓ) தலைவர் காமராஜரைச் சந்தித்தார். மத்தியில் நிலவரம் பற்றியும் தன்னுடைய அரசு ராஜினாமா செய்ய வேண்டுமா என்பது பற்றியும் ஆலோசனை கேட்டார். 'இந்த நாட்டுக்கு அழிவு காலம் வந்தாச்சு' என்றார் காமராஜ். "நாடு மொத்தத்திலும் தமிழ்நாடு ஒண்ணுலெதான் ஜனநாயகக் காற்றை சுவாசிக்க முடியுது. எக்காரணம் கொண்டும் அரசு ராஜினாமா செய்யக் கூடாது" என்று சொன்னார்.

சென்னை மெரினா கடற்கரையில் திமுக மாபெரும் பேரணி நடத்திற்று, நெருக்கடிநிலையை எதிர்த்து. ஐந்து லட்சம் பேர் அங்கு வந்ததாகச் சொல்லப்பட்டது. நாடு முழுவதும் கைது செய்யப்பட்ட அரசியல் தலைவர்கள் உடனடியாக விடுதலை செய்யப்பட வேண்டும் என்று சொன்ன கருணாநிதி, கூட்டத்தைப் பார்த்து இன்று உறுதி பூணுவோம் எழுந்திருங்கள் என்றார். எல்லோரும் எழுந்தார்கள். அவர் சொன்னதைத் திரும்பச்சொன்னார்கள்.

"எப்படிப்பட்ட நிலைமையிலும், எப்படிப்பட்ட நெருக்கடி யிலும், இந்திய நாட்டின் ஜனநாயகத்தைக் கட்டிக்காப்போம் என்று சபதம் எடுப்போம். பிரதமரைக் கேட்டுக்கொள்கிறோம். கைதான தேசத்தலைவர்களை சிறையிலிருந்து விடுவியுங்கள்." ஊடகச் சுதந்திரத்தை நிலைநாட்டுங்கள் ஒட்டுமொத்த கூட்டமும் உறுதிமொழி எடுத்த பின் 'வாழ்க ஜனநாயகம்!' என்று கோஷமிட்டது.

31, ஜனவரி 1976 அன்று திமுக அரசு மத்திய அரசால் டிஸ்மிஸ் செய்யப்பட்டது. அதே நாள் மாலை ஐந்து மணி. சென்னை டான் போஸ்கோ பள்ளி ஆண்டுவிழாவை ஒட்டி பள்ளியின் புதிய கட்டிடத்துக்கு அடிக்கல் நாட்டிவிட்டு, பேசுகிறார் கருணாநிதி. "இங்கு முதலமைச்சராக வந்திருக்கிறேன். அநேகமாக முதலமைச்சர் என்ற நிலையில் நான் கலந்துகொள்ளும் கடைசி நிகழ்ச்சியாக இது இருக்கும்!" விழா முடிந்ததும் வீட்டுக்குச் சென்றார். அங்கு நடந்ததை அவரே 'நெஞ்சுக்கு நீதி' இரண்டாம் பாகத்தில் எழுதுகிறார். "வீட்டு வாசலில் இறங்கி உள்ளே செல்வதற்கு முன்பே எனது மருமகன்கள் அமிர்தம், செல்வம் இருவரும் கையில் ஒரு துண்டுத்தாளை வைத்துக்கொண்டு சிரித்தவாறு

"ஆட்சியைக் கலைத்துவிட்டாங்க" என்றனர். செய்தி நிறுவன இயந்திரத்தில் அடிக்கப்பட்ட செய்திதான் அது. "அப்பாடா சஸ்பென்ஸ் முடிந்தது!" என்று கூறிக்கொண்டே, தெருப்பக்கம் பார்த்து, நான் பயன்படுத்திக்கொண்டிருந்த அரசாங்கக் காரை உடனே தலைமைச் செயலகத்திற்கு எடுத்துச்சென்றுவிடுமாறு சொல்லிவிட்டு மாடிக்குச் சென்றேன். என்னிடம் பணியாற்றிய தனி அலுவலர்கள் கண்ணீர் வடித்துக் கதறியழுதனர். "சே, என்ன இது பைத்தியக்காரத்தனம்? தைரியமாக இருங்கள்!" எனக் கூறிவிட்டு அந்த நல்ல செய்தியை நண்பர்களுக்குச் சொல்ல டெலிபோனை எடுத்தேன். என்ன ஆச்சரியம்! அதற்குள் என் டெலிபோன் இணைப்பு துண்டிக்கப்பட்டுவிட்டது!"

திமுக ஆட்சிக்கு வந்ததிலிருந்து மத்தியில் ஆட்சியில் இருந்த காங்கிரஸுக்கு எரிச்சலையும் சந்தேகத்தையும் ஏற்படுத்திவந்தது. முக்கியமாக, திமுக மாநிலத்துக்கு அதிக அதிகாரம் கேட்டதில் தொடங்கியது. அதோடு தமிழகத்தில் காங்கிரஸ் வலுவிழந்து போனது தாங்கிக்கொள்ள முடியாத அவமானமாக இருந்தது இந்திராகாந்திக்கு. கருணாநிதி தலைமைச் செயலகத்தைப் பழுதுபார்க்க முயன்றபோது அதற்குரிய அனுமதியை மத்திய அரசின் பாதுகாப்பு அமைச்சகத்திடமிருந்து பெற வேண்டும் என்று தில்லி தெரிவித்தது. பெரும்பான்மைப் பலத்துடன் மக்களால் தேர்ந்தெடுக்கப்பட்டு ஆட்சிக்கு வந்திருந்தாலும் ஒரு மாநில அரசு சின்ன விஷயத்திற்கும் மத்திய அரசின் தயவை நாட வேண்டிய நிலை வெட்கக்கேடானது என்று கருணாநிதி நினைத்தார். ஏற்கெனவே அண்ணா முன்வைத்த திமுக கொள்கையை – மாநில சுயாட்சி – என்ற கோரிக்கையை முன்வைக்க தில்லிக்குச் சென்றார். அவர் கொடுத்த அழுத்தத்தில் 1969 மார்ச் 17, அன்று மத்திய மாநில அரசுகள் அதிகாரங்கள், அதிகாரப்பகிர்வு குறித்து ஆராய ஒரு குழு நீதிபதி ராஜமன்னார் தலைமையில் அமைக்கப்பட்டது. அகில இந்திய அளவில் பல தரப்பினரிடமிருந்து கருத்து கேட்கப்பட்டு அறிக்கை மே மாதம் 71இல் வெளியானது. மாநில சுயாட்சி கோரிக்கைகளில் உள்ள நியாயங்களை சுட்டிக்காட்டிற்று. இதனால் இந்தியாவின் ஒன்றுபட்ட ஜனநாயகத்துக்கு ஆபத்து இல்லை என்றது.

இருந்தும் இந்திராவுக்கு நிம்மதி ஏற்படவில்லை. ஒருகாலத்தில் பிரிவினைவாதம் பேசிய திராவிடக் கட்சி என்பதை மறக்க முடியவில்லை தில்லியில் இருந்த காங்கிரசாருக்கு. கருணாநிதி மற்ற தென் மாநில முதல்வர்களுடன் பேச்சுவார்த்தை நடத்தினார் மாநில சுயாட்சி கோரிக்கைக்குப் பலம்சேர்க்க. மாநிலத்தின் வளர்ச்சிப் பணிகளைத் திட்டமிட மத்திய திட்டக்கமிஷனைப் போல மாநில திட்டக்கமிஷனை அமைத்தார். சுதந்திர தினத்தன்று

தேசியக்கொடியைப் புனித ஜார்ஜ் கோட்டையில் தமிழக முதல்வர் ஏற்றும் உரிமையைப் பெற்றார். இவையெல்லாம் இந்திரா காந்தியை அச்சுறுத்தியிருக்கும். எம்ஜிஆர் கருணாநிதியின் மேல் தொடுத்த குற்றச்சாட்டுகளைக் காரணம் காட்டி அவரது அரசைக் கலைக்க வழி புலப்பட்டது.

ஆளுநர் கே.கே. ஷாவுடைய அறிக்கை திமுக அரசின் மேல் பல குற்றங்கள் சாட்டிற்று. – செயல்படாத அரசு; ஊழல்; அரசியல் லாபத்துக்காக அதிகாரத்தைத் தவறாகப் பயன்படுத்தியது. "முதல்வரும் திமுக தலைவர்களும் தங்களது பொது மேடைப் பேச்சுக்களில் மறைமுகமாகப் பயமுறுத்திவந்தார்கள் மாநில சுயாட்சி இல்லாவிட்டால் தமிழ்நாடு பிரிவினையை மேற்கொள்ளும் என்று. பங்களாதேசப் போருடன் தேவையில்லாமல் ஒப்பிட்டுப் பேசினார்கள்" என்று *இந்தியா டுடே* ஆங்கில ஏடு எழுதிற்று. கருணாநிதியின் சில அசட்டு ஆதரவாளர்கள், கருணாநிதியை இன்னொரு முஜிபூர் ரெஹ்மான் என்று புகழ்ந்ததும், இனி பொறுக்க முடியாது என்ற முடிவுக்கு ஆளுநர் வந்தார்."

"கலைஞரின் அரசியல் மற்றும் சொந்த வாழ்வின் மிகக் கஷ்டமான காலகட்டமாக அது இருந்திருக்க வேண்டும்" என்கிறார் ஆர். கண்ணன். ஆளுநரின் அறிக்கை அவருடைய அரசாங்கத்தை முழுவதுமாகப் பழித்திருந்தது. அவருடைய நிர்வாகத்திறமையைக் கேள்விக்குறியாக்கியிருந்தது.

அவருடைய கட்சியினர் பலர், முக்கியமாக பண்ருட்டி எஸ். ராமச்சந்திரன் (அவர் பிறகு எம்ஜிஆரிடம் சேர்ந்தார்) கட்சியைக் காப்பாற்ற வேண்டுமானால் கருணாநிதி கட்சியிலிருந்து விலக வேண்டும் என்றார். கட்சியிலிருந்த 'பலரும்' கருணாநிதியும் அமைச்சர்களும் விலக வேண்டும் என்று நினைப்பதாகச் சொன்னார். கருணாநிதி மறுத்தார். அதற்குப் பதில் எனக்கு விஷத்தைக் கொடுங்கள் என்றார். 'என்னுடைய நண்பர்கள் யார் என்று தெரிந்துகொள்ள வைத்ததற்கு நான் இந்திரா காந்தி அம்மையாருக்கு நன்றி கூறுகிறேன்' என்றார் கருணாநிதி.

இந்திரா காந்தி திமுகவின் 'வன்முறை செயல்பாடு'களையும் பிரிவினை எண்ணங்களையும் சாடியபடி இருந்தார். 1963லேயே தனித்தமிழ்நாடு கோரிக்கையைத் திமுக கைவிட்டது என்று பல முறை எழுத்துமூலம் தெரிவித்தும் அவர் நம்பாதவர்போல நடந்துகொண்டார். சூழல் போகும் விதத்தை கருணாநிதி உணர்ந்துகொண்டார்.

திமுக ஆட்சி கலைக்கப்பட்ட செய்தியை அறிந்ததும் வீட்டிலிருந்து கிளம்பிய இந்திய கம்யூனிஸ்ட் கட்சி (மார்க்ஸிஸ்ட்)

திருச்சி மாவட்டச் செயலாளராக இருந்த பி. ராமச்சந்திரன் எங்கு சென்றார் என்பது யாருக்கும் தெரியாது என்கிறார் அவரது மகன், பத்திரிகையாளர் ஆர். விஜயசங்கர். "ஒரு வருடம் எங்கிருந்தார் என்று பல வருடங்களுக்குப் பிறகே சொல்லப்பட்டது."

அவர் கருணாநிதியைப் பற்றிச் சொல்லும்போது, "ஒரு தலைவரை மதிப்பிட முக்கியமான அளவுகோல்களில் ஒன்று அவர் ஜனநாயகத்துக்குக் கொடுக்கும் மரியாதை என்று நினைக்கிறேன்" என்கிறார். "நாடு முழுவதிலும் நெருக்கடி நிலை அமலுக்கு வந்த போதிலும் அதைத் தமிழ்நாட்டுக்குள் விடமாட்டேன் என்று கருணாநிதி உறுதியாக எதிர்த்து நின்றது இந்திய அரசியலில் அவருடைய மிக முக்கியமான பங்களிப்புகளில் ஒன்று" என்கிறார் விஜயசங்கர்.

கருணாநிதியின் அரசு கவிழ்க்கப்பட்ட அன்றே போலீஸ் அவருடைய வீட்டிற்கு வந்து மாறன் எங்கே ஸ்டாலின் எங்கே என்று கேட்டது. மாறன் தில்லியில் இருப்பதையும் ஸ்டாலின் பிரச்சாரத்துக்கு மதுராந்தகம் போயிருப்பதையும் கருணாநிதி சொன்னார். அவர்கள் திரும்பியவுடன் அவர்களை போலீஸில் ஒப்படைப்பதாகவும் சொன்னார். அப்படியே ஸ்டாலினும் மாறனும் திரும்பியதும் போலீஸுக்குத் தெரிவித்தார். மாறனும் ஸ்டாலினும் போலீசில் சரணடைந்தார்கள். 500 திமுகவினர் அவர்களுடன் MISA (Maintenance of Internal Securities Act) கீழ் கைதுசெய்யப்பட்டார்கள். "மிசாவின் கீழ் கைதானதில் நீதிமன்றத்தை நாங்கள் அணுக முடியாது. மாறன், மின்சாரத் துறை அமைச்சர் ஆர்காடு வீராசாமியோடு நானும் சிறையில் அடைக்கப்பட்டோம். அத்தோடு ஆயிரக்கணக்கானோரை, நாங்கள் திமுகவின் உறுப்பினர்கள் இல்லை என்று கையெழுத்திடச் சொன்னார்கள். நாங்கள் மறுத்தபோது மூர்க்கமாக அடித்தார்கள். ஆயுள் கைதிகளைக் கொண்டு எங்களை அடிக்கவைத்தார்கள். மூன்று மாதங்களுக்கு இது தினசரி நடந்தது" என்கிறார் ஸ்டாலின். "மகனைத் தனது வாரிசாகக் கருணாநிதி அரசியலுக்குக் கொண்டுவந்தார் என்று தலைவரைக் குற்றம் சாட்டுகிறார்கள் அவரது அரசியல் விரோதிகள். உண்மையில் என்னை அரசியலுக்கு இழுத்தது இந்திரா காந்திதான்" என்று சிரிக்கிறார் ஸ்டாலின்.

சிறையில் அப்படி நடந்த வன்முறைத் தாக்குதலில் திமுக நாடாளுமன்ற உறுப்பினர் சிட்டிபாபு இறந்தார். ஸ்டாலின் அடிபடும்போது அதைத் தடுக்கவந்தார். போலீஸ் புரட்டிப் போட்டுவிட்டது.

ஜஸ்டிஸ் சந்துரு அந்த நாட்களில் வக்கீலாகத் தொழில்புரிய ஆரம்பித்திருந்தார். மனித உரிமை மீறலுக்கு எதிராக மாணவ

நாட்களிலிருந்து குரல் கொடுத்துவந்தவர், ஜெயிலில் இருந்த சிபிஎம் ஆட்களையும் மிசாவில் கைதான ஸ்டாலினையும் மற்றவர்களையும் சந்தித்தார். அவர்களுடைய மோசமான நிலையை ஆவணப்படுத்தி வழக்குப் பதிவு செய்தார். அவர் கொடுத்த ரிப்போர்ட்டின் பெயரில் அவர்களுடைய நிலைமையில் சற்று சௌகர்யம் ஏற்பட்டது. சிபிஎம்முக்குத் திமுகவின் மேல் இருந்த எதிர்ப்பு விலகுவதற்கு நெருக்கடிநிலை உதவிற்று என்கிறார் சந்துரு. "நாட்டின் மற்ற பாகங்களில் நெருக்கடியின் தீவிரம் அதிகமாக இருந்ததால் சிபிஎம் கட்சியின் செயல்பாடுகள் தமிழ்நாட்டில்தான் தொய்வில்லாமல் நடந்தன. நாட்டின் எல்லா எதிர்க்கட்சிகளுக்கும், ஆர்எஸ்எஸ் உள்பட, கருணாநிதியின் மேல் நல்ல அபிப்பிராயம் ஏற்பட்டது."

கருணாநிதி இழந்திருந்த செல்வாக்கை நெருக்கடிநிலை மீட்டு எடுத்து அவருக்கு அகில இந்திய அளவில் புகழையும் தலைவர்களிடையே மதிப்பையும் மரியாதையையும் அளித்தது என்கிறார் சந்துரு. தமிழ் நாட்டிலோ கருணாநிதிக்கு அவமானங்கள் தொடர்ந்தன. ஒரு நாள் அவர் தனது கோபாலபுரம் வீட்டை விட்டுக் கிளம்பும்போது வருவாய்த்துறை அதிகாரிகள் அவரை வழிமறித்து, இந்த வீடு நீங்கள் முதல்வரான பிறகு வாங்கியதா என்று கேட்டார்கள். 'இது 1956இல் வாங்கியது, எம்ஜிஆருக்கு அதுகூடத் தெரியாதா' என்று அவர்களைத் திருப்பிக் கேட்டார் கருணாநிதி. முரசொலி அலுவலகம் சோதனைக்கு உள்ளாக்கப்பட்டது. ஒரு நாள் அவருடைய இரண்டாவது இல்லம் சோதனைக்கு உள்ளானது. அவர் உள்ளே நுழைந்ததும் அவருக்கு நன்கு தெரிந்திருந்த அதிகாரிகள் "நீங்கள் யார்? உங்கள் பெயரென்ன?" என்றார்கள்.

நெருக்கடிநிலை காலகட்டம், போலீசுக்கும் சர்காரியா கமிஷன் விசாரணை, வருமானவரித்துறைக்கும் ஒரு திமிரை ஏற்படுத்தியிருந்தது.

ஆனால் நெருக்கடிநிலை தமிழ்நாட்டில் பெரிய விஷயமாகப் பார்க்கப்படவில்லை என்கிறார் சந்துரு. ஏழை மக்கள் சாமான்யர், போலீஸ் அடக்குமுறைக்குப் பழக்கப்பட்டவர்கள். ஏற்கெனவே எம்ஜிஆர் கூட்டத்துக்குக்கூட்டம் கருணாநிதியின் மேலும் திமுகவினரின் மீதும் குற்றம் சாட்டிவந்ததால் பொதுமக்கள் அவர் சொல்வதை நம்பினார்கள். மக்களிடையே தனக்கு இருந்த வசீகரத்தை எம்ஜிஆர் முழுமையாகப் பயன்படுத்திக்கொண்டார். பெண்கள் அவரைக் கண்டு மயங்கினார்கள் – அவரை மோகித்தார்கள், வெள்ளித்திரையில் அவர் காதல் மன்னனாக, அபலையை ரட்சிக்கும் வீரனாக வருவதைக் கண்டு மானசீகமாகத்

வாஸந்தி

தங்கள் மணாளனாக கற்பனை செய்தார்கள். திராவிட சித்தாந்தங்களை, கருணாநிதி எழுதிய வசனங்களை அவர் திரையில் சொன்னபோது அவை அவருடைய சித்தாந்தங்கள் என்று அவருடைய ஆண் ரசிகர்கள் நினைத்தார்கள். ஆட்சிக்கு வந்ததும் அவரது மனிதாபிமான செயல்கள் பல – மிகவும் சிரமதசையில் இருந்த முன்னாள் காங்கிரஸ் தலைவர் கக்கன் குடும்பத்துக்கு உதவியது, போன்ற பல செயல்கள் அவருக்கு நல்ல பெயரை ஏற்படுத்தின.

முதலில் ஊழலில்லாமல் நடந்த ஆட்சியும் பின்னால் வந்த அவரது ஆட்சிகளும் ஊழலில் ஈடுபட்டாலும் பெரிதும் விளம்பரப்படுத்தப்பட்ட இலவச நலத்திட்டங்கள் அவரது அபிமானிகளிடையே கருணாநிதியைத் தெய்வமாக்கியது. எம்ஜிஆருக்கும் ஒரு வினோத ராசி இருந்தது. தொன்மங்களில் காணப்படும் கதாநாயகப் புருஷன் கர்ணன் கவசகுண்டலத்துடன் பிறந்ததுபோல, எம்ஜிஆருக்கும், அவர்மேல் எந்த குற்றச்சாட்டும் ஒட்டாதபடி ஒரு கவசம் – டெஃப்லான் ப்ளேட் – இருந்தது என்கிறார் ஆர். கண்ணன். கருணாநிதி அவர் மேல் தொடுத்த எந்த ஊழல் புகாரையும் மக்கள் நம்பவில்லை. அரசாட்சியில் எம்ஜிஆர் இரும்புக்கரத்துடன் எதிர்ப்புகளை அடக்கினார் என்பதும் சர்வாதிகாரியாக இருந்தார் என்பதும் பாமரனுக்குத் தெரியவரவில்லை.

"கருணாநிதி ஒரு தீய சக்தி, ஊழல்வாதி என்று எம்ஜிஆரும் பிறகு ஜெயலலிதாவும் விடாமல் சொல்லிச் சொல்லி அதுவே மக்களின் அடி மனத்தில் படிந்துபோயிற்று" என்கிறார் நீதியரசர் சந்துரு. "கருணாநிதி மிகச் சிறந்த நிர்வாகி என்பதில் சந்தேகமில்லை; சமூக நீதியைப் பற்றி உண்மையான அக்கறையுடன் சிந்தித்து பல சட்டத் திருத்தங்களைக் கோரிக்கை வைத்த உடனேயே நிறைவேற்றியவர். எனது அனுபவத்தில் கண்டு சொல்கிறேன். கருணாநிதியின் நிர்வாகத்திறனுடன் எம்ஜிஆரையும் ஜெயலலிதாவையும் ஒப்பிட்டுப்பார்க்க முடியாது."

மார்ச் 21, 1977, நெருக்கடிநிலை முடிவுக்கு வந்தது. ஆனால் கருணாநிதிக்கும் கட்சிக்கும் மேலும் சோதனைகள் காத்திருந்தன. தமிழ்நாட்டு மக்கள் கருணாநிதி நெருக்கடிநிலையை எதிர்த்ததும், ஆட்சி கவிழ்க்கப்பட்டதும் கொள்கை சார்ந்த விஷயமாக நினைக்கவில்லை. நெருக்கடிநிலைப் பிரகடனம் சட்டசாஸன விதிமீறல் என்பதும் திமுகவினரும் வேறு பலரும் சிறையில் அடைக்கப்பட்டு சித்திரவதை செய்யப்பட்டதும் அவர்கள் செவிக்குச் செல்லக்கூட இல்லை, செய்திகள் இருட்டடிப்பு செய்யப்பட்டதால். திமுக அதற்குள் வெகுவாக

பலவீனமடைந்திருந்தது. வடக்கே கருணாநிதி என்பவரின் இருப்பு தெரியவந்து பலரின் பாராட்டுகளைப் பெற்ற நிலையில் தமிழ் நாட்டு மக்களிடையே அப்போது மதிப்பிழந்து போயிருந்தார். திமுகவினரே பலர், நெருக்கடிநிலையின் போது தாங்கள் பட்ட துன்பங்களுக்கு அவர்தான் காரணம் என்று சலித்துக்கொண்டார்கள். எம்ஜிஆர் அணிக்குப் போனார்கள். 1977 தேர்தலை சந்திக்கும் நிலையில் திமுக இருக்கவில்லை. கருணாநிதி மேல் தொடுக்கப்பட்ட ஊழல் புகார்களை விசாரிக்க சர்காரியா கமிஷன் வேறு கழுத்துக்குமேல் தொங்கிய கத்தியாக வந்தது. இந்திராவை எதிர்த்த ஜெயப்பிரகாஷ் நாராயணனின் சோஷலிசக்கொள்கைகளைப் பிரதிபலித்த அகில இந்தியக் கட்சிகள் இணைந்து உருவாக்கிய ஜனதா கட்சியுடன் சேர்ந்து திமுக தேர்தலை சந்தித்தது. அசெம்பிளியில் 48 சீட்டுகளே பெற்றது.

தேர்தலில் மக்கள் எம்ஜிஆர் தலைமையிலான அதிமுகவைத் தேர்ந்தெடுத்தார்கள். 234 சீட்டுகளில் 144 சீட்டுகள் பெற்று எம்ஜிஆர் ஆட்சிக்கு வந்தார். டிசம்பர் 24, 1987இல் அவரது மரணம் வரை அவர்தான் தொடர்ந்து, இடையில் ஆட்சி கலைக்கப்பட்ட சமயம் தவிர்த்து, முதல்வர் இருக்கையில் இருந்தார். 1989 வரை திமுகவால் ஆட்சிக்கு வர முடியவில்லை என்றாலும் எதிர்க்கட்சியாக 13 ஆண்டுகள் சிறப்பாக திமுகவை வழிநடத்தினார் கருணாநிதி. அந்த இடைவெளியில் நெடுஞ் செழியன், அன்பில் தர்மலிங்கம், பண்ருட்டி எஸ். ராமசந்திரன், எஸ். மாதவன் போன்ற சீனியர்கள் கருணாநிதியைவிட்டு விலகி எம்ஜிஆருடன் சேர்ந்துகொண்டாலும், கட்சி உடையவில்லை, கட்டுக்கோப்பாக இருந்தது கருணாநிதியின் தலைமைப் பண்புகளால் என்பதில் ஐயமில்லை.

இரு கட்சிகளையும் இணைக்கும் முயற்சி இருமுறை நடந்தது. இணைப்புக்குத் தயார் என்ற எண்ணத்தை ஏற்படுத்திய எம்ஜிஆர் கடைசியில் மறுத்தது எல்லோருக்கும் வியப்பை அளித்தது. அவரது ரசிகர் மன்றங்கள் அதை எதிர்த்தன என்று பிறகு செய்தி வந்தது. ஆனால் கருணாநிதி மற்றும் எம்ஜிஆர் இருவருமே சக்திவாய்ந்த ஆளுமைகள். முதல்வர் ஸ்தானத்தை, மக்கள் செல்வாக்கை அனுபவித்தவர்கள். அப்படிப்பட்டவர்கள் இணைப்பு என்று வந்தால் ஒருவருக்கு ஒருவர் விட்டுக்கொடுத்து ஒரே இடத்தில் இருப்பது என்பது சாத்தியமில்லாத ஒன்றாக இருந்திருக்கும்.

எம்ஜிஆரை அமைச்சராக்கி பிளவு வராமல் கருணாநிதி சமாளித்திருக்க முயன்றிருந்தாலும் பிளவை காங்கிரஸ் ஏற்படுத்தி யிருக்கும் என்கிறார்கள் திமுகவினர். காங்கிரஸ்தான் பின்னணியில் இருந்தது என்று கருணாநிதி நம்பினார். ஆனால் எம்ஜிஆரின்

வருகை தன்னை அடுத்த 13 ஆண்டுகள் மீண்டும் பதவிக்கு வர முடியாத சூழலை உருவாக்கும் என்று நினைத்திருக்கவில்லை.

சண்முகநாதன் சொல்கிறார். "பதவியில் இருந்தாலும் இல்லாவிட்டலும் காலையில் 4.30 மணிக்கு எழுந்துவிடுவார். நான் 7.30 மணிக்குப் போகிறதுக்குள்ள எல்லா பத்திரிகைகளையும் படிச்சுட்டு, உடற்பயிற்சி முடிச்சு, குளிச்சுட்டு, முரசொலி கடிதம் எழுதி முடிச்சுத் தயாராகிவிடுவார். நாளெல்லாம் வேலை முடிச்சுப் படுக்கப்போக பதினொரு மணி ஆயிரும். அதுக்கப்புறமும் பன்னிரெண்டு மணி வரை எதையாவது வாசிச்சுக்கிட்டு இருப்பார். சட்டமன்றம் அவரைப் பொறுத்த மட்டிலே ரொம்ப முக்கியமான இடம். ஆளும் கட்சியா இருந்தாலும் சரி, எதிர்க்கட்சியா இருந்தாலும் சரி, பள்ளிக்கூட பரிட்சைக்குத் தயாராகிற மாணவன் மாதிரித் தயாராவார். இரவெல்லாம் படிப்பார். அதுவும் பட்ஜெட் சமயம்னா கேட்கவே வேண்டாம் அவர் வேகத்துக்கு ஈடுகொடுக்கத் திணறணும். உரைகளை டிக்டேட் பண்ணும்போது அவருக்குள்ள இன்னொரு ஆள் புகுந்துட்ட மாதிரி இருக்கும் . . . எதிர்க்கட்சித் தலைவரா இருக்கிறப்போ இன்னும் கூடுதல் துடிப்போடும் படைப்பூக்கத்தோடும் இருப்பார்."

"எம்ஜிஆர் மேல அவருக்கு விரோதமில்ல, அன்பு இருந்தது, நான் அதைக் கண்கூடா பார்த்திருக்கேன்" என்கிறார் சண்முகநாதன். "எம்ஜிஆர் மருத்துவமனையிலே இருந்தப்ப 'நானும் பிரார்த்திக்கிறேன்னு' எழுதினாரில்லே, அப்பவே டிக்டேட் செய்யும்போது கண்ணெல்லாம் கலங்கும். எம்ஜிஆர் இறந்த அன்னிக்கு இரவு முழுக்கக் கண்ணீர் வடிச்சார். அரசியல் வேற, அன்பு வேற இல்லே?"

ஆனால் அன்றைய தமிழ்ச் சூழல் அவரை வேறு விதமாகத்தான் கணித்தது.

1978 மே 13ஆம் தேதி அன்று சர்காரியா கமிஷனின் முடிவுகள் வெளியிடப்பட்டன. கமிஷனின் முதல் அறிக்கை கருணாநிதியின் அமைச்சரவை, திமுகவின் லாபத்திற்காக அரசு இயந்திரத்தைத் தவறாகப் பயன்படுத்திக்கொண்டது குற்றம் என்று சொன்னது. கருணாநிதியும் சாதிக் பாட்சாவும் வீராணம் திட்டத்தின் ஆறு கோடி ரூபாய் வீணானதற்கு நேரிடையாகப் பொறுப்பானவர்கள் என்றார் சர்காரியா. இப்போது அதிமுகவில் இணைந்துகொண்டிருந்த ப.உ. சண்முகம் மற்றும் சி.பா. ஆதித்தனையும் குற்றவாளிகள் என்றது கமிஷன். ஆனால் நாவலர் நெடுஞ்செழியன், சத்தியவாணி முத்து, மதுரை முத்து ஆகியோர் மீது எம்ஜிஆர் முன்பு சாட்டப்பெற்ற

குற்றச்சாட்டுகள் கமிஷனால் எடுத்துக்கொள்ளப்படவில்லை. அவர்கள் இப்போது அதிமுகவில் இருந்தார்கள். "அவர்கள் மேல் எம்ஜிஆர் விசாரணை மேற்கொள்ளுவாரா?" என்று கருணாநிதி கேட்டார். "குற்றம் சாட்டப்படி நிரூபிக்கப்பட்டால் நடவடிக்கை எடுப்போம்" என்றார் எம்ஜிஆர்.

அடுத்த இரண்டரை ஆண்டுகளில் வீராணம் திட்டம் முடிவடைந்திருக்கும், ஆனால் திமுகவிற்கு கெட்டபெயர் வர வேண்டும் என்றே செயல்பட முடியாமல் செய்துவிட்டார்கள் என்றார் கருணாநிதி. அவர் லட்சக்கணக்கான ரூபாய் கண்டிராக்டரிடம் லஞ்சம் வாங்கினார் என்ற எம்ஜிஆரின் குற்றச்சாட்டு நிரூபிக்கப்படவில்லை. எல்லா சாட்சிகளும் குறுக்கு விசாரணை செய்யப்பட்டிருந்தால் நிரூபணம் என்று சொல்லப்பட்டவையும் ஒன்றுமில்லாமல் போயிருக்கும். என்றார் கருணாநிதி. மாநிலத்தின் ஜனதா கட்சியின் துணைத் தலைவர் டாக்டர் சந்தோஷம், 'சாட்சிகள் பயமுறுத்தப்பட்டு அவர்களது மனசாட்சிக்கு விரோதமாகச் சொன்ன வாக்குமூலத்தின் அடிப்படையில் சர்காரியா கமிஷனின் தீர்ப்பு இருந்தது' என்கிறார்.

பிறகு தில்லியில் ஒரு அமைப்பு இது தொடர்பாக சர்காரியா கமிஷனில் வழக்காடியபோது, இறுதியாக சர்காரியா கமிஷன், கருணாநிதி லஞ்சம் வாங்கியதற்கான எந்த ஆதாரமும் இல்லை என்று கூறிவிட்டது

நெருக்கடிநிலையைத் திடீரென்று முடிவுக்குக் கொண்டு வந்ததுபோலவே இந்திரா காந்தி தேர்தலையும் அறிவித்தார். காங்கிரஸ் மிக மோசமாகத் தோற்றது. இந்திராவே தோற்றார். ஜனதா ஆட்சி வந்தது. மொரார்ஜி தேசாய் பிரதமரானார். அவர் மீது நம்பிக்கையில்லாத் தீர்மானம் வந்ததில் அவரே ராஜினாமா செய்த பிறகு சௌத்ரி சரண்சிங் பிரதமரானார் பலரின் உதவியுடன். எம்ஜிஆரும் தனது 18 எம்பிக்களின் பலத்துடன் அதில் சேர்ந்தார், அதிமுகவினர் இருவருக்கு மந்திரிப்பதவி கிடைக்கும் என்ற வாக்குறுதியில்.

தமது காரியத்தை சாதித்துக்கொள்ள மத்திய அரசுடனும் பிரதமருடனும் எப்பவும் ஆதரவு நிலை எடுக்க வேண்டும் என்பதில் எம்ஜிஆர் கருத்துடன் இருந்தார்.

ஆனால் அந்த அரசு இரண்டு ஆண்டுக்குள் கவிழ்ந்தது.

1980இல் நடந்த தேர்தலில் இந்திரா காந்தியையும் அவரது காங்கிரஸ் கட்சியையும் மக்கள் மீண்டும் ஆட்சியில் அமர்த்தினார்கள்.

ஆட்சிக்கு வந்ததும் இந்திரா காந்தி தனது பழிவாங்கும் படலத்தில் இறங்கினார். ஜனதா அரசுடன் இணைந்திருந்த மாநில ஆட்சிகளையெல்லாம் கலைத்தார். பிப்ரவரி மாதம் எம்ஜிஆர் அரசை டிஸ்மிஸ் செய்தார். திமுகவுக்கு முரசொலிமாறன் மூலமாக சமிக்ஞை அனுப்பினார். பழசையெல்லாம் மறந்து தோழமைகொள்ள வேண்டும் என்று நெருக்கடிநிலையை வெகு வன்மையாகக் கண்டித்திருந்த கருணாநிதி சறுக்கினார். நெருக்கடிநிலையினால் அவரும் கட்சியும் பட்ட துன்பங்களும் சோதனைகளும், பல தலைவர்கள் அவரை விலகிப்போனதுமாக இன்னும் காயம் ஆறாமல் இருந்த நிலையில் – இதைத் தவிர ஜனதா ஆட்சியின்போது, இந்திரா காந்தி மதுரைக்கு வந்தபோது திமுக கருப்புக்கொடி காண்பித்ததில் ரசாபாசமாகி, இந்திராவைக் கொலை செய்யும் சதிதிட்டமும் திமுக வைத்திருந்ததாகப் பழி வேறு ஏற்பட்டது– கருணாநிதி, தில்லிக்குச் சென்று இந்திராவை சந்தித்துக் கருப்புக்கொடி காண்பித்த சம்பவத்திற்கு மன்னிப்பு கேட்டதாக எதிரிகள் பரிகசித்தார்கள். இந்திரா காந்தியுடன் கூட்டணி வைத்து மீண்டும் ஆட்சிக்கு வரலாம் என்று கருணாநிதி நினைத்தார். மீண்டும் மக்கள் ஆதரவுடன் பிரதமரான இந்திரா காந்திக்கு பலம் அதிகரித்திருந்தது. சர்காரியா கமிஷனின் குற்றச்சாட்டிலிருந்து வெளிவரவே கருணாநிதி சாமர்த்தியமாக இந்திராவுடன் கூட்டணி வைத்துக்கொண்டார் என்றார் சோ. தேர்தல் பிரச்சாரத்தின்போது கருணாநிதி சொன்னார்– 'நேருவின் மகளே வருக, நிலையான ஆட்சி தருக!' அவரை விமர்சித்தவர்களுக்கு அவர் பதில் சொன்னது பலவீனமாக தொனித்தது: இந்திரா காந்தி அவசரகால நெருக்கடிக்காக நாட்டு மக்களிடம் மன்னிப்புக் கேட்டுவிட்டார்! அதனால் ஆதரித்தோம்.

ஆனால் திமுக காங்கிரஸ் கூட்டணி தமிழ்நாட்டில் தோற்றது எம்ஜிஆர் என்ற அசுர சக்தியால்.

அந்தக் காலகட்டத்தில் இலங்கைத் தமிழர் விவகாரம் தமிழ்நாட்டு அரசியல் தலைவர்கள் எல்லோருடைய கவனத்தையும் ஆக்கிரமித்தது. அது தன் காலை சுத்தவிருக்கும் பாம்பாகும், பிற்காலத்தில் தனக்கு அவப்பெயரை ஏற்படுத்தும் என்று கருணாநிதி கொஞ்சமும் நினைத்திருக்கவில்லை

7

இந்தியா சுதந்திரம் அடைந்த பிறகு சுதந்திர வேட்கை தணிந்து பிராந்திய உரிமைகளுக்கான வேட்கை இயல்பாக எழுந்தது. பிராந்தியக் கலாச்சார வரலாறும் அதன் மொழியின் தொன்மையும் சிறப்பும் வெளி உலகப் பார்வைக்கு வந்தன. உணர்வுகளை உசுப்பவல்ல சக்திவாய்ந்த கருப்பொருள்களாக இருந்தன.

தமிழ் மொழி தமிழர்களின் உணர்வோடு சம்பந்தப்பட்டது என்ற எண்ணம் திராவிடக் கட்சிகளின் தலைவர்கள் பேசிய அலங்கார அடுக்குமொழி மேடைப் பேச்சுகளாலும் செவியில் விழுந்த மாத்திரத்தில் மனத்தை சுண்டி இழுக்கும் கோஷங்களினாலும் தமிழ் நாட்டு மக்களிடையே வலுப்பெற்றதுபோலத் தோன்றுகிறது. தமிழுக்கு ஆபத்து என்கிற கற்பனையே பலரைத் தீக்குளிக்கவைக்கும் அளவுக்கு இட்டுச்சென்றதற்கு, அத்தகைய உணர்ச்சியைத் தூண்டும் பேச்சுகளே காரணம் என்றே நினைக்கத் தோன்றுகிறது. அரசியல்வாதிகளுக்கு மொழி ஒரு அரசியல் ஆயுதம். வடமொழி திணிப்பை எதிர்க்கவும் ஒட்டுமொத்த தமிழர்களின் உரிமைக்காகக் குரல் எழுப்பவும் ஆயுதம். தமிழ் மொழி பேசுபவர்கள் எல்லாம், அவர்கள் எங்கிருந்தாலும், கடல் கடந்து அந்நிய நாட்டில், அந்நியப் பிரஜைகளாக இருந்தாலும் அவர்கள் தமிழர்களின் சகோதரர்கள். 'இரத்தத்தின் ரத்தம்'. அவர்கள் படும் துன்பம் நமது உடன்பிறப்புக்கு ஏற்பட்ட துன்பம். அவர்களது கண்ணீரைத் துடைப்பது வெறும் மனிதநேய செயல் மட்டும் இல்லை – நமது கடமை.

இலங்கைத் தமிழர் பிரச்சினையுடன் தமிழ்நாட்டு திராவிடக் கட்சிகள் தம்மை ஈடுபடுத்திக் கொண்டதன் அவசியத்தை இந்தப் பின்னணியில் தான் பார்க்க வேண்டும். எம்ஜிஆர் ஆட்சியின்

ஆரம்பத்திலிருந்தே திமுக, அதிமுகவினரிடையே இருந்த போட்டாபோட்டியில் இலங்கைத் தமிழர் பிரச்சினை முக்கிய அங்கம் வகித்தது. இலங்கைத் தமிழரிடம் காட்டும் அக்கறையில் ஒருவரை ஒருவர் மிஞ்சுவதே நோக்கமாகிவிட்டதுபோல இருந்தது. கருணாநிதி எதிர்க்கட்சித் தலைவராக இருந்ததால் அதிக சுதந்திரத்துடன் மத்திய அரசையும் மாநில அரசையும் சாட முடிந்தது. 1977, ஆகஸ்ட் மாத இறுதியில் இலங்கையில் தமிழர்களுக்கு எதிராக நடந்த வன்முறை பற்றின சேதி வந்ததும் திமுக 24 ஆகஸ்ட் அன்று பேரணி கூட்டி 'சென்னை அடைப்பு' என்றது. எம்ஜிஆர் அரசுக்கு இலங்கையில் நடந்த கொடுமைகளைப் பற்றி அவையில் விவாதிக்க இஷ்டமில்லை என்று கருணாநிதி சரியாகத்தான் சொன்னார். 24ஆம் தேதி காலை பத்தாயிரம் திமுகவினர் இலங்கை டெபுட்டி ஹை கமிஷனரின் அலுவலகத்துக்கு அணிவகுத்துச் சென்றார்கள். ('வங்கக் கடல் அண்ணா சாலையில் நுழைந்ததோ எனத்தகும் பேரணி' என்றார் கருணாநிதி) பேரணி நடைபெற்ற அன்று தமிழக சட்டசபைத் தலைவர் அவையில் இலங்கை அரசின் மீது அதிகாரபூர்வமாக ஒரு கண்டனத் தீர்மானம் கொண்டுவந்தார். இலங்கைத் தமிழர்களுக்கு இழைக்கப்பட்ட கொடுமைகளைக் கண்டித்து, தமிழர்களின் பாதுகாப்புக்கும் அமைதிக்கும் உறுதியளிக்கும் விதமாக இலங்கை அரசு செயல்பட வேண்டும் என்றும் இந்திய மத்திய அரசு அதை இலங்கைக்கு வலியுறுத்த வேண்டுமென்றும் தீர்மானம் கொண்டுவரப்பட்டது. தீர்மானம் கொண்டுவருவதைப் பற்றிய செய்தி பேரணி செல்வதற்கு முன் தங்களுக்குத் தெரிவிக்கப்படவில்லை என்று திமுக தரப்பு சொன்னது. ஆனால் கட்சிக்கொறடாவுக்குத் தெரிந்திராமல் இருந்திருக்காது. பேரணி நடத்திக்காட்டிய திருப்தி கருணாநிதிக்கு. அதிமுகவின் தீர்மானத்துக்குப் பிறகு அதன் கோரிக்கையை ஏற்று மொரார்ஜி தேசாய் தலைமையில் இருந்த மத்திய அரசின் வெளியுறவுத்துறை அமைச்சர் வாஜ்பாயி இலங்கையுடன் தொடர்புகொண்டு தமிழர்களின் நலன் காக்க நடவடிக்கை எடுக்கும்படி வலியுறுத்திக் கேட்டுக்கொண்டார்.

எம்ஜிஆருக்கு மத்திய அரசின் அயலுறவு சார்ந்த விஷயத்தில் விரோதித்துக்கொள்ள விருப்பமில்லை. இலங்கைத் தமிழர்களிடம் கருணாநிதிக்கு அதிக அக்கறை என்று பெயர் வந்துவிடக் கூடாது என்ற எண்ணமும் இருந்தது. அதனால் அவையில் பேரணி தினத்தன்றே கண்டனத் தீர்மானம் கொண்டுவர முடிவு எடுத்தார்.

1981 கோடையில் அந்த பயங்கரச் செய்தி இலங்கையிலிருந்து வந்தது. யாழ்ப்பாணத்தின் புகழ்பெற்ற பொது நூலகம்

தீக்கிரையாக்கப்பட்டது. அதைத் தொடர்ந்து ஒரு வாரம் அங்கு நடந்த வன்முறை வெறியாட்டம் தமிழகத்தை அதிர்ச்சி கொள்ள வைத்தது. அதற்குப் பிறகு எம்ஜிஆரும் கருணாநிதியும் தனித்தனியாக பிரதமர் இந்திரா காந்தியைச் சந்தித்தார்கள். ஆகஸ்ட் 21ஆம் தேதி பிரதமர் இலங்கைத் தமிழர்களைப் பாதுகாக்க வேண்டும் என்று ஏகமனதாகத் தீர்மானம் கொண்டுவரப்பட்டது. திமுகவின் பேரணியை முறியடிக்கும் விதமாக எம்ஜிஆர் செப்டம்பர் 12ஆம் தேதி தமிழகத்தில் முழு அடைப்பு என்று அறிவித்து வெற்றிகரமாகச் செயல்படுத்தினார்.

தனபதி என்ற ஒரு தமிழ்நாட்டுச் சுற்றுலாப் பயணி இலங்கையில் இறந்தது இன்னொரு விஷயமாயிற்று. கருணாநிதி இறந்தவரின் குடும்பத்துக்கு 3000 ரூபாய் உதவித்தொகை அளித்தார். திமுகவினர் சென்னையில் இருந்த இலங்கை ஹை கமிஷன் கட்டிடத்தைத் தாக்கினார்கள். அரசு போட்டிருந்த தடையை எதிர்த்து உண்ணாவிரதம் இருந்த காங்கிரஸ் காரர்களும் கைது செய்யப்பட்டார்கள். ஆனால், அவர்கள் விடுவிக்கப்பட்டார்கள். காங்கிரஸ்காரரை விடுவித்ததுபோலத் திமுகவினர் விடுவிக்கப்படவில்லை. அதைத் தொடர்ந்து தினமும் போராட்டம் நடந்தது. 15 செப்டம்பர் கருணாநிதியும் சேர்ந்துகொண்டார். அவர் செய்வது மக்களின் கவனத்தைத் திருப்ப, சுய விளம்பரத்துக்காக, என்றார் எம்ஜிஆர். அன்று தஞ்சாவூரில் தமிழ்ப் பல்கலைக்கழகத்திற்கு அடிக்கல் நாட்டும் நிகழ்ச்சி இருந்தது. கருணாநிதி கைது செய்யப்பட்டார். திமுகவினர் 7000 பேர் இலங்கைத் தமிழர் பிரச்சினையில் கம்பி எண்ணுவதாகச் சொல்லப்பட்டது. கருணாநிதியின் கைதுக்குப் பின் ஐந்து பேர் தீக்குளித்து இறந்தார்கள். "எம்ஜிஆர் வெறுப்பு அரசியல் நடத்துகிறார்" என்றார் கருணாநிதி. "என்னுடைய கட்சி மட்டுமே கடுமையாக நடத்தப்படுகிறது. அந்தத் தீக்குளிப்புகள் மக்கள் விழித்துக்கொண்டுவிட்டார்கள் என்பதைக் காண்பிக்கிறது. சொந்த காரணங்களுக்காகத் தற்கொலை செய்துகொண்டார்கள் என்கிறார்கள். அதற்கு முன்போ பின்போ இல்லாமல், 15லிருந்து 28ஆம் தேதி வரையிலான தேதிகளை அவர்கள் ஏன் தேர்ந்தெடுக்க வேண்டும்?"

எம்ஜிஆர் தனபதியின் குடும்பத்துக்கு ரூ 25,000 கொடுக்க முன்வந்ததால், அது கருணாநிதி கொடுத்த 3000த்தைத் குடும்பம் திருப்பி அளித்தது.

இலங்கையில் கொழும்பு நகரத்தில் 1983இல் நடந்த இனப்படுகொலை உலகம் முழுவதிலும் அதிர்வலைகளை எழுப்பியது.

ஆகஸ்ட் 11 அன்று கருணாநிதியும் திமுக பொதுச் செயலாளர் அன்பழகனும் சட்டமன்ற உறுப்பினர் பதவிகளை ராஜினாமா செய்தனர். "இலங்கையில் நடைபெற்றுள்ள தமிழ் இனப்படுகொலை குறித்து இதுவரையில் இந்தியப் பேரரசின் தலைமை அமைச்சரோ அல்லது இந்திரா காங்கிரஸ் கட்சியினர் பெரும்பான்மையுள்ள நாடாளுமன்றமோ ஒரு கண்டனத்தையும் அறிவிக்கவில்லை... ராணுவத்தையும் அனுப்பவில்லை. ஐநா சபையின் கவனத்தையும் ஈர்க்கவில்லை... நாங்கள் இருவரும் தமிழ் மக்களின் உணர்வுகளைப் பிரதிபலிக்கும் வகையில் எங்கள் சட்டமன்ற உறுப்பினர் பதவிகளைத் துறந்துவிட்டோமென்பதைத் தெரிவித்துக் கொள்கிறோம்" என்று கருணாநிதி அறிக்கை விட்டார்.

'இலங்கை அரசின் சுதந்திரமும் இறையாண்மையும் சில நபர்களாலும் அமைப்புகளாலும் அச்சுறுத்தப்படுவதால் அப்படிப்பட்ட நடவடிக்கைகளைத் தடுத்து நிறுத்தவும் தண்டனை விதிக்கவும்' இலங்கை நாடாளுமன்றம் சட்டத்திருத்தம் கொண்டுவந்தது.

அது பல வகையில் தமிழர்களுக்கு எதிரானது என்று கருணாநிதி 'அந்தச் சட்டத்தை உங்கள் முன்னால் தீயிடுகிறேன்' என்று அது அச்சிடப்பட்ட காகிதத்தைக் கொளுத்தினார். "இந்தத் தீ பரவட்டும்! தென்னிலங்கையில் இன்று வாடுகின்ற தமிழனுடைய துயரத்தைத் தீர்க்கட்டும்!" என்றார்.

அத்தனை சுலபமான காரியம் இல்லை அது என்று அவருக்கு நிச்சயமாகத் தெரிந்திருக்கும். அரசியலுக்கோ, விளம்பரத்துக்கோ அவரது இருப்பு மக்களின் பார்வையில் இருக்க வேண்டும் என்கிற அடாவடிச் செயல் அது என்று எதிரிகள் சொன்னார்கள். கடலுக்கப்பால் இருந்த தமிழர்களின் துயர் தீரவில்லை. சிங்கள அரசுக்கு அதிக எரிச்சல் ஏற்பட்டது என்பதைத் தவிர ஒரு இலையைக்கூட அசைக்க முடியவில்லை.

1986, மே 4 அன்று, டெசோ மாநாடு கூட்டிய பிறகு நிகழ்ந்த நிகழ்வுகளால் அவருக்கு தமிழ்ப் போராளிகளிடம் ஏற்பட்ட ஏமாற்றம் விரைவிலேயே அவர் பேச்சில் ஒரு முதிர்ச்சியை ஏற்படுத்திற்று. ஈழப்போராளிகளையெல்லாம் ஒருங்கிணைத்து அவர்களது ஒரே நோக்கமான தனித்தமிழ் ஈழத்துக்கோ அல்லது சுயாட்சி முறைக்கு வழிவகுக்கவோ ஒற்றுமையுடன் போராட எடுத்துரைக்கவும், இந்தியா எந்த வகையில் அவர்களது எண்ணம் ஈடேற உதவ முடியும் என்று யோசிக்கவும் கருணாநிதி அனைத்து இந்திய தேசிய பிராந்திய கட்சிகளின் பிரதிநிதிகளைக் கூட்டி மதுரையில் ஈழத்தமிழர் பாதுகாப்பு மாநாடு (TESO- Tamil Ealam

Supporters Organisation) என்ற மாநாட்டைக் குறிப்பிட்ட நாள் அன்று நடத்தினார்.

அதில் ஆந்திர முதல்வர் என்.டி.ராமராவ், அடல் பிஹாரி வாஜ்பாயி, எச் எம் பஹுகுணா, மற்றும் கர்நாடகா, பஞ்சாப், ஜம்மு காஷ்மீர் என்று பல மாநிலத்தலைவர்கள் கலந்துகொண்டார்கள். "இலங்கை அரசைக் கண்டிக்கவும், இந்திய அரசு விஷயத்தைத் தீவிரமாக அணுக வேண்டும் என்று வலியுறுத்தவும் நாமெல்லாம் ஒன்று சேர வேண்டும் என்பது நியாயம்தான். போராளிகள் ஒன்றாக இருக்கிறார்களா?" என்று வாஜ்பாயியும் என்.டி.ஆரும் பகுகுணாவும் மற்றவர்களும் கேட்டார்கள். கருணாநிதி கூட்டத்துக்கு வந்திருந்த போராளிக் குழுத் தலைவர்களைப் பார்த்துச் சொன்னார். "அதைத்தான் நாங்களும் கேட்டுக்கொண்டிருக்கிறோம். தமிழ் ஈழ விடுதலை போராட்ட இயக்கங்களின் பல்வேறு தலைவர்களும், எங்களிடையே பிரிவினை இருந்தாலும்கூட இனி நாங்கள் ஒன்றுபட்டு செயலாற்ற, இந்தக் கலந்துரையாடல் கூட்டத்தில் உறுதிமொழி எடுத்துக்கொள்கிறோம்" என்று சொன்னார்கள். "அந்த உறுதிமொழியை நாங்கள் நம்புகிறோம். அந்த உறுதிமொழி உதட்டளவில் உச்சரிப்பதாக இல்லாமல் நிச்சயமாக உறுதியாக இருப்பார்கள் என்கிற நம்பிக்கை எங்களுக்கு உண்டு".

அவருக்கும் விடுதலைப்புலிகளின் தலைவர் பிரபாகரனுக்கும் நேரிடையான தொடர்பு இருக்கவில்லை. எம்ஜிஆர்தான் எல்டிடிக்கு ஆதரவு தெரிவித்து நான்கு கோடி பணமும் கொடுத்து, பிரபாகரன் கருணாநிதியிடமிருந்து எந்த உதவியும் பெறக் கூடாது என்று சொல்லியிருந்ததால் கருணாநிதி அந்த அமைப்புக்கு உதவ முன்வந்தபோது பிரபாகரன் ஏற்க வில்லை என்று சொல்லப்படுகிறது. அன்று இருந்த மூத்த பத்திரிகையாளர்கள் எல்லோருக்கும் தெரியும், கருணாநிதியின் புலிகள் ஆதரவுப்பேச்சுகள் எல்லாம் அன்றைய மக்களின் உணர்வுகளுக்கு ஏற்பப் பேசிய மேடைப்பேச்சு என்று. இலங்கைத் தமிழர்களிடம் அவருக்குக் கரிசனம் இருந்தது. ஆனால் வன்முறையை ஆதரிக்கவில்லை. முன்னாள் *இந்து நாளிதழ்* ஆசிரியர் என். ராம் சொல்கிறார். "கருணாநிதிக்கு எல்டிடியுடன் நெருக்கம் ஏதும் இருக்கவில்லை. டெலோ தலைவர் சிறீ சபாரத்தினத்தை அவர்கள் கொலை செய்தது அவருக்கு மிகுந்த கோபத்தையும் மன உளைச்சலையும் ஏற்படுத்தியது எல்லோருக்கும் தெரியும்". கருணாநிதி தன்னிடம் அதைப் பற்றி நீண்ட நேரம் பேசியதாக ராம் சொல்கிறார்.

"சிறீ சபாரத்தினத்தை அவர்கள் பிடித்துவைத்திருப்பதாகவும் அவரைக் கொலை செய்யவிருப்பதாகவும் அவருக்கு செய்தி

வந்ததாகச் சொன்னார். அதனால் பிரபாகரனுக்கு நெருக்கமாக இருந்த ஆனால் முடிவு எடுக்கும் அதிகாரம் இல்லாத 'பேபி' சுப்பிரமணியத்தைத் தொடர்புகொண்டு சிறீ சபாரத்தினம் தம்முடைய சகோதரன்போல, சகோதரனைவிட நெருக்கமானவர், அவர் கொல்லப்படக் கூடாது என்று சொன்னதாக கலைஞர் சொன்னார். சபாரத்தினம் குரூரமாகத் துன்புறுத்தப்பட்டுக் கொல்லப்பட்டார் (1986) என்று வந்த செய்தி அவருக்கு அதிர்ச்சியை அளித்தது" என்கிறார் என். ராம்.

டெசோ மாநாட்டுக்குத் தனது அழைப்பில் வந்திருந்த தலைவர்களின் பார்வையில் அவரது மதிப்பு போனதும் மிகுந்த மன வருத்தத்தைக் கருணாநிதிக்கு ஏற்படுத்திற்று. புலிகளை இனி நம்பவே முடியாது என்று உறுதியாயிற்று.

"சபாரத்தினத்தைப் பிரபாகரன் கொன்றது , குற்றம் என்பதைவிட மோசமானது—முட்டாள்தனமான தவறு – blunder அது என்று நான் கலைஞரிடம் சொன்னேன்" என்கிறார் ராம். " எல்டிடியின் முதல் தவறு ஐ.பி.கே.எப் உடன் போர் தொடுத்தது; பிறகு ராஜீவ் காந்தியைக் கொன்றது; இரண்டாவது தவறு மஹிந்த ராஜபக்ஷே ஆட்சிக்கு (2005) வரும்படியான சூழலை உருவாக்கியது".

'அதெப்படிச் சொல்றீங்க?' என்றார் கலைஞர்.

"ஆமாம், மிக நெருக்கமான அதிபர் தேர்தலில், ரனில் விக்ரமசிங்கே ஜெயிக்கக் கூடாது என்று தமிழ் பகுதியில் ஜனங்களைத் தேர்தலை புறக்கணிக்கச் சொன்னார்கள். அப்படித் தேர்தலை அவர்கள் புறக்கணித்ததில் ராஜபக்ஷே ஜெயித்தார். (தேர்தலில் வென்ற ராஜபக்ஷே புலிகளுக்கு எதிரான போரைத் தீவிரமாக்கினார். கடைசியில் புலிகளின் அழிவுக்கும் பிரபாகரனின் மரணத்துக்கும் போர் இட்டுச்சென்றது.)

"அவர்களது இன்னொரு குற்றம், நீங்கள் சொன்ன பின்பும் சிறீ சபாரத்தினத்தைக் குரூரமாகக் கொன்றது."

கருணாநிதியை அதுதான் காயப்படுத்தியது. கோபப் படுத்தியது. "கலைஞர் ஒரு மிதவாதி" என்றார் ராம். "தமிழர்களுக் காகக் குரல் கொடுத்தார். இந்திய தூதுவர்கள் சென்றபோது போர் நிறுத்தம் தேவை என்றார். ஆனால் மத்திய அரசின் அயலுறவு அரசியல் செயல்பாடுகளுக்கு இடையூறு ஏற்படுத்தவில்லை."

திமுகவின் மிகச் சுறுசுறுப்பான உறுப்பினரும் இலங்கைத் தமிழர் பிரச்சினையில் நெடுங்காலமாகத் தன்னை ஈடுபடுத்திக் கொண்டிருப்பவருமான கே.எஸ். ராதாகிருஷ்ணனின் திருமணம்

12.5.1986 அன்று நடந்தது கருணாநிதியின் தலைமையில். பழ. நெடுமாறன், வைகோ, பி. ராமமூர்த்தி போன்ற எல்லா கட்சிகளின் முக்கியத் தலைவர்களும், உயர்நீதிமன்ற நீதிபதிகளும் வந்திருந்ததோடு விடுதலைப்புலி இயக்கத்தலைவர் பிரபாகரனும், பேபி சுப்பிரமணியனும் வந்திருந்தார்கள். அவர்களைக் கண்டு கருணாநிதிக்கு எத்தனைக் கடுப்பாகியிருக்க வேண்டும் என்பதை யூகிப்பது சிரமமில்லை. அமிர்தலிங்கம், சிவசிதம்பரம், ஈழவேந்தன், சந்திரஹாசன் போன்ற வேறு பல இலங்கை ஈழத்தமிழ் தலைவர்களும் இருந்தார்கள்.

அன்று மணமக்களை வாழ்த்திப் பேசிய கருணாநிதி கடைசியில் தெளிவாக, கவனமாக வார்த்தைகளைக் கோர்த்து ஒரு விஷயத்தைக் குறிப்பிட்டார். அவருடைய அரசியல் பார்வை மிக தீர்க்கமாகவும் கண்ணியமாகவும் வெளிப்பட்டது.

"வாழ்த்த வந்திருக்கின்ற ஈழத்துத் தலைவர்களும், போராளிகளும்கூட, மேடையில் இருக்கிற காட்சியினை நான் காண்கிறேன் ... தமிழ்நாட்டு மக்களிடத்திலே வழக்குரைக்க வந்திருக்கிறார்கள். ஆனால் எனக்குள்ள கவலையெல்லாம் வழக்குரைக்க வந்தவர்களே புதிய வழக்குகளை உருவாக்காமல் இருக்க வேண்டும் என்பதுதான். இந்த மணவிழாவில் அமர்ந்து, எதிரில் இருக்கும் ஈழத்தமிழரின் பிரதிநிதிகளைக் காணும்போது ஏதோ ஒரு பளு என்னுடைய உள்ளத்தை அழுத்திக்கொண் டிருக்கிறதென்பதை நான் இங்கே சொல்லாமல் இருக்க முடியாது. நான் மேலும் அதை விளக்க விரும்பவில்லை. உடன்பிறப்பே என்று உங்களையெல்லாம் அழைக்கின்ற நேரத்திலேகூட நான் அண்மையில் இழந்துவிட்ட உடன்பிறப்புகளையெல்லாம்கூட எண்ணிப்பார்த்து கண் கலங்குகிறேன்".

தாங்கள் எதற்காகப் போராடுகிறோம் என்ற குறிக்கோளை மறந்து குரூரமான சகோதர யுத்தத்தில் போராளிகள் இறங்குவதை சூசகமாகக் கண்டித்தார். குறிக்கோளை மறந்து செல்வோரை இனி தமிழகம் தாங்காது என்றார்.

இலங்கை இனப்பிரச்சினைக்குத் தீர்வுகாண விடுதலைப் புலிகளுடன் ஒரு சமாதான உடன்படிக்கை செய்துகொள்ள வேண்டும் என்று அன்றைய பிரதமர் ராஜீவ் காந்தி விரும்பினார். ஒத்துழைப்புக்கு இணங்க வைக்க எம்ஜிஆரின் செல்வாக்கு உதவும் என்று நினைத்தார். எம்ஜிஆரிடமிருந்து பல உதவிகள் பெற்ற பிரபாகரன் அவர் சொல்படி கேட்பார் என்று நினைக்கப்பட்டது. ஆனால் பிரபாகரன் அதற்கு இணங்காமல், பிடிகொடுத்தும் பேசாததால் எம்ஜிஆர் பொறுமை இழந்தார். பிரபாகரனிடம்

இருந்த ஆயுதங்களைப் பறிமுதல் செய்யும்படி காவல்துறை டி.ஜி.பி மோகன் தாஸுக்குச் சொன்னார். பறிமுதல் செய்ததும் பிரபாகரன் உண்ணாவிரதப் போராட்டத்தை ஆரம்பித்தார். கருணாநிதி எம்ஜிஆரின் செயலைக் கண்டித்தார். மத்திய அரசு, எம்ஜிஆர் தங்களை கலந்தாலோசிக்கவில்லை என்றது. எம்ஜிஆர் கலவரப்பட்டு, ஆயுதங்களைத் திருப்பிவிடும்படி மோகன் தாஸுக்குக் கட்டளையிட்டார். போதுமடா சாமி என்று அதற்குப் பிறகு மோகன் தாஸ் விடுப்பில் சென்றார். பிரபாகரன் யாழ்ப்பாணத்துக்குக் கிளம்பிச் சென்றார். அங்கு உள்நாட்டுப்போர் பயங்கரமாகிப் போனது. அதிபர் ஜெயவர்தனேவுக்கு தமிழ்நாட்டு முதல்வரும் அரசியல் தலைவர்களும் போராளிகளுக்கு ஆயுதம் கொடுத்து உதவுவது மிகுந்த கோபத்தை ஏற்படுத்தியிருந்தது. கருணாநிதி ராஜீவ் காந்திக்கு ஒரு எச்சரிக்கை விடுத்தார்.

“இலங்கையில் இனப்படுகொலை நடக்கிறது. அதை அனுமதித்த குற்றச்சாட்டை வரலாறு உங்கள் மேல் சுமத்தும். சைப்ரஸ் போன்ற ஒரு தீர்வை நீங்கள்தான் ஏற்படுத்த வேண்டும்” என்றார். அது இலங்கை அரசை அதிகமாகக் கோபப்படுத்திற்று. இந்திய விமானங்கள் யாழ்ப்பாண மக்களுக்கு 25 டன் உணவுப் பொட்டலங்களை ஆகாயத்திலிருந்து உதிர்த்தன.

இதற்கு ஒரு நீடித்த தீர்வை ஏற்படுத்த வேண்டும் என்ற தீவிரத்துடன் ஜெயவர்த்தனே அரசுடன் இந்தியா ஒரு உடன்படிக்கை மேற்கொண்டது. எம்ஜிஆரும் பேச்சுவார்த்தைக்கு தில்லிக்கு அழைக்கப்பட்டார். மற்ற குழுக்களைப் பற்றி பெரிய பிரச்சினை இருக்கவில்லை. பிரபாகரனை இசைய வைக்கும் பொறுப்பு எம்ஜிஆருடையது என்று நினைக்கப்பட்டது. பிரபாகரன் எந்தப் பேச்சுக்கும் ஒத்துவரவில்லை என்ற ஏமாற்றத்துடன் எம்ஜிஆர் சென்னை திரும்பினார். இருந்தும் மற்றவர்களை வைத்து இந்திய ஸ்ரீலங்கா ஒப்பந்தம் கடைசியில் கையெழுத்தானது. தமிழர்களின் பாதுகாப்புக்காக இந்திய அமைதிப்படை யாழ்ப்பாணத்தில் இருக்கும் என்பது ஒப்பந்தத்தின் மிக நல்ல ஷரத்து என்று எம்ஜிஆர் ஆகஸ்ட் 2 அன்று மெரினாவில் காங்கிரஸ் நடத்திய பேரணியில் சொன்னார். மருத்துவ சிகிச்சைக்காக 5ஆம் தேதி அமெரிக்கா கிளம்பிச்சென்றார். எப்படியாவது பிரபாகரனை ஒப்பந்தத்துக்கு இணங்கச் செய்துவிடுவார் என்று எல்லோரும் நினைத்தது நடக்கவில்லை. அவர் சென்னையில் 25 டிசம்பர் 1987இல் இறந்தபோது “அவர் ஒரு சகோதரனாக இருந்தார்” என்று அறிக்கை விட்டார் பிரபாகரன். “அவருடைய உதவி இல்லாமல் நாங்கள் இந்த அளவுக்கு வளர்ந்திருக்க முடியாது”.

அதற்குப் பிறகு அமைதிப்படைக்கும் விடுதலைப்புலிகளுக்கும் இடையே ஏற்பட்ட விரோதம் இந்திய அரசு எதிர்நோக்காதது. தமிழர்களைக் காக்கச் சென்ற படை புலிகளுடனான போரில் ஈடுபடும் சூழல் வந்து, ராணுவ அத்துமீறல்கள், மக்களின் எதிர்ப்பு என்று திசை மாறிற்று. இந்திய இலங்கை ஒப்பந்தத்தைக் கடுமையாக விமர்சித்த கருணாநிதி, இந்திய ராணுவ ஆக்கிரமிப்பையும் அத்துமீறல்களையும் வன்மையாகக் கண்டித்தார். தமிழர்களைப் பாதுகாக்க ராணுவத்தை அனுப்புங்கள் என்று முன்பு முழங்கியவர், இப்போது அதைத் திரும்பச் சொல்லுங்கள் என்றார். 1989 மக்களவைத் தேர்தலில் ஜனதாதளம் கூட்டணி வெற்றி பெற்று வி.பி.சிங் பிரதமாராகியிருந்தார். இலங்கைக்கு அமைதிப்படையை அனுப்பியதே பெரிய தவறு என்று உணர்ந்த அவர் படையை இந்தியாவுக்குத் திரும்பிவிடப் பணித்தார். அது சென்னை வந்திறங்கியபோது வரவேற்கச் செல்லாமல் புறக்கணித்து அப்போது ஆட்சிக்கு வந்திருந்த கருணாநிதி தமக்கு இந்திய அமைதிப்படை மீது இருந்த கோபத்தை வெளிப்படுத்தினார்.

இருந்தும் சர்வாதிகார சிங்கள அரசினால் இலங்கைத் தமிழர்கள் படும் துன்பத்தைக் களைவதே தங்களின் தலையாய லட்சியம்போல தொடக்கத்திலிருந்து எம்ஜிஆருக்கும் கருணாநிதிக்கும் இடையே நடந்த போட்டா போட்டியும் அப்பட்டமான 'ஈகோ' பிரச்சினையும் சாமான்ய இலங்கைத் தமிழர்களின் வாழ்வில் எந்த மாறுதலையும் ஏற்படுத்தவில்லை. ஆனால் போராளிகளின் நடமாட்டம் தமிழ் நாட்டில் தங்கு தடையில்லாமல் நடந்தது. அரசியல் தலைவர்களின் அரவணைப்பு கிடைத்தது. இதில் விடுதலைப்புலிகளின் இயக்கம் போராட்டம் தங்களது பிடியில் மட்டுமே இருக்க வேண்டும் என்ற எண்ணத்துடன் செயல்பட்டது. சகோதர இனக் குழுக்களை ஒடுக்குவதில் தீவிரமாக இறங்கிற்று. அவர்களது சண்டை சச்சரவுகள் தெருவுக்கு வந்தபோது பொதுமக்களின் ஆதரவு மெல்லக் குறைய ஆரம்பித்தது. திடீரென்று இங்கும் அங்குமாக நாட்டு குண்டுகள் வெடிப்பதாக, மக்களை பீதி கொள்ளச் செய்வதாக போலீஸ் குறிப்புகள் தெரிவித்தன. தீவிரவாதிகள் தில்லியில் ஊடுருவியிருப்பதாகப் புலனாய்வுத்துறை மத்திய அரசிடம் தெரிவிக்க, ஊடுருவிய இலங்கைத் தமிழர்களைக் கண்டறிய மதுரையிலிருந்து போலீஸ் அதிகாரிகள் அழைக்கப்பட்டார்கள்.

கருணாநிதி 1989இல் ஆட்சிக்கு வந்தபோது போராளிகளுடைய எந்த நடவடிக்கைகளைக் கட்டுப்படுத்தாததும், கண்டும் காணாமல் இருந்ததும் அரசியல் காரணத்தால்தான். தான் தமிழினத் தலைவர் என்று காண்பித்துக்கொள்ளும் ஆசை

அவருக்கு இருந்தது. அவருடைய பலவீனம் அது. இலங்கைத் தமிழர்கள் நலன் மேல் இருந்த உண்மையான அக்கறையினால் போராளிக் குழுக்கள் ஆதரிக்கப்பட வேண்டியவர்கள் என்றும் நம்பினார். தமிழகத்தில் அவர்கள் உலவப் பூரண சுதந்திரம் அளித்தார். அவர்களது சண்டை வீதிக்கு வந்து சட்ட ஒழுங்கு சம்பந்தமாக மாறும்போது அதிர்ந்துபோனார். அதுவே அவரது அரசை வீழ்த்தும் காரணியாகிப்போனதும் குழம்பிப்போனார்.

ஜூன் மாதம் 19ஆம் தேதி 1990இல் சென்னை கோடம்பாக்கத்தின் ஒரு அடுக்குமாடி கட்டிடத்தில் பட்டபகலில் EPRLF (Eelam People's Revolutionary Liberation Front) போராளிகள் குழுத்தலைவர் கே. பத்மனாபாவையும் அவருடன் இருந்த 12 கூட்டாளிகளையும் இரண்டு சாமானியர்களையும் விடுதலைப்புலிகள் கொலை செய்த சம்பவம் தமிழகத்தை மட்டுமல்ல, தில்லியையும் உலுக்கிற்று. கொலையாளிகள் சென்னையிலிருந்து வேதாரண்யத்துக்குத் தரை மார்க்கமாகப் பயணித்து யாழ்ப்பாணத்துக்குத் தப்பிப்போனார்கள். அவர்கள் தப்பிக்க திமுக அரசு உதவிற்று என்று குற்றம் சாட்டப்பட்டது.

கருணாநிதி கொலைகளை வன்மையாகக் கண்டித்தார். சட்டம் ஒழுங்கு குலைந்துபோனதற்குப் பொறுப்பேற்று அவர் பதவி விலக வேண்டும் என்று எதிர்க்கட்சிகள் கூக்குரலிட்டன. "நான் ராஜினாமா செய்ய வேண்டும் என்று சொல்பவர்கள், அப்பாவி இலங்கைத் தமிழர்களை தினமும் சுட்டுத்தள்ளும் இலங்கை ராணுவத்திடமிருந்து அவர்களுக்குப் பாதுகாப்பு அளிக்க வேண்டும் என்று கூக்குரலிட்டால் மகிழ்வேன். பிரேமதாசா தமிழர்களின் கோரிக்கையை ஏற்று தனித்தமிழ் ஈழத்திற்கு அரசியல் சாசனத்தில் வழிவகுக்கும்போது, நான் எனது ராஜினாமாவைப் பற்றி யோசிக்கலாம்" என்றார்.

ஆனால் அவை வீம்புக்காகச் சொன்ன வார்த்தைகள். புலிகள் மறுபடியும் நம்பிக்கைதுரோகம் செய்துவிட்டார்கள் என்று மிகக் கோபம் இருந்தது அவருக்கு. அடைக்கலமும் ஆதரவும் நாடி வந்த இடத்தில் தங்களது சண்டையை அண்டை நாட்டில் வந்து நடத்துவது அடாவடித்தனம் என்று மனசு பதைத்தது. அவர்களைக் கண்டித்து அடக்கிவைக்காதது தனது குற்றம் என்று மனசாட்சி உறுத்திற்று.

சில ஆண்டுகளுக்குப் பிறகு ஜெயின் கமிஷன் அறிக்கை விஷயமாக இந்த எழுத்தாளர் அவரை சந்தித்தபோது அவர் சொன்னார் மிகுந்த வருத்ததுடன்: "நான் அவங்களை நம்பினேன் அம்மா" என்றார். "நாங்கள் எல்லோரும் உளப்பூர்வமாக இலங்கைத் தமிழர்கள் பட்ட துன்பங்கள் கண்டு

வருந்தினோம். அவர்களது கஷ்டத்தைப் போக்க நாம்மால ஆன உதவி செய்யணும்னுதான் நினைச்சோம். புலிகள் தலைவர் பிரபாகரனும் பார்க்க அப்பாவியா மென்மையான ஆளாட்டம் தோன்றினார். பத்மநாபா கொலைச் செய்தி வந்ததும், அதுவும் 14 பேர் கண்மூடித்தனமா பட்டப்பகல்லே, பரபரப்பான கோடம்பாக்கத்திலே சுட்டுக்கொல்லப்பட்டதைக் கேட்டு எனக்கு ஏற்பட்ட அதிர்ச்சியைச் சொல்ல வார்த்தை இல்லே. அதிலேர்ந்து அவங்களோட எந்த உறவும் கூடாதுன்னு முடிவு பண்ணேன். பேசவும் இல்லே, பார்க்கவும் இல்லே."

அரசாங்க விஷயத்தில் சிறந்த நிர்வாகி என்று அதிகாரிகள் பாராட்டும் வகையில் பணியாற்றிய அவருக்கு, அவரது நிர்வாகத்துக்கு ஏற்பட்ட மிகப்பெரிய சறுக்கல் அது என்பது அவரை பாதித்திருக்க வேண்டும். அவருக்குப் புலிகளுடன் மிக நெருக்கமான உறவு இருந்ததில்லை. இருந்தும் அவர் அவர்களது செயல்பாடுகளை அதுவரைக் கண்காணிக்காமல் அல்லது கண்டும் காணாததுபோல் இருந்தார் என்பதில் சந்தேகமில்லை. அதுதான் அவரைத் துன்புறுத்திற்று. அது அவர் சொன்ன வார்த்தை களிலும், முகத்தில் வெளிப்பட்ட வருத்தத்திலும் தெரிந்தது.

ஆனால் ஆறு மாதங்கள் கழித்து பிரதமர் சந்திரசேகர் தலைமையில் இருந்த மத்திய அரசு இபிகோ பிரிவு 356 கீழ் கருணாநிதியின் அரசைக் கலைத்தது (30.1.1991). ஜனாதிபதி ஆட்சி அமலுக்கு வந்தது. ஜனாதிபதி ஆட்சிக்கான அவசியத்துக்குக் காரணமாய் அது முன் வைத்த விஷயம்:

'தமிழ் நாட்டில் சட்டம் ஒழுங்கு சீர்குலைந்துவிட்டது. அதைச் சீர் செய்ய திமுக அரசு உரிய நடவடிக்கை எடுக்கத் தவறிவிட்டது. தமிழகத்துக் கரையோரப் பகுதிகளில் ஸ்ரீலங்காவின் தமிழ் தீவிரவாதிகளின் நடமாட்டம் செயல்பாடுகள் தங்கு தடையில்லாமல் நடந்துவந்தன. அவற்றைக் கட்டுப்படுத்துவதில் திமுக அரசு தோல்வியுற்றது அல்லது தயங்கியது. தீவிரவாதிகளைக் கண்டிக்க வேண்டும், கடுமையாக நடவடிக்கை எடுக்க வேண்டும் என்று மத்திய அரசு பலமுறை சொல்லியும் எந்தப் பலனும் இல்லாமல் போயிற்று.'

ஆட்சிக்கலைப்பைத் தமிழ் நாட்டு ஊடகங்கள் வெகுவாக விமர்சித்தன. அதிகப்பட்சமான முடிவு என்றன. திமுகவினர் கருணாநிதியின் வீட்டின் முன் திரண்டு, மத்திய அரசுக்கு எதிராகக் கோஷம் எழுப்பினார்கள். ஆனால் கருணாநிதி ஒரு பெரிய பழி பாவத்திலிருந்து தப்பினார். அடுத்த சில மாதங்களில் மே 21, 1991 அன்று காங்கிரஸ் தலைவர் ராஜீவ் காந்தி, தேர்தல் பிரச்சாரத்துக்குத் தமிழகம் வந்தபோது ஸ்ரீபெரும்புதூரில்

எல்டிடியினரால் படுகொலை செய்யப்பட்டார். அவருடன் 14 அப்பாவி நபர்களும் மனித வெடிகுண்டினால் தாக்கப்பட்டு இறந்தார்கள்.

கருணாநிதிக்கு மிகப்பெரிய அதிர்ச்சியும் துக்கமும் ஏற்பட்டது. பிரபாகரனும் அவருடைய ஆட்களும் இந்த அளவுக்குத் துணிவார்கள் என்று அவர் நினைத்துக்கூடப் பார்த்ததில்லை. இத்தகைய ஒரு செய்கையைப் புலிகள் செய்தது ஏன் என்று விளங்கவில்லை. தமிழகத்தை, தமிழ் மக்களை அவர்கள் மிகக் கேவலமாக அவமதித்துவிட்டதாகக் கோபம் வந்தது. ஆனால் அவருடைய உண்மையான உணர்வுகளையோ வருத்தத்தையோ யாரிடமும் எடுத்துச் சொல்ல முடியாத நிலை அது. ராஜீவ் படுகொலையைக் கண்டு தமிழகம் மொத்தமும் அதிர்ந்தது. அத்தகைய விபரீதம் நடந்ததற்குக் கருணாநிதிதான் காரணம் என்று மக்கள் நினைத்தார்கள். அடுத்து வந்த தேர்தலில் திமுகவை நிராகரித்தார்கள். திமுகவுக்கு இரண்டு தொகுதிகளில் மட்டுமே வெற்றி கிடைத்தது. அவர் அவரது தொகுதியில் வென்றார். தார்மீகக் காரணத்தால் அவை உறுப்பினர் பதவியை அவர் ராஜினாமா செய்தார்.

ராஜீவ் காந்தி படுகொலைக்குப் பின் நியமிக்கப்பட்டப் பிரத்தியேகப் புலன் விசாரணைக்குழு – ஸ்பெஷல் இன்வெஸ்டிகேடிங் டீம் – இயக்குனர் டி.ஆர். கார்த்திகேயன் முதலில் சந்தேகப்பட்டார் திமுக இதில் சம்பந்தப்பட்டிருக்குமோ என்று. ஆனால் விசாரணையின்போதே தெளிவாகிவிட்டது' திமுகவுக்கு இதில் கொஞ்சமும் சம்பந்தமில்லை என்று. ஜஸ்டிஸ் வர்மா கமிஷன் ஒரு கோணத்தை எடுத்து ஆராய்ந்தது. பிறகு பரவலான அணுகுமுறை வேண்டும் என்று ஜெயின் கமிஷன் ஏற்படுத்தப்பட்டது. ஜெயின் ஒட்டுமொத்த தமிழ் மக்களையே குற்றம் சாட்டினார். கருணாநிதியை நேரிடையாகக் குற்றம் சாட்டினார். இந்திய அமைதிப்படைக்கு எதிராக எல்.டி.டி.ஈ போர் தொடுக்க, ஆயுதங்களும் பொருள்களும் பணமும் அனுப்பி உதவியதாகச் சொன்னார். இந்த உதவியெல்லாம் தான் எல்.டி.டி.ஈ தமிழ்நாட்டில் கால் ஊன்றி சதித்திட்டம் போடும் அளவுக்கு சாதகமான சூழலை ஏற்படுத்தித் தந்தது, எல்.டி.டி.ஈ.யின் அடாவடிச்செயல்கள் கண்டும் காணாமல் விடப்பட்டன என்றார் ஜெயின்.

ஜெயின் கமிஷன் அறிக்கை வெளிவந்த சமயத்தில் கருணாநிதியின் அரசு பிரதமர் குஜரால் தலைமையிலான ஐக்கிய முன்னணி அரசுடன் கூட்டணியில் இருந்தது. திமுகவினர் அமைச்சரவையில் இருந்தார்கள். காங்கிரஸ் கட்சி, மைனாரிட்டி ஐக்கிய முன்னணி அரசுக்கு வெளியிலிருந்து

ஆதரவு அளித்தது. கமிஷனின் அறிக்கை வெளிவந்ததும் தில்லி அரசியல் அல்லோலகல்லோலப்பட்டது. திமுக அமைச்சரவை யிலிருந்து விலக வேண்டும் என்று கூக்குரல் ஆரம்பித்தது. கருணாநிதி குழம்பினார். ராஜினாமா செய்தால் குற்றத்தை ஒப்புக்கொள்வதுபோல ஆகும் என்று நினைத்தார். காங்கிரஸ், மத்திய அரசுக்கு சவால் விட்டது – திமுக அமைச்சர்கள் விலகாவிட்டால் தங்கள் ஆதரவை விலக்கிக்கொள்வோம் என்றது. குஜரால் திமுக தானாகவே அமைச்சரவையிலிருந்து வெளியேறும் என்று நான்கு நாட்கள் காத்திருந்தார். அப்படி நடக்காததால் ராஜினாமா செய்தார். அரசு கவிழ்ந்தது.

ஆனால் ஜெயின் கமிஷனின் இறுதி அறிக்கை கருணாநிதியை வசைபாடுபவதை நிறுத்திக்கொண்டது. வினோதமாக வழக்கையே திசை திருப்பிற்று. படுகொலையில் வெளிநாட்டுத் தலையீடு இருக்கலாம் என்று புதிய கோணத்தை முன் வைத்தது. உண்மையில் கருணாநிதியைப் பற்றின குற்றச்சாட்டை நிரூபிக்க வலுவான ஆதாரம் அவரிடம் இருக்கவில்லை.

1996 – 2001, கருணாநிதி ஆட்சியில் இருந்தபோது அவர் இலங்கைத் தமிழர் பிரச்சினையில் தடுமாறுவதுபோல இருந்தது.

தமிழீழ விடுதலைப்புலிகள் இயக்கத்திற்கு விதித்த தடையை இன்னும் இரண்டு ஆண்டுகளுக்கு நீட்டிக்க வேண்டிய கட்டாயத்தில் இருந்த கருணாநிதி முன்னுக்குப்பின் முரணாகப் பேசியது விசித்திரமாக இருந்தது. மத்திய அரசின் கொள்கைக்கு எதிராகப் போக முடியாமல், தனி ஈழம் மலர்வது இந்திய பாதுகாப்புக்கு அச்சுறுத்தல் என்றார். நான்கு நாட்கள் கழித்து, சட்டப்பேரவையில் விடுதலைப்புலிகள் தங்கள் இனத்தினரையே கொல்வதை ஏற்க முடியாது என்றார். எல்.டி.டி.ஈ ஆதரவாளர்களின் எதிர்ப்பு கிளம்பியபோது, பேச்சை மாற்றிக்கொண்டார். இலங்கை அரசு தமிழினப் பிரச்சினைக்கு நிரந்தரத் தீர்வு கொடுக்க தமிழர்களுக்கு அதிக உரிமைகள் வழங்க வேண்டும் அல்லது செக்கோஸ்லாவிய குடியரசில் ஸ்லாவ் மற்றும் செக்குக்கும் இடையே இருந்த அதிகாரப் பங்கீட்டு முறையை பின்பற்ற வேண்டும் என்றார். அவர் தன்னிச்சையாக அயலுறவு விஷயத்தில் அபிப்பிராயம் தெரிவித்தது ஊடகங்களுக்கு வியப்பாக இருந்தது. *தி ஹிண்டு* நாளிதழ் வரலாற்று பார்வை இல்லாமல் அவர் பொறுப்பற்றுப் பேசுவதாகத் தலையங்கம் எழுதிற்று. அந்த விமர்சனத்தை ஏற்கும் மனநிலையில் அவர் இருக்கவில்லை. கருணாநிதிக்கு ஏதோ மனக்குழப்பம் இருந்தது.

அவருடைய குழப்பத்துக்கான காரணத்தை *2000* ஆகஸ்ட் மாதம் இலங்கைக்கு இந்திய ஹை கமிஷனர்

பதவியேற்கச் செல்வதற்கு முன் கருணாநிதியை சந்தித்த கோபால் காந்தி சொல்கிறார். "அவர் முன் இருந்த நிலைமை சிக்கலானது. இந்திய— ஸ்ரீலங்கா உறவு அயல்உறவுக் கொள்கை சம்பந்தமானது. அயல்உறவுக் கொள்கை என்பது மத்திய அரசின் அதிகாரத்துக்குட்பட்டது மட்டுமே என்ற விசயத்தை தமிழ் மக்களுக்குப் புரியவைப்பது முடியாத காரியமாக இருந்தது. ஆனால் அதை வைத்து அவர் அரசியல் செய்யவில்லை என்கிறார் கோபால் காந்தி. கருணாநிதி மிக யதார்த்தமாகப் பேசினார்." யாருக்கும் பிரபாகரன் மனசிலே என்ன இருக்கு என்று தெரியாது. யாருக்குமே நம்ம பக்கத்திலேர்ந்து அவரோட தொடர்பு இல்லே. இருக்கவும் முடியாது. நமக்குத் தெரிஞ்ச அமிர்தலிங்கம் போன்றவர்களெல்லாம் இறந்துவிட்டார்கள். படுகொலை செய்யப்பட்டார்கள். ஆயுதப்போராட்டம் தீர்வு இல்லே. இலங்கை அரசு பிரிவினைக்கு ஒத்துக்கொள்ளாது. பிரபாகரன் அதைக் கைவிடப்போவதில்லை. நாம இருட்டிலே துழாவிக்கிட்டிருக்கோம். ஆனா அங்கே இருக்கிற தமிழர் உரிமைக்காக நாம் தொடர்ந்து குரல் கொடுக்கணும்."

கருணாநிதியின் மேல் தொடுக்கப்பட்ட எந்தக் குற்றச்சாட்டும், சர்காரியா கமிஷனிலிருந்து, ஜெயின் கமிஷன் வரை நிரூபிக்கப் படவில்லை. இருந்தும் அவர்மேல் சுமத்தப்பட்ட களங்கம் அழியவில்லை.

பிரபாகரன் மரணத்துக்குப் பின்னும் அவரை விமர்சிப்பது நிற்கவில்லை. முக்கியமாக, தமிழகத்துத் தமிழ்த் தேசியவாதிகள் கருணாநிதி இலங்கைத் தமிழர் விஷயத்தில் போதிய அக்கறை காண்பிக்கவில்லை என்று குற்றம் சாட்டுகிறார்கள். அங்கு இனப்போர் மிகத் தீவிரமாக பிரபாகரனின் தலைமையில் எல்.டி.டி.ஈ க்கும் இலங்கை அரசுக்கும் நடந்த சமயத்தில் மத்திய அரசின் அமைச்சரவையில் திமுக பங்குபெற்றிருந்த நிலையில் மத்திய அரசுக்குப் போதிய அழுத்தம் கொடுத்து போரை நிறுத்த வழி செய்திருக்கலாம் என்றும் பல்லாயிரம் அப்பாவித் தமிழர்களின் சாவைத் தடுத்திருக்கலாம், முள்ளிவாய்க்கால் கொடூரச் சம்பவத்தைத் தடுத்திருக்கலாம் என்று சொல்கிறார்கள். இது நியாயமற்ற குற்றச்சாட்டு மட்டுமல்ல – நாட்டின் அயலுறவுக் கொள்கை, அது உறவுகொள்ள வேண்டிய நாட்டின் இறையாண்மை, ஆகியவற்றைக் கணக்கில் கொள்ளாமல் – சொல்லப்படும் வரலாற்றுப் பார்வையற்ற குற்றச்சாட்டு.

கருணாநிதி மத்திய அரசுக்கு இலங்கைப்பிரச்சினைக்குத் தீர்வுகாண வேண்டிய அவசியத்தை முன்னிறுத்தியபோது அன்றைய மத்திய ஐக்கிய முன்னணி அரசு அதன்

முக்கியத்துவத்தை உணர்ந்து இலங்கை அரசுடனும் நார்வே போன்ற நாடுகளின் மனித உரிமைக்காவல் அமைப்புகளின் பிரதிநிதிகளுடனும் கூடிப்பேசி இலங்கை இனப்போருக்கு முடிவு கொண்டுவரும் எண்ணத்துடன் பிரபாகரன் சரண் அடைந்தால், பிரபாகரனுக்கும் அவரது குடும்பத்துக்கும் ஒரு பாதுகாப்பான ஏற்பாட்டைச் செய்யும் முயற்சியில் ஈடுபட்டது. ப. சிதம்பரம் கருணாநிதியை சந்தித்துப் பேசினார். ஆனால் பிரபாகரன் – எல்.டி.டி.ஈ மிகவும் பலவீனப்பட்டுவிட்ட நிலையிலும்– இந்த ஏற்பாட்டுக்கு இசையவில்லை. இசைந்திருந்தால் போர் நின்றிருக்கும். ஆயிரக்கணக்கான உயிர் பலியாகியிருக்காது. அவருடன் அவரது குடும்பமும் பிழைத்திருக்கும்.

சரணடைவது தனக்கு அவமானம் என்று பிரபாகரன் நினைத்திருப்பார். 'இவையெல்லாம் classified ரகசிய தகவல்கள் என்பதால் கருணாநிதி அதை எந்தக் காலகட்டத்திலும் வெளியில் சொல்லவில்லை. ஒரு மாநில முதல்வர் என்ற முறையில் ரகசியக்காப்புப் பிரமாணம் எடுத்திருந்ததற்குக் கட்டுப்பட்டார்'. என்கிறார் விடுதலைச் சிறுத்தைகளின் செய்தித் தொடர்பாளர் ரவிக்குமார். "பிரபாகரன் கருணாநிதியின் பேச்சைக் கேட்டிருந்தால் அத்தனை விபரீதம் நடந்தே இருக்காது" என்கிறார் காங்கிரஸ் உறுப்பினர் பீட்டர் அல்ஃபோன்ஸ். இலங்கையில் *2008–2009*இல் இனப்போர் தீவிரமானது. *2009* பிப்ரவரி *3* அன்று திமுக செயற்குழு கூட்டத்தில் கருணாநிதி திரும்பவும் தெளிவாகச் சொன்னார்.

"இப்போதும் இலங்கையில் படுகொலை தொடர்கிறது. தமிழகத் தலைவர்கள் தங்களைப் பாதுகாப்பார்கள் என்ற அபயக்குரல் அங்கிருந்து வருகிறது. அவர்களை நாம் காப்பாற்றியாக வேண்டும். ஆனால் ஆயுதங்களைக் கொண்டோ ராணுவத்தைக் கொண்டோ நாம் தீர்வுகாண முடியாது. தமிழர்களின் சக்தி மூலம் ஜனநாயகரீதியில்தான் தீர்வுகாண முடியும்."

இலங்கையில் *2009* மத்தியில் இனப்போர் தீவிரமானது. ராஜபக்ச அரசின் ராணுவத்தாக்குதலில் எல்.டி.டி.ஈ தலைவர் பிரபாகரன் மரணமடைந்தார். *(18.5.2009)* மிகவும் நலிந்துபோன புலிகள் சேனை ஒழிக்கப்பட்டது. அந்தத் தாக்குதலினால் ஆயிரக்கணக்கான அப்பாவி மக்கள் கொல்லப்பட்டார்கள். முள்ளிவாய்க்கால் தாக்குதல் சேதி வந்ததும் அதிர்ந்து வருந்திய கருணாநிதி அண்ணா சமாதியில் உண்ணாவிரதம் மேற்கொண்டார். வயது 84 அப்போது. மத்திய அரசு கவலைப்பட்டது. போர் முடிவிற்கு வந்துவிட்டது,

உண்ணாவிரதத்தை முடித்துக்கொள்ளுங்கள் என்று பாதுகாப்பு அமைச்சர் பிரணாப் முகர்ஜி போன் செய்தார். அதற்குப் பிறகே கருணாநிதி எழுந்தார். அரை நாள் உண்ணாவிரதம் இருந்த கருணாநிதி என்று தமிழ் தேசிய அமைப்புகளும், ஜெயலலிதாவும் பரிகாசம் செய்தார்கள்.

"இலங்கைத் தமிழர் விவகாரம் வெவ்வேறு காலகட்டத்திலே அவரைக் கடுமையா பாதிச்சாலும், இறுதிப்போர் நடந்தப்போ தவிச்சுப்போனார்" என்கிறார் கருணாநிதியின் நிழல்போல இருந்த அவரது உதவியாளர் சண்முகநாதன். "ராஜினாமா செஞ்சுடலாம்னு கூட அப்போ முடிவெடுத்தார். "வேண்டாம்னு" பலர் அதைத் தடுத்தாங்க. இப்ப பதவியிலேயும் கூட்டணியிலேயுமிருந்து கொடுக்கிற அழுத்தத்தைக்கூட வெளியே போயிட்டா இலங்கைக்குக் கொடுக்க முடியாது. இலங்கைத் தமிழர்களுக்குப் பேச ஆள் இல்லாமெ போயிடும்னு சொன்னாங்க. சிதம்பரம், பிரணாப் முகர்ஜி உறுதியா பேசினதால்தான் நம்பி உண்ணாவிரதத்தை நிறுத்தினார். ஆனா, எல்லாம் கைமீறிப்போனதையும் பல்லாயிரக்கணக்கானோர் உயிரிழந்ததையும் பார்த்தப்போ துடிச்சுப்போனார். பிரபாகரன் இறந்த சேதி வந்தன்னிக்கு உடைஞ்சு போயிட்டார்" என்று நினைவுகூர்ந்தார் சண்முகநாதன்.

கருணாநிதியின் ஆட்சிக் காலகட்டம் நெடுகிலும் அவருக்கு மிக நெருக்கமான அதிகாரிகள் வட்டத்தில் இருந்த ராஜமாணிக்கம் ஐஏஎஸ், இதே கருத்தை ஊர்ஜிதப்படுத்துகிறார். "உண்ணாவிரதத்தின் போது பிரணாப் முகர்ஜி, ப. சிதம்பரம் இருவரும் அவரிடம், "இலங்கை அதிபர் ராஜபக்சயுடன் நேரடியாகப் பேசிவிட்டோம். அழிவை ஏற்படுத்தும் எந்த ஆயுதத்தையும் பயன்படுத்த மாட்டோம் என்று அவர் உறுதியளித்துள்ளார். இலங்கை அரசு தாக்குதலை நிறுத்திவிட்டது" என்று உறுதியாகப் பேசினார்கள். பிரதமருக்கு அடுத்த நிலையில் இருந்த இரு அமைச்சர்கள். அவர்கள் சொல்வதை எப்படி நம்பாமல் இருக்க முடியும்? இதை நம்பித்தான் அவர் உண்ணாவிரதத்தை முடிவுக்குக் கொண்டுவந்தார். ஆனால், அதற்குப் பிறகு நடந்த கதைகள் வேறு. காங்கிரஸார் அப்புறம் சொன்னார்கள், "நாங்கள் சொல்லியும் இலங்கை கேட்கவில்லை" என்று.

இந்தியா சொல்லி இலங்கை கேட்கும் என்று எதிர்பார்ப்பதும் நடைமுறைக்கு முரணானது. இனப்போரினால் இலங்கை மக்கள் 26 வருஷங்களுக்கு மேல் துன்பத்தை அனுபவித்தார்கள். அந்தத் துன்பத்துக்குக்குக் காரணமானவர்கள் விடுதலைப்புலிகள்

என்கிற கோபம் சாமான்ய மக்களை ஆட்கொண்டிருந்தது. இலங்கை அரசியலில் மிக வலுவான செல்வாக்குக் கொண்ட பௌத்த அமைப்புகள் புலிகள் ஒழிக்கப்பட வேண்டும் என்று முழங்கிவந்தன. ராஜபக்சவுக்கு அவர்களுடைய ஆதரவும், போரை முடிவிற்குக் கொண்டுவருவதும் அவசியமான தேவையாகவும் இருந்தன. புலிகளை ஒழித்தால் அடுத்த தேர்தலில் அவருக்கு வெற்றி நிச்சயம்.

சமீபத்தில் இந்தியா வந்திருந்த ராஜபக்ச தந்தி தொலைக்காட்சிக்கு அளித்த பேட்டியில் மிகத் தெளிவாகச் சொன்னார். 'இலங்கையின் இனப்போரில் எங்களுக்கு ஆதரவாகப் பல நாடுகள் இருந்தன, இந்தியாவும் அதில் ஒன்று.' போர் நிறுத்தம் பற்றி இந்தியா அழுத்தம் கொடுத்ததா என்ற கேள்விக்கு "நாங்கள் இந்திய அரசிடம் தெளிவாகச் சொன்னோம் "எல்.டி.டி.ஈ ஷ¬ட் கோ" (ஒழியணும்) என்று. அவர்கள் கனரக ஆயுதங்களை உபயோகிக்காதீர்கள் என்று கேட்டுக்கொண்டார்கள். நாங்கள் உபயோகிக்கவில்லை" என்றார். கனரக ஆயுதம் உபயோகிக்காமல் அந்தக் கடும் போர் முடிவுக்கு வந்திருக்குமா என்பது சந்தேகம்.

இந்தியா கனரக ஆயுதங்களைக் கொடுத்ததாக ராஜபக்ச சொல்லவில்லை.

அவர் மேலும் சொன்னார். "சமாதானப் பகுதிக்கு ஓடிவர முயன்ற மக்களைப் புலிகள் தடுத்தார்கள். அவர்களைக் கேடயமாக உபயோகித்தார்கள். அதில் பல பேர் உயிரிழந்தார்கள். யுத்தத்தில் மனித உயிர் சேதம் இருக்கும். நான் மறுக்கவில்லை. ஆனால் பிரபாகரனும் மற்றவர்களும் உயிரோடு இருந்திருந்தால் இன்னும் அதிகமாக அப்பாவி மக்கள் இறந்திருப்பார்கள்."

இலங்கை ராணுவம் நடத்திய கொடூரத் தாக்குதலில் லட்சக்கணக்கான அப்பாவித் தமிழர் இறந்ததும், நடந்த மிகப்பெரிய மனித உரிமைமீறலும் இலங்கை வரலாற்றில் நிரந்தரமான கறையை ஏற்படுத்தியிருக்கும் அராஜகம். சர்வதேச சபையில் வைத்துக்கேள்வி கேட்கப்பட வேண்டிய விஷயம். அதில் சற்றும் சந்தேகமில்லை.

ஆனால் போரில் இலங்கை ஐக்கிய தேசியக் கட்சியின் தலைவரும், அன்றைய இலங்கை எதிர்க்கட்சித் தலைவரும், முன்னாள் பிரதமருமான ரனில் விக்கிரமசிங்கே 18.11.2009 தேதியிட்ட நக்கீரன் வார இதழுக்கு அளித்த பேட்டியில், "இந்தப் போரின் விளைவுகளுக்கு ஒரு வகையில் பிரபாகரனும் காரணம்" என்றார். "தமிழர்களின் பிரச்சினைக்கு அரசியல் தீர்வு காண வேண்டிய முயற்சி நடந்தபோதெல்லாம் அதனைத்

தவிர்த்துவந்தார் பிரபாகரன். 2003இல் நடந்த அமைதி பேச்சுவார்த்தையிலிருந்து தானாகவே வெளியேறினார். 2005இல் டோக்கியோவில் நடந்த பேச்சுவார்த்தையிலும் தமிழர்களின் கோரிக்கைகள் என்னவென்பதைத் தெரிவிக்காமலே இழுத்தடித்தார். இறுதியில் அதில் கலந்துகொள்வதைத் தவிர்த்தார். மேலும் 2005இல் நடந்த அதிபர் தேர்தலில், தமிழர்கள் வாக்கெடுப்பில் கலந்து கொள்ளாமல் பிரபாகரன் தமிழ் மக்கள் தேர்தலைப் புறக்கணிக்கச் செய்தார். அவர்கள் தேர்தலில் தங்கள் பங்களிப்பைச் செய்திருந்தால் தமிழர்களின் மனநிலை என்னவென்பதை அறிந்துகொள்ள முடிந்திருக்கும். அந்த ஜனநாயக வாய்ப்பைத் தமிழ் மக்களுக்குத் தர பிரபாகரன் தவறிவிட்டார்."

'பிரபாகரன் தமிழ் மக்களின் எதிர்கால கணிப்போடு செயல்படவில்லை' என்று கருணாநிதி சொன்னதில் உண்மை இருந்தது. பிரபாகரன் ஜனநாயகத் தீர்வுக்கு இணங்க விரும்ப வில்லை. தீவிரத்துடன் விடுதலைப்போரில் ஈடுபட்ட சகோதர இயக்கங்களை அழித்தார். பல தலைவர்களை, அவர்களை ஆரம்பத்தில் ஆதரித்த மிதவாதி அமிர்தலிங்கம், யோகேஸ்வரன் உள்பட பலரைப் பலியாக்கினார். தம் இயக்கத்தில் இருந்த சேர்ந்த மாத்தையாவிற்கு மரணதண்டனை விதித்தார். விடுதலைப்புலிகளுக்கு சற்றும் இரக்கமற்ற பயங்கரவாதிகள் என்று பெயர் வந்தது.

நவம்பர் 18, 2009 தேதியிட்ட *முரசொலி*யில் கருணாநிதி எழுதினார்: 'இப்படிச் சகோதர யுத்தம் காரணமாக – நம்மை நாமே கொன்று குவித்துக்கொண்டது மாத்திரமல்ல, முறையாகத் திட்டமிட்டு நடவடிக்கை மேற்கொள்ளத் தவறிய காரணத்தால் – நம்முடைய பலத்தையும் மாற்றாரின் பலத்தையும் துல்லியமாகக் கணிக்காத காரணத்தால்– நம்முடைய தமிழ் மக்கள் எத்தனை பேர் மாற்றாரின் தாக்குதலுக்கு உள்ளாகி தங்கள் உயிரை இழக்க நேரிட்டது?... 2005ஆம் ஆண்டு நடைபெற்ற தேர்தலில், இலங்கையின் ஐந்தாவது நபராக, பிரதமராக இருந்த ராஜபக்ச வெற்றி பெற்றார். சுமார் 1 லட்சத்து 81 ஆயிரம் வாக்குகள் வித்தியாசத்தில் ரனில் விக்ரமசிங்கே தோல்வி அடைந்தார். ஏறத்தாழ ஏழு லட்சம் தமிழ் வாக்காளர்கள் (புலிகளின் கட்டளைப்படி) தேர்தலைப் புறக்கணித்ததால் வாக்களிக்கவில்லை. புலிகள் அன்று எடுத்த முடிவின் விளைவுகள் எப்படி ஆயின; எங்கே போய் முடிந்தன என்பதை எண்ணிப்பார்த்து நாம் மௌனமாக அழுவது யார் காதிலே விழப்போகிறது? நம்முடைய மௌன வலி யாருக்குத் தெரியப்போகிறது?"

இந்த உணர்ச்சி மேலிட்ட வார்த்தைகளுக்கு ஊடாகக் கருணாநிதியின் பரிதவிப்பு வெளிப்பட்டது. அவரைத் தமிழ்நாட்டில் தமிழ் தேசியவாதிகள் தமிழரின் விரோதி என்று சொல்ல ஆரம்பித்தது ஆழமான காயத்தை ஏற்படுத்திற்று. தனக்கு அப்படி ஒரு இழிசொல் கிடைக்கும் என்று அவர் நினைத்துக்கூடப் பார்த்ததில்லை. அதுவரை அவர் பட்டிருந்த எல்லா அவமானங்களைவிட இது மிகப்பெரிய அவமானமாக இருந்தது.

போர்கால மனித உரிமை மீறலுக்காக இலங்கை அரசு தண்டிக்கப்பட வேண்டும், விசாரணை செய்யப்பட வேண்டும் என்ற கோரிக்கையை ஐநா சபையில் வைக்க வேண்டும் என்று மன்மோகன் சிங் அரசிற்கு திமுக அழுத்தம் கொடுத்து அது ஐநா சபைக்குச் சென்றது. அதை அமெரிக்காவும் ஆதரித்தது திமுகவுக்குக் கிடைத்த வெற்றியாகத் தோன்றிற்று.

2012இல் அவருக்கு 88 வயதாகியிருந்தது. உடல் தளர்ந்திருந்தது. எத்தனையோ போர்க் களங்களைப் பார்த்தவருக்கு இலங்கைப் பிரச்சினையை நினைக்கும்போதெல்லாம் மனசு நெகிழ்ந்துபோயிற்று. தான் தோற்றுப்போனோம் என்று விசனமேற்பட்டது. ஒரு நிருபர் 'இதுவரை உங்களது நிறைவேறாத ஆசை என்ன?' என்று கேட்டதற்கு "தனி ஈழம்" என்றார். "அதைத் தமிழ் மக்களே தீர்மானிக்கும்படி பொது வாக்கெடுப்பு நடக்க வேண்டும்" என்றார்.

இலங்கை அரசு அதைக் கடுமையாகக் கண்டித்தது. விஷமமான பேச்சு என்றது.

தமிழக மக்கள் கருணாநிதியின் பேச்சை கவனிக்கவே இல்லை. ஒரு பொருட்டாகவும் எடுத்துக்கொள்ளவில்லை. தன்னை விமர்சிப்பவர்களின் சமாதானத்துக்குச் சொன்ன வார்த்தைகள்போல இருந்தது.

இலங்கைப் பிரச்சினை தமிழகத்துத் தேர்தல் முடிவுகளைத் தீர்மானிக்கும் விஷயமாக என்றும் இருந்ததில்லை என்பதுதான் உண்மை.

ராஜபக்சயின் கீழ் இலங்கை அரசின் ராணுவத்தாக்குதலில் எல்.டி.டி.ஈ தலைவர் பிரபாகரனின் மரணமும், புலிகள் சேனை ஒழிக்கப்பட்டதும், அந்தத் தாக்குதலினால் ஆயிரக்கணக்கான அப்பாவி மக்கள் கொல்லப்பட்டதும் உலக வரலாற்றில் பதிவாகிப்போன பயங்கரவாதப் போரின் அத்தியாயம்.

8

எம்ஜிஆர் தனக்குப் பின் கட்சியை யார் நடத்துவார்கள், முதல்வர் நாற்காலியில் யார் உட்காருவார்கள் என்று கவலைப்பட்டதாகத் தெரியவில்லை. அவர் அஇஅதிமுகவை ஆரம்பித்தது கருணாநிதியை எதிர்க்க. தனது வாழ்நாளில் கருணாநிதி தலை நிமிர முடியாமல் செய்ததே அவரது மிகப்பெரிய தாக்கம். அவருக்குப் பின் கட்சியும் ஆட்சியும் எக்கேடு கெட்டுப்போனாலும் அவருக்கு அக்கறை இல்லை என்று நினைத்தவர் போல கண்ணை மூடினார். அவருக்கு உண்மையிலேயே ஜெயலலிதாவின் திறமையில் நம்பிக்கை இருந்தது. ஆனால் ஆட்சிப்பொறுப்பை ஒருநாள் ஏற்பார், ஆனானப்பட்ட சாணக்கியரான திமுக தலைவர் கருணாநிதிக்குப் போட்டியாக ஒரு மாபெரும் சக்தியாக உருவாவார் என்று நிச்சயமாக நினைத்திருக்க மாட்டார். அவருடைய கட்சியைச் சேர்ந்த ஆர்.எம்.வீ, எஸ்.டி. சோமசுந்தரம் போன்றவர்கள் ஜெயலலிதாவுக்கு இம்மியளவும் இடம் கொடுக்கக் கூடாது என்று கங்கணம் கட்டிக்கொண்டிருந்தார்கள். அவருடனான தொடர்பையே வெகு சாகசத்துடன், சாதுர்யத்துடன் துண்டித்தார்கள். உடம்பு முழுவதும் வலுவிழந்து போன நிலையில் எம்ஜிஆர் தனது மரணம் சமீபித்துவிட்டதென்கிற உணர்வின் பீதியில் உறைந்திருந்தார். அஇஅதிமுகவின் இளைஞர்களிலும் பெரும்பாலானவர்கள் ஜெயலலிதாவைக் கட்சி யிலிருந்து அப்புறப்படுத்த வேண்டும் என்பதில் தீவிரமாக இருந்தார்கள். அதில் முக்கியமானவர்,

பிறகு திமுகவில் இணைந்த கே.பி. ராமலிங்கம். ஜெயலலிதாவின் மேல் தனக்கு வெறுப்பு இருந்ததைக் கூச்சமில்லாமல் சொல்கிறார்.

"எம்ஜிஆர் சவ ஊர்வலத்தின்போது திறந்த டிரக்கிலே ஏறப்பாத்த அந்த அம்மாவை நான்தான் கீழே தள்ளிவிட்டேன்."

எம்ஜிஆர் ஆட்சிபுரிந்த காலத்தில் ராமலிங்கத்தின் வெளிப்படையான ஜெயலலிதா எதிர்ப்பை கவனித்திருந்த கருணாநிதி ஒருமுறை ரயில் பயணத்தில் எதேச்சையாக அவரைச் சந்தித்தபோது, 'உங்க கட்சித்தலைவர் ஆதரிக்கிற ஒருத்தருக்கு அத்தனை வெளிப்படையா எதிர்ப்பு தெரிவிக்கிறது வளர வேண்டிய இளம் அரசியல்வாதிக்கு நல்லதில்லே' என்று சொன்னார் என்று நினைவுகூறுகிறார் ராமலிங்கம். அன்று அவர் சொன்னதை ஏற்காமல் போனாலும், எதிர்கட்சியைச் சேர்ந்தவனாக இருந்தபோதும், தனது எதிர்காலத்தைப் பற்றின கரிசனத்துடன் கருணாநிதி தன்னிடம் சொன்னது தன்னைப் பின்னாட்களில் (ஜெயலலிதா ஆட்சிக்கு வந்ததும்) திமுகவில் சேர வைத்தது என்கிறார்.

ஜெயலலிதா அரசியலில் ஒரு வலுவான சக்தியாக வருவார் என்று கருணாநிதி நிச்சயமாக நினைத்திருக்க மாட்டார். ஒரு முன்னாள் நடிகை, பார்ப்பன வகுப்பைச் சேர்ந்தவர், முக்கியமாக ஒரு பெண். ஆண் ஆதிக்கம் கொண்ட தமிழக அரசியலில், பிராமண துவேஷத்தை முன்வைத்துப் பிறந்த திராவிட இயக்கத்தின் கிளையாக வந்த ஒரு கட்சியின் தலைவியாக வருவதா? நல்லக் கட்டுக்கதையாக இருக்கும் அது. திராவிட இயக்கத்தோடு வளர்ந்து, பல போராட்டக்களங்களில் பங்கு பெற்று புடம் போட்ட தங்கம்போல திமுகவின் தலைவர் ஸ்தானத்தில் அமர்ந்த கருணாநிதிக்கு நேற்று வந்த முன்னாள் நடிகை, அதுவும் எம்ஜிஆரின் ஆதரவுடன் மட்டுமே அதிமுகவின் கொள்கைப்பரப்புச் செயலாளராக வந்த ஒரு பெண், எப்படி அச்சுறுத்தலாக இருக்க முடியும்? நம்பக்கூடிய கற்பனையா அது?

கருணாநிதியின் அரசியல் வாழ்வில் நிகழ்ந்த மிகப்பெரிய நகைமுரண் அது. தமிழக வரலாற்றில் நடந்த அந்த இருவருக்குமான சமனற்ற போட்டி இதிகாசப்போர் நிலையை எட்டியது. அத்தகைய போரில் தலைவர்கள் அமானுஷ்ய வல்லமை பெற்றவர்களாகச் சித்தரிக்கப்பட வேண்டிய அவசியம் ஏற்பட்டது. தொண்டர்களை ஊக்குவிக்கத் தலைவர்கள் அதீதமாகப் புகழப்படும் தொண்டர் படைக் கலாச்சாரம் இயல்பாகப் பிறந்தது. தொன்மங்களின் ஆளுமைகளாக அவர்கள் மாறினார்கள். அதில் ஜெயலலிதாவுக்கே பிரதான ஸ்தானம். தொண்டனுக்கு தெய்வமானார். மீனாட்சி, காமாட்சி, துர்கை, மாசில்லா கன்னிகை மேரியாகக்கூட. அவர்

சிறையில் இருந்தபோதும் நோய்வாய்பட்டபோதும் தமிழகத்துக் கோவில்களுக்கும் கடவுள்களுக்கும் அடித்தது யோகம். அமைச்சர்கள் பிரகாரங்களைச் சுற்றி அங்கப்பிரதட்சணம் செய்தார்கள். உண்ணாநோன்பு இருந்தார்கள், விசேஷ பூஜை மழைபொழிந்ததில் தெய்வங்கள் திணறிப்போயின. திராவிடச் சித்தாந்தம் முழுமையாக நீர்த்துப்போனது.

எம்ஜிஆர் இறந்ததும் அஇஅதிமுக உடைந்தது – எம்ஜிஆரின் மனைவி ஜானகி அணி மற்றும் ஜெயலலிதா அணி என்று. கட்சித் தலைவர்கள் ஜெயலலிதாவை எதிர்த்தாலும் கட்சித் தொண்டர்கள், அவர் கொள்கைப்பரப்புச் செயலாளராக இருந்த காலத்திலிருந்து விசுவாசமாக இருந்தார்கள்.

ஜானகியை ஆர்.எம்.வீ குழு அவசரமாக ஆட்சியில் அமர்த்திற்று. ஆனால் மூன்று வாரங்களுக்குள் நம்பிக்கை வாக்குப் பெற வேண்டும் என்று ஆளுநர் சுந்தர் லால் குரானா சொன்னார். நம்பிக்கை வாக்கெடுப்பன்று நேர்ந்த அசிங்கமான அமளியில் அவை கலைக்கப்பட்டு ஜனாதிபதி ஆட்சி அமலுக்கு வந்தது. ஆறு மாதங்களுக்குப் பிறகு மீண்டும் ஆறு மாதங்களுக்கு நீட்டிக்கப்பட்டு பொதுத்தேர்தலுடன் சேர்ந்து மாநிலத் தேர்தல் வந்தது. அதில் எதிர்பார்த்தபடியே கருணாநிதியின் தலைமையில் திமுக ஆட்சிக்கு வந்தது.

எதிர்பாராத ஒன்றும் தேர்தலின் முடிவுகள் மூலம் கவனத்துக்கு வந்தது. அஇஅதிமுகவின் எதிர்காலத் தலைவி ஜெயலலிதா என்பதைத் தெரிவித்தது. ஜானகி அணி படு மோசமாகத் தோற்றது. ஜானகி டெபாசிட் இழந்தார். தன்னுடைய பலவீனத்தைப் புரிந்துகொண்டு ஜானகி தனது எதிர்ப்பை விலக்கிக்கொண்டார். பிளவுபட்ட கட்சி ஒன்றுசேர்வதுதான் புத்திசாலித்தனம் என்று விவேகமான முடிவை எடுத்தார். ஜெயலலிதாவின் அதிமுகவுக்கு 27 சீட்டும் தனியாக நின்று போட்டியிட்ட காங்கிரஸ்ஸுக்கு 26ம் கிடைத்ததால், ஜெயலலிதா எதிர்கட்சித் தலைவி ஆனார். இரட்டை இலைச் சின்னமும் அவருக்கு வந்தது அதிமுக இணைந்ததால். பத்திரிகையாளர்களை சந்தித்த ஜெயலலிதா, “ நான் தான் அஇஅதிமுகவின் தலைவி. நான் சொல்வது மட்டும்தான் கவனத்தில் கொள்ளப்பட வேண்டுமே தவிர கட்சியில் சிலர் சொல்லும் பொறுப்பற்ற வார்த்தைகளை அல்ல” என்றார். எத்தனை ஆணவம் ஆரம்பத்திலேயே என்று சீனியர் தலைவர்கள் முகம் சுளித்தார்கள். ஆனால் வாய்விட்டு எதிர்க்கவில்லை. ஏனென்றால் கட்சித் தொண்டர்களுக்கு அவர்தான் விருப்பமான தலைவி என்பதையும், வாக்கை அள்ளும் வசீகரம் அவரிடம் மட்டுமே இருப்பதையும், கட்சியின்

எதிர்காலம் ‘அந்த முன்னாள் நடிகை’யிடம் இருப்பதையும் உணர்ந்துகொண்டார்கள்.

தேர்தலின்போது மதுரை கிழக்கு மற்றும் மருங்காபுரி தொகுதிகளில் வாக்கெடுப்பு விசைக்கோளாறினால் ஒத்தி வைக்கப்பட்டிருந்தது. அவற்றில் இடைத்தேர்தல் நடந்தபோது இலைச் சின்னத்தில் போட்டியிட்ட ஜெயலலிதாவின் இரட்டை இலைக் கட்சி இரண்டு தொகுதிகளிலும் வெற்றி பெற்றது. பல வருடங்கள் கழித்து ஆட்சிக்கு வந்திருந்த திமுக தலைவர் கருணாநிதி உணர்ந்துகொண்டார் – இனி ஜெயலலிதா என்ற அந்த முன்னாள் நடிகை, ஒரு பார்ப்பனப் பெண் – அலட்சியப்படுத்தக்கூடிய எதிரி அல்ல என்று. மக்களின் சினிமா மோகத்தாலேயே எம்ஜிஆரின் கவர்ச்சியுடன் அவரால் போட்டியிட முடியாமல்போனது. எம்ஜிஆரின் இடத்தை இந்தப் பெண், நேற்று அரசியலுக்கு வந்தவர் கைப்பற்ற முடியாது. இருந்தும் ஆரம்பத்திலேயே அவரது பிராமணத் திமிரை அடக்க வேண்டும். அரசியல் சாணக்கியத்தில் நிபுணரான அவருக்கு அதைச் செய்ய எத்தனையோ வழிகள் இருந்தன.

அஇஅதிமுகவில் தேர்தலுக்குப் பின் சில புகார்கள் எழுந்தன. பணம் கட்டி சீட் கிடைக்காமல் போன வேட்பாளர்கள் பணத்தைத் திரும்பக் கேட்டார்கள். கட்சிப்பணம் செலவழிந்து போனதால் ஜெயலலிதாவால் பணத்தைத் திருப்ப இயலவில்லை. அத்துடன் செலவினங்களைக் கவனித்துவந்த எம். நடராஜன் பணம் கேட்க வந்தவர்களிடம் மோசமாக நடந்துகொண்டார். துப்பாக்கியைக் காட்டி மிரட்டவும் செய்தார். கொலை மிரட்டல் விடுக்கப்பட்டதாகப் பலர் போலீஸில் பதிவு செய்தார்கள். அதைத் திமுக ஊதிப் பெரிதாக்கியது. ஜெயலலிதாவுக்கும் நடராஜனுக்கும் எதிராக ஊழல் கொலை மிரட்டல் குற்றங்களுக்காக வழக்குப்பதிவு செய்யப்பட்டது. போலீஸின் தொந்தரவும் மிரட்டலும் சகிக்க முடியாமல் போன ஒரு தருணத்தில்தான் சட்டமன்ற உறுப்பினர் பதவியை ராஜினாமா செய்துவிடுவதாக ஜெயலலிதா சபாநாயகருக்குக் கடிதம் எழுதிவைத்தார். ஆனால் எப்படியோ அந்தக் கடிதம் பற்றிய தகவல் ஊடகங்களுக்குச் சென்று ஜெயலலிதா ராஜினாமா செய்துவிட்டதாகத் தெரிவித்தன. அதேபோல விநோதமாகக் கடிதம் சபாநாயகரின் கைக்கும் சென்றது. அதையறிந்த ஜெயலலிதா கடிதத்தைத் தான் அவருக்கு அனுப்பவே இல்லை என்று விளக்கி அவருக்கு ஒரு கடிதம் எழுத, ‘ஜெயலலிதா ராஜினாமா செய்யவில்லை, அவையில் எதிர்க்கட்சித் தலைவியாகத் தொடருவார்’ என்று சபாநாயகர் அறிவித்தார். எப்படி அப்படி ஒரு குழப்பம் ஏற்பட்டது, யார்

செய்த சூழ்ச்சி அது என்று யாருக்கும் தெரியவில்லை. ஜெயலலிதா சித்தசுவாதீனமற்றவர் என்று திமுக வதந்தி பரப்பிற்று.

அதற்குப் பிறகு நடந்த விஷயம் ரசாபாசமானது. மார்ச் 25, 1989, தமிழக வரலாற்றில் ஒரு மிக முக்கிய திருப்பத்தை ஏற்படுத்தக்கூடிய நாளாக இருக்கும் என்று யாரும் நினைத்திருக்கவில்லை. அன்று திமுக அரசு தமிழக பட்ஜட்டை சட்டமன்றத்தில் சமர்ப்பிக்க வேண்டியிருந்தது. முதலமைச்சர் கருணாநிதிதான் நிதி அமைச்சரும்கூட. பட்ஜெட் சொற்பொழிவை வாசிக்க அவர் முற்படும்போது, காங்கிரஸ் கட்சியின் துணைத்தலைவர் குமரி அனந்தன் எழுந்து, அவையின் எதிர்க்கட்சித் தலைவரை, ஜெயலலிதாவை, காவல்துறை மிக மோசமாக நடத்தியது உரிமை மீறல் என்றும் அந்த விவகாரம் அவை நடவடிக்கை ஆரம்பிக்கும் முன் விவாதிக்கப்பட வேண்டும் என்றும், அவையின் அனுமதி கோரினார்.

ஜெயலலிதா உடனே எழுந்து, முதலமைச்சரின் கீழ் பணிசெய்யும் காவல்துறை அவருடைய தூண்டுதலினாலேயே அப்படிச் செய்ததாகக் குற்றம் சாட்டினார். அவருடைய தொலைபேசியும் ஒட்டுகேட்கப்படுவதாகச் சொன்னார். இந்த நடவடிக்கைகள் ஒரு சட்டமன்ற உறுப்பினரின் உரிமைமீறலாகும் என்றும், இது பதவித் துஷ்பிரயோகம் என்றும் முதல்வரும் போலீஸ் கமிஷனர் பி. துரையும் தண்டனைக்கு உரியவர்கள் என்றும் சரமாரியாகக் குற்றச்சாட்டுகளை அடுக்கினார். குரல் உயர்ந்து ஆவேசத்துடன் வெளிப்பட்டது. அவரது வெற்றியைக் கண்டு கடுப்படைந்திருந்த ஜானகி அணியைச் சேர்ந்த பி.ஹெச். பாண்டியன் அவருடைய பேச்சுக்கு எதிர்ப்பு தெரிவித்துப் பேசிய ஆபாச வார்த்தைகள் அவைக்குறிப்பிலிருந்து நீக்கப்பட்டன. இதே பி.ஹெச் பாண்டியன் பிறகு ஒரு காலத்தில் ஜெயலலிதாவின் காலில் விழுந்து வணங்குவார் என்று அன்று யாரும் நினைக்கவில்லை. பாண்டியனின் ஆபாசப் பேச்சைக் கேட்டு வெகுண்ட ஜெயலலிதாவின் ஆதரவாளர்கள் கோபத்துடன் வாக்குவாதத்தில் ஈடுபட, சபாநாயகர் பட்ஜெட் சமர்ப்பிக்கப்பட வேண்டியது எல்லாவற்றையும்விட முக்கியமானது என்பதால், அன்று விவாதத்திற்கு அனுமதிக்க முடியாது என்றார்.

அதையடுத்துக் களேபரம் தொடங்கியது. அடிதடியும் மைக்கைப் பிடித்து எறிவதுமாக அவை யுத்தகளமாக மாறியது. இந்த அமளிக்கு இடையில் ஜெயலலிதா, கிரிமினல் குற்றம் சாட்டப்பட்ட கருணாநிதி பட்ஜெட்டைப் படிக்க அனுமதிக்கப்படக் கூடாது என்றார். அதற்குக் கருணாநிதி சோபன் பாபுவுடன் இருந்த அவருடைய உறவைக்

குறிப்பிட்டுச் சில வார்த்தைகள் சொன்னார் என்றும் அது அவைக்குறிப்பிலிருந்து நீக்கப்பட்டதாகவும் சொல்லப்படுகிறது. அதைக் கேட்டதும் மிகுந்த ஆத்திரத்துடன் ஒரு அஇஅதிமுக உறுப்பினர் கருணாநிதியைத் தாக்கப்போக முதல்வர் தடுமாறியதில் அவரது மூக்குக்கண்ணாடி கீழே விழுந்தது. காகிதக்கட்டுகளும் ஒலிப்பெருக்கிகளும் ஆயுதங்களாகின. பட்ஜெட் காகிதங்கள் கிழிக்கப்பட்டன. செருப்புகளும் புத்தகங்களும் ஜெயலலிதாவின் தலையில் விழுந்தன. *தி ஹிந்து* பத்திரிகையில் வந்த செய்தியின்படி, 'ஜெயலலிதா கண்ணில் நீர் தளும்ப தலையைக் கையில் பிடித்தபடி அமர்ந்திருந்தார்.' *தி சண்டே* பத்திரிகை இன்னும் விவரமாக வர்ணித்தது. "சண்டை இன்னும் மோசமாகிப்போக ஜெயலலிதா அவையைவிட்டுக் கிளம்ப முயன்றார். அப்போதுதான் திமுகவைச் சேர்ந்த துரைமுருகன், அவருடைய புடவைத்தலைப்பை உருவ முயல்வதுபோல இழுத்தார். அதிர்ச்சியடைந்த ஜெயலலிதா தடுமாறிக் கீழே விழுந்தார். தக்க சமயத்தில் திருநாவுக்கரசர் விரைந்து துரைமுருகனின் மணிக்கட்டை பலமாகப் பிடித்துத் தாக்கிய வேகத்தில் ஜெயலலிதா விடுபட்டு எழுந்து அதிமுக உறுப்பினர்களின் உதவியுடன் அவையிலிருந்து வெளியே வர முடிந்தது."

தன்மீதான குற்றச்சாட்டை துரைமுருகன் உறுதியாக மறுக்கிறார். "அந்த மாதிரி எதுவுமே நடக்கல்லே. அதிமுகவிலே அப்ப இருந்த திருநாவுக்கரசர் கிளப்பிவிட்ட புரளி அது. ஜெயலலிதாவுக்கு முன் இருக்கையிலே மூப்பனார் இருந்தார். நான் அவையிலே பின்னாடி வரிசையிலே இருந்தேன். ரகளை ஆரம்பிச்சதும் நான் முன்னாலே வந்தேன்.

வீரபாண்டி ஆறுமுகத்துடைய நெற்றியிலிருந்து ரத்தம் கொட்டிக்கிட்டிருந்தது. கே.கே.எஸ்.எஸ்.ஆர். ராமச்சந்திரன் (அன்று அதிமுக – இன்று திமுக) அவரை மைக்காலே அடிச்சிருந்தார். கீழே மூக்குக்கண்ணாடி, தலைவருடையது – உடைஞ்சு கிடந்தது. அதை எடுத்து ஆறுமுகத்தைப் பாதுகாப்பா வெளியே கொண்டு விட்டேன். பிறகு தலைவரைத் தேடிக்கிட்டுப் போனேன். அவர் வேறு ஒரு அறையிலே உட்கார்ந்திருந்தார். உடைஞ்ச கண்ணாடி அவருடையது. நான் அவர் கூடவே உட்கார்ந்திருந்தேன். நான் பல முறை அந்த அபத்தமான குற்றச்சாட்டை மறுத்தாச்சு. தலைவரே சொல்லியிருக்கார் நான் அவர் பக்கத்திலேதான் இருந்தேன்னு. ஜெயலலிதா இல்லாததையும் சேத்து ஜோடிச்சு தனக்குச் சாதகமாக்கிக்கிட்டாங்க."

அப்போது திமுகவுடன் கூட்டணியில் இருந்த கம்யூனிஸ்ட் கட்சி (மா) அவை உறுப்பினராக இருந்த பாப்பா உமாநாத்தும் (இந்த எழுத்தாளர் முன்பு அவரை சந்தித்தபோது) 'அப்படி ஒரு ரகளை நடக்கவே இல்லை. நான் அவையிலே இருந்தேன். அந்த அம்மா சொன்னதெல்லாம் பொய். முன்னாள் நடிகை அவங்க என்பதை மறக்கக் கூடாது' என்றார்.

ரகளை நடந்தது உண்மை என்று *இந்து* பத்திரிகையின் பதிவு சொல்கிறது. ஜெயலலிதா கண்களில் நீர் ததும்ப உட்கார்ந்திருந்ததைக் குறிப்பிடுகிறது. (ஆனால் துரைமுருகனைப் பற்றி ஏதும் இல்லை)

அன்று அனுபவித்த அவமானம் ஆயுசுக்கும் மறக்க முடியாததாக இருந்தது ஜெயலலிதாவுக்கு. அந்தக் கோபமே அவரது அரசியலை அன்றிலிருந்து இயக்கிக்கொண்டு சென்றது. தமிழ்நாட்டின் தலைவிதியை மாற்றிற்று. அவையைவிட்டு வெளியேறியபோது 'ஒரு பெண் கண்ணியமாக நடத்தப்படும் காலம் வரும்வரை நான் இந்த அவையில் கால்வைக்க மாட்டேன்' என்றார். மனத்துக்குள், 'நான் முதல்வராகத்தான் இதனுள் கால் வைப்பேன்' என்று சபதம் செய்துகொண்டதாகப் பிறகு ஒரு நேர்காணலில் – சிமி கரேவால் என்ற முன்னாள் நடிகையின் சொந்தத் தயாரிப்பான 'Rendevous'க்கு அளித்த பேட்டியில் சொன்னார்.

அவருடைய உள்ளார்ந்த வீம்பையும் சபதத்தையும் திமுக உணர்ந்திருந்தால் எல்லா உறுப்பினர்களும் நகைத்திருப்பார்கள்.

வீட்டிற்குத் திரும்பியதும் தனக்கு நேர்ந்ததை தந்தி மூலம் ஆளுநர், போலீஸ் கமிஷனர், பிரதமர் எல்லோருக்கும் தெரிவித்தார் ஜெயலலிதா. பிரபல ஆங்கில இதழ்களுக்கு பேட்டி அளித்தார். நடந்ததை ஒவ்வொரு முறையும் மிகைப்படுத்திப் பேசுவதில் ஒரு சுகம் இருந்தது. நாடு முழுவதும் அவருக்கு நேர்ந்த அவமானமும் பாலியல் அத்துமீறலும் தலைப்புச் செய்தியாகப் பரவி அதிர்ச்சியை ஏற்படுத்திற்று. அன்றிலிருந்து அதுவே அவருடைய ஆயுதமாயிற்று. மக்களின் அனுதாபத்தைப் பெறும் வியூகமாயிற்று. தமிழகத்து அரசியல் நாடகத்தில் அவரே மானபங்கப்படுத்தப்பட்ட பாஞ்சாலி. கருணாநிதி துரியோதனன். திமுகவினர் காமவெறிபிடித்த துச்சாதனன்கள். இந்தப் பாஞ்சாலியின் மானத்தைக் காப்பாற்ற எவரும் இல்லை. அவரேதான் போராட வேண்டும். போராடும் துணிச்சலும் பழிவாங்கும் வெறியும் நிறையவே இருந்தன. அவருடைய இயல்பான வசீகரத்துடன் மக்களின் அனுதாபமும் இப்போது சேர்ந்துகொள்ளும் என்று அவர் நினைத்திருக்கலாம்.

மகா சூட்சுமம் மிகுந்த அரசியல் தலைவரான கருணாநிதி அவரை எடைபோடத் தவறியதற்கு ஆணாதிக்கம் மிக்க அரசியல் களத்தில் ஒரு பெண்ணால் என்ன செய்துவிட முடியும் என்கிற எண்ணம் காரணமாக இருக்கக்கூடும்.

திராவிடச் சித்தாந்தத்தால் கவரப்பட்டிருந்த ஒரு தலைமுறை, பிராமணரான அவரை நிராகரிக்கும் என்றும் அவர் நம்பியிருக்கலாம்.

ஆனால் ஜெயலலிதா பாஞ்சாலியாக உரு மாறியிருந்ததை அவர் உணரவில்லை. அது பெண்கள், பொதுமக்கள், மனத்தில் ஏற்படுத்தக்கூடிய தாக்கத்தை அவர் அறியவில்லை.

அரசியலில் அவர் போட்டிருந்த கணக்கை அது தலைகீழாக மாற்றும் என்று நிச்சயமாக நினைக்கவில்லை.

1989 பொதுத் தேர்தல் களம் அது. காங்கிரஸ் கட்சியுடன் அதிமுக கூட்டணியில் இருந்தது. ஜெயலலிதா அதை மாநிலத் தேர்தலைப் போல பாவித்தார்.

"துச்சாதனன்களை விரட்டுங்கள். உங்கள் வாக்குகள் அர்ஜுனனின் காண்டீபமாக அவர்களைத் தாக்கட்டும்!"

மக்களுக்கு முன், முக்கியமாகப் பெண்களுக்கு முன் அவர் இப்போது பாதிக்கப்பட்ட பாஞ்சாலியின் சின்னம். அது ஒரு சிறந்த வெற்றி வியூகமாக இருந்தது. அவருக்கு நேர்ந்த கதியை அவர்களில் பலர் அனுபவித்தவர்கள். அவர்களின் ஆதர்சமாக ஜெயலலிதா தெரிந்தார்.

அதை அவர்கள் தங்களது வாக்குகளில் தெரிவித்தார்கள். போட்டியிட்ட பதினோரு தொகுதிகளிலும் அதிமுக வென்றது. அதனுடைய தோழமைக் கட்சியான காங்கிரஸ் போட்டியிட்ட 29 தொகுதிகளில் 28இல் (புதுச்சேரி உள்பட) ஜெயித்தது. திமுக அதிர்ச்சியில் உறைந்தது. தனது கூட்டணிக்குக் கிடைத்த வெற்றிக் களிப்பில் ஜெயலலிதாவுக்குத் தலைகிறுகிறுத்துப்போயிற்று. மக்களுக்கு திமுகவின் மீது நம்பிக்கை போய்விட்டது, உடனடியாக ஆட்சியைக் கவிழுங்கள் என்று மத்திய அரசை வற்புறுத்தினார்.

கருணாநிதி எதிர்பார்க்காமல் பல சம்பவங்கள் ஜெயலலிதாவுக்குச் சாதகமாகவே நடந்தன. இலங்கைத் தமிழர் பிரச்சினையில் மத்திய அரசுக்கு விரோதமான கொள்கையை ஆட்சிக்கு வந்ததும் கருணாநிதி எடுப்பார் என்று எல்லோரும் எதிர்பார்த்ததுதான். எம்ஜிஆர் பின் தொடர்ந்த வழி வேறு.

எம்ஜிஆர் மத்திய அரசுடன் எப்பவும் ஒத்துழைப்பார். மோதுவது சிக்கலை ஏற்படுத்தும் என்று உணர்ந்தவர். யாழ்ப்பாணத்தில் இந்திய அமைதிப்படையின் தீவிரமான நடவடிக்கைகளைக் கடுமையாக விமர்சித்துவந்திருந்த கருணாநிதி இப்போது மேடைக்கு மேடை அவற்றைப் பொதுமக்களின் கவனத்திற்குக் கொண்டுசென்றார். எம்ஜிஆர் தமிழ் ஈழ விடுதலைப்புலிகளின் (எல்.டி.டி.ஈ) போராட்டத்தை தார்மீகமாக ஆதரித்துப் பண உதவி செய்திருந்தாலும் தனி ஈழத்தை ஆதரிக்கவில்லை. எம்ஜிஆர் நோய்வாய்ப்பட்டு அமெரிக்க மருத்துவமனையில் மூன்று மாதங்கள் தங்கியிருந்தபோது, எல்.டி.டி.ஈயை ராணுவ மோதல்மூலம் மடக்கிவிட வேண்டும் என்று இந்திய அமைதிப்படை முடிவுக்கு வந்தது. அமைதிப்படை தரும் நெருக்கத்தில் எல்.டி.டி.ஈ நிபந்தனை இல்லாமல் சரணடைய வேண்டும் என்ற முயற்சியில் மத்திய அரசு இருந்தது. எம்ஜிஆர் வெளிநாட்டில் இருந்ததால் அரசியல் ஆதரவுக்கு எல்.டி.டி.ஈ கருணாநிதியிடம் சென்றது. எம்ஜிஆரின் மரணத்துக்குப் பிறகு திமுகவும் விடுதலைப்புலிகளும் நெருக்கமாவார்கள் என்று தில்லி எதிர்பார்த்தது.

எம்ஜிஆருக்கு மக்களிடையே அதிக செல்வாக்கு இருந்தாலும், அதற்கு சவால் விடுவதுபோல கருணாநிதி தன்னைத் தமிழினத் தலைவர் என்று முன்னிறுத்திக்கொள்வார். கடலைத் தாண்டி அக்கரையில் துன்பப்படும் இலங்கைத் தமிழர்களின் துயரத்தைத் துடைப்பது நமது கடமை என்று உணர்ச்சியுடன் முழங்குவார். ‘பாலஸ்தீனியர்களுக்கு தனி நாடு வேண்டும் என்று வாதிடும் இந்திய அரசு தனி ஈழத்துக்காகப் போராடும் போராளிகளை ஏன் ஆதரிப்பதில்லை?’ என்று கேள்வி எழுப்பினார். இலங்கைத் தமிழர் பிரச்சினை தமிழகத்து எல்லா அரசியல் கட்சிகளுக்கும் தேர்தல் ஆயுதமாயிற்று.

1989இல் கருணாநிதி பதவி ஏற்ற பிறகு தமிழீழத்தை ஆதரிப்பது தமிழக அரசின் கொள்கையாயிற்று. இலங்கை அரசை எதிர்த்துக் கிளம்பியிருந்த இலங்கைத் தமிழர்களின் பல்வேறு (எல்.டி.டி.ஈ, டெல்லோ, ப்ளாட், ஈபிஆர்எல்எஃப், ஈரோஸ்) போராளிக் குழுக்கள் தமிழகத்தில் முகாமிட்டார்கள். ஆயுதமேந்தி தமிழகமெங்கும் சுதந்திரமாகத் திரிந்தார்கள். தங்களுடைய விரோதங்களையும் ஆயுதச் சண்டையையும் தெருவுக்கு எடுத்துவந்தார்கள். கிராமப்புறங்களில் குண்டு செய்வதும் வெடிப்பதும் சர்வ சாதாரணமாக நடக்க ஆரம்பித்தது. திருட்டு பயம், கொலை கொள்ளை எண்ணிக்கை அதிகரித்தது. பொதுமக்களிடையே இனம்புரியாத பீதி பரவிற்று. போராளிகளின், முக்கியமாக விடுதலைப்புலிகளின் தொடர்பு வலைப்பின்னலின் வேகத்தையும்

அடாவடித்தனத்தையும் கண்டு மக்கள் திகைத்தார்கள். போலீஸ் கண்டும் காணாமல் இருந்ததிலிருந்து, திமுக அரசின் முழு ஆதரவுடன்தான் போராளிகள் பயமில்லாமல் திரிகிறார்கள் என்று நிச்சயமாகத் தெரிந்தது.

அவர்களுடைய முகாம்களில் வெளியாட்கள் நுழைய அனுமதி இருக்கவில்லை. உள்ளே என்ன நடக்கிறது என்று கண்காணிக்க முடியவில்லை. பொதுவாக ஊடகங்களில் இலங்கைத் தமிழர் பிரச்சினைக்கு அனுதாபமும், போராளிகளுக்கு ஆதரவான நிலையும் இருந்ததால் பிறகு நடந்த விஷயங்கள் பொதுமக்களுக்கு அதிர்ச்சியையும் கோபத்தையும் ஏற்படுத்துவதாக இருந்தன.

தமிழகத்தில் போராளிக் குழுக்களிடையே சண்டைகள் அதிகமாகின.

1990, ஜூன் 19ஆம் தேதியன்று விடுதலைப்புலிகளின் எதிரி/போட்டிக் குழுவான ஈபிஆர்எல்எஃப்பின் முக்கிய உறுப்பினர் பத்மனாபாவும் அவருடன் இருந்த மற்ற 14 பேர்களும் மிகப் பரபரப்பான கோடம்பாக்கத்தில் ஒரு அடுக்குமாடிக் குடியிருப்பில் கொலை செய்யப்பட்டார்கள். கொலையாளிகள் விடுதலைப்புலிகள் என்பதும், பட்டப்பகலில் தைரியமாகத் தப்பிப்போனார்கள் என்பதும் மிகத் தெளிவாகச் சொல்லப் படாத பல செய்தியைச் சொல்லிற்று. அவர்கள் போலீஸின் உதவியுடனே சென்றார்கள், முதல்வரின் சம்மதம் இல்லாமல் அது நடந்திருக்க முடியாது என்பதையும் சர்ச்சைக்குரிய விவாதமாக எதிர்க்கட்சி – ஜெயலலிதாவின் தலைமையிலான அஇஅதிமுக எடுத்துக்கொண்டது. இதன் உச்சகட்டமாக, திமுகவைச் சேர்ந்தவரும் நாடாளுமன்ற உறுப்பினருமான வைகோ என்ற வை. கோபாலசாமி, கள்ளத்தோணியில், யாருக்கும் சொல்லாமல், கடவுச்சீட்டு வாங்காமல், விடுதலைப்புலிகளின் தலைவர் பிரபாகரனைக் காண யாழ்ப்பாணத்துக்குச் சென்று 15 நாட்கள் இருந்துவிட்டு வந்தார். இந்த அடாவடித்தனங்களை இனி பொறுக்க முடியாது என்று ஜெயலலிதா உரத்துக் குரல் எழுப்பினார். மத்திய அரசுக்குக் கடிதத்துக்குமேல் கடிதம் எழுதி, திமுக அரசை உடனடியாகக் கலைக்க வேண்டும், இல்லையெனில் நாட்டுக்கே பாதுகாப்பு அச்சுறுத்தல் இருக்கும் என்றார்.

வி.பி.சிங்கிற்கு மத்தியில் வேறு பிரச்சினைகள் இருந்தன. தவிர ஜெயலலிதா நாடகமாடுவதில் கைதேர்ந்தவர் என்று அவரிடம் சொல்லப்பட்டிருந்தது. ஜெயலலிதா சொன்னதை அவர் லட்சியமே செய்யவில்லை. ஆனால் இலங்கைப் போராளிகளின் அடாவடித்தனம் அதிகரித்துவந்தது.

தேசிய தெற்கு எல்லைக் கடலோரக் கண்காணிப்புத்துறை, போராளிகளின் விதி மீறல்களையும் அவர்களைப் பிடித்து தமிழகக் காவல்துறைக்கு அனுப்பும்போதெல்லாம் அவர்கள் உடனடியாக விடுவிக்கப்படுவதையும் மத்திய அரசுக்குத் தெரியப்படுத்தியது. அதன் எச்சரிக்கையைத் தட்டிவிட முடியாமல், கருணாநிதியின் ஆட்சேபத்தையும் மீறி பிரதமர், உள்துறை அமைச்சரை கரையோரக் கண்காணிப்பை நேரில் சென்று பார்வையிடச் சொன்னார்.

ஆனால் 1990 முடிவதற்குள் வி.பி.சிங்கின் அரசு கவிழ்ந்தது. சந்திரசேகர் பிரதமர் ஆனார். இப்போது புதிய பலம்பெற்றதுபோல திமுக அரசின் மீதான தனது எதிர்ப்புகளை ஜெயலலிதா உத்வேகத்துடன் மத்திய அரசுக்குத் தெரிவித்தார். விடுதலைப்புலிகளின் அச்சுறுத்தலிலிருந்து தமிழகத்தைக் காப்பாற்ற தமிழ்நாடு காங்கிரஸ் கட்சியும் அவருடன் சேர்ந்து கொண்டு திமுக அரசை நீக்கக் கோரிற்று. பிரதமர் சந்திர சேகர் தமிழ்நாட்டிற்கு வந்தவர், தன்னுடைய அமைச்சர்கள் சிலருடன் ஜெயலலிதாவை அவரது இல்லத்தில் சந்தித்தார். கருணாநிதியைப் பார்க்காமலே அவர் தில்லிக்குத் திரும்பியது சூசகமாகச் செய்தி தெரிவித்தது. சில நாட்களில் மத்திய அரசு பிரிவு 356இன்படி திமுக அரசைப் பதவியிலிருந்து நீக்கியது. அந்தச் செயலுக்கான காரணத்தையும் விளக்கிற்று. இலங்கை யிலிருந்து வந்த தமிழ் ஆயுதப்போராளிகளின் சமூக விரோத நடவடிக்கைகளை கருணாநிதி அரசு கட்டுப்படுத்தாமல் நாட்டின் பாதுகாப்புக்கு அச்சுறுத்தல் ஏற்படுத்தும் அளவுக்கு அவர்களுக்குச் சுதந்திரம் கொடுத்தது எனவும் அது அரசின் நிர்வாகத் தோல்வி எனவும் சொல்லப்பட்டது. மத்திய அரசு திரும்பத் திரும்ப எச்சரிக்கை விடுத்தும், திமுக அரசு நிலைமையை சீர் செய்ய எந்த முயற்சியையும் எடுக்கவில்லை எனவும் குற்றம் சாட்டிற்று.

மத்தியில் நிலவரம் சரியாக இருக்கவில்லை. ஸ்திரமற்ற நிலையில் இருந்த சந்திரசேகரின் மைனாரிட்டி அரசு கவிழ்ந்தது. அதனால் நாடாளுமன்றத்திற்கான தேர்தல் தேவைப்பட்டது. தமிழ்நாட்டில் மாநில அவைத் தேர்தலுடன் பொதுத் தேர்தலும் சேர்ந்து நடக்கும் என்று அறிவிக்கப்பட்டது. தனது அரசு இடையில் நீக்கப்பட்ட கோபத்தில் இருந்த திமுக தலைவர் கருணாநிதி மக்களிடம் முறையிட, நீதி கேட்க தேர்தல் களத்தை உபயோகிக்கத் தயாரானார்.

ஆனால் தனது வாதம் அர்த்தமற்று போகும், ஒரே இரவில் தமிழகத்தின் காற்று தனக்கு எதிராகிப்போகும் என்று அவர் சற்றும் நினைத்திருக்க மாட்டார். பயங்கரமான சேதி தந்த இரவு

அது. தான் அதுவரை தமிழினத்தலைவர் என்ற இறுமாப்பில் கண்முடித்தனமாக ஒரு பயங்கர நெருப்புடன் விளையாடியதை வெளிச்சம் போட்ட இரவு. மிக அநியாயமாக முதுகில் குத்தப்பட்டதுபோல அவமானமும் அதிர்ச்சியும் ஏற்பட்டது அன்று. அவருடைய அதிர்ஷ்டம் அந்த இரவின் நிகழ்வுக்குச் சில மாதங்கள் முன்பே அவரது அரசு கவிழ்ந்திருந்தது என்று விநோதமான நிம்மதி அளித்த இரவும்கூட. அவரை மூர்க்கமாக துவேஷித்த அந்தப் பார்ப்பனப் பெண், முன்னாள் நடிகை, ஜெயலலிதாவை அதிகாரத்தின் உச்சத்துக்கு அழைத்துச்செல்லும் வாய்ப்பை அளித்த இரவும் அது என்பது தமிழகத்தின் எப்படிப்பட்ட சரித்திர முரண்! சாத்தியமே இல்லை என்று நினைத்ததெல்லாம் சாத்தியமாவதைக் காணும் பலவீன நிலையில் தாம் இருப்போம் என்று அவர் நினைத்ததே இல்லை.

அன்று (மே 21, 1991) ஊழ்வினை என்பதில் நம்பிக்கை ஏற்படும் சேதி கிடைத்தது. தேர்தல் பிரச்சாரத்துக்குத் தமிழ்நாட்டிற்கு வந்திருந்த காங்கிரஸ் தலைவர் ராஜிவ் காந்தி சென்னையை அடுத்து 38 கி.மீட்டரிலிருந்த ஸ்ரீபெரும்புதூரில் விடுதலைப்புலி அமைப்பைச் சேர்ந்த பெண் மனித வெடிகுண்டால் படுகொலை செய்யப்பட்டார் என்ற சேதி நாட்டையும் தமிழகத்தையும் பல காரணங்களுக்காக உலுக்கிற்று. கருணாநிதி உண்மையில் நடுங்கிப்போனார். உடன்பிறப்பே என்று தோள்கொடுத்து அணைத்தோமே, இந்தச் சேதி கேட்கவா?

தேர்தல் பிரச்சாரத்தில் சூறாவளிப்பயணம் மேற்கொண்டிருந்த ஜெயலலிதா பர்கூர் தொகுதியில் இருந்த கிருஷ்ணகிரியில் ஓய்வெடுத்துக்கொண்டிருந்தார். செய்தி தாங்கொண்ணா அதிர்ச்சி அளித்தது. கொலைக்குப் பின் இருந்தது விடுதலைப்புலிகள் என்று அறிந்ததும், நான் முன்பே எச்சரிக்கவில்லையா என்று எக்களிப்பும் திமுகவின் மேல் கோபமும் அதிகரித்தது. அதுவே தேர்தல் களத்தில் சாட்டையாகத் திமுகவையும் கருணாநிதியையும் விளாசும் ஆயுதமாயிற்று. மக்களின் மனநிலை ஏற்கெனவே, ராஜிவ் காந்தியின் மரணத்தைப் பற்றின செய்தியும் விடுதலைப்புலிகளின் பங்கும் தெரிய வந்ததிலிருந்து, திமுகவுக்கு எதிராகிப்போயிருந்தது. எந்த விசாரணைக் கமிஷனின் அறிக்கைக்கும் மக்கள் காத்திருக்கவில்லை. கருணாநிதி அரசு போராளிகளுக்குக் கொடுத்த இடத்தின் விளைவு இது என்று அவர்கள் முடிவுக்கு வந்துவிட்டார்கள். தமிழ் மண்ணில் தேசத்தலைவர் ஒருவர் படுகொலை செய்யப்பட்டது, ஒட்டுமொத்த தமிழ் மக்களுக்கு ஏற்பட்ட தலைக்குனிவு என்று ஆத்திரப்பட்டார்கள். ஜெயலலிதாவின் நெருப்பு கக்கும் வார்த்தைகளும், ராஜிவ் காந்திக்கான அனுதாப அலையும் திமுகவை அடியோடு அடித்துக்கொண்டு போயிற்று.

நாடாளுமன்றம் மற்றும் மாநில சட்டசபை இரண்டிலும் திமுக முகத்தை நிமிர்த்த முடியாமல் அடிவாங்கிற்று. 234 சட்டசபை இருக்கைகளில் அதிமுக – காங்கிரஸ் கூட்டணி 225 தொகுதிகளில் அசுர பலத்துடன் வெற்றி பெற்றது. திமுக அணி 7 இடங்கள் மட்டிலுமே வெற்றி பெற்று படுதோல்வி அடைந்தது. ஜெயலலிதா தலைமையில் இரட்டை இலைச் சின்னத் தில் நின்ற அதிமுக 164, கருணாநிதியின் தலைமையில் திமுக 2 என்ற விவரம் நம்ப முடியாத வரலாற்றுத் திருப்புமுனையாக அமைந்ததாக அரசியல் விமர்சகர்கள் கருதியதில் வியப்பில்லை.

நாடாளுமன்ற தேர்தலிலும் 39 தொகுதிகளில் அதிமுக காங்கிரஸ் கூட்டணிக்கு 38 தொகுதிகளில் வெற்றி கிடைத்தது.

மக்கள் சந்தேகத்திற்கு இடமில்லாமல், மத்தியில் காங்கிரஸுக்கும், மாநிலத்தில் அஇஅதிமுகவுக்கும் வாக்களித்தார்கள். அதுவும் எப்படி? வரலாறு கண்டிராத அசுர பலத்துடன். உண்மையில் வரலாறு படைத்த தேர்தல் முடிவு அது. மக்களால் தேர்ந்தடுக்கப்பட்ட முதல் பெண் முதல்வராக 43 வயதே ஆன ஜெயலலிதா பதவியேற்றார்.

ராஜீவ் காந்தியின் படுகொலையும் திமுகவிற்கு எதிரான மக்கள் மனநிலையும் அதிமுகவுக்குப் பெரிதும் உதவின என்றாலும் ஜெயலலிதாவை லேசாக எடுத்துக்கொள்ள முடியாது என்று முதல் முறையாகக் கருணாநிதி உணர்ந்தார். அவரது ஆட்சியில் பட்ஜெட் கூட்டத்தொடரில் ஜெயலலிதாவுக்கு நேர்ந்த அவமானகரமான சம்பவத்தை அவர் மறக்கவில்லை. அதற்கு எதிர்வினையாக அதிமுகவினர் தன்னை அவையில் என்ன விதமாகப் பழிதீர்ப்பார்களோ என்ற கவலையில், திமுகவின் தோல்விக்குத் தார்மீகப் பொறுப்பு ஏற்பதாகத் தனது அவை உறுப்பினர் இருக்கையை ராஜினாமா செய்தார்.

1991 லிருந்து 1996 வரை கருணாநிதியும் திமுகவும் ஜெயலலிதாவின் ஆட்சியை, அதன் மிகைகளை கவனத்துடன் பார்த்துக்கொண்டிருந்தார்கள். 'அந்த அம்மையாருக்குத் தன்னையே அழிச்சுக்கிற ஆற்றல் இருக்கு, நாம எதுவும் செய்ய வேண்டியதில்லே' என்றார் கருணாநிதி நிருபர் ஒருவர் கேட்ட கேள்விக்கு. அப்படித்தான் ஜெயலலிதா கண்ணை மூடிக்கொண்டு தவறுகள் செய்ய ஆரம்பித்தார் – சர்வாதிகாரி, எழுத்துரிமை பேச்சுரிமைக்கு எதிரானவர், எதிர்ப்பவர் யாராக இருந்தாலும் அச்சம் கொள்ளும் வகையில் தாக்கும் சுதந்திரத்தை அவரது அடியாட்களாக நடந்துகொண்ட துதிபாடிகளுக்கு அளித்தவர் என்று பெயர் பெற்றார். அமைச்சர்களின் ஊழலைக் கண்டும் காணாமல் இருந்தார். அவரே பல ஊழல்களுக்குப்

பின் இருந்தவர் என்று குற்றச்சாட்டுகள் எழுந்தன. அவரைப் பெருவாரியாக ஆதரித்து ஆட்சியில் அமர்த்திய மக்களே திகைக்கும் அளவுக்கு. எல்லாவற்றிற்கும் முத்தாய்ப்பாக அவரது தோழியும், 'எனது உடன் பிறவா சகோதரி' என்று அவரால் அழைக்கப்பட்ட சசிகலா நடராஜனின் மருமகனைத் தத்து எடுத்ததும், வளர்ப்பு மகனின் திருமணத்தை ஆடம்பரமாகக் கொண்டாடியதும் கட்சியினரையே மிரளவைத்தது. திமுக எல்லாவற்றையும் பட்டியலிட ஆரம்பித்தது. நீதிமன்றத்தில் வழக்கு தொடுக்க ஆரம்பித்தது.

இதற்கு இடையில் கருணாநிதி திமுகவினுள் ஏற்பட்ட இன்னுமொரு பிளவுக்கு ஆயத்தமாக வேண்டியிருந்தது.

9

நவம்பர் 1993. திராவிட முன்னேற்றக் கழகத்துக்கு மிகக் கொந்தளிப்பான நேரம். திமுகவில் பிரகாசமான எதிர்காலம் உள்ளவர் என்று நம்பப்பட்டவரும், ஆவேசப் பேச்சாளரும், எல்.டி.டி.ஈயின் தீவிர ஆதரவாளருமான வைகோ என்று அழைக்கப்பட்ட வை. கோபால்சாமி, கட்சியிலிருந்து நீக்கப்பட்டிருந்தார். கருணாநிதியின் கோபாலபுரம் இல்லத்து வாயில் திண்ணையில் காலை நேரத்தில் காணப்படும் கட்சிக்காரர்களின் முகங்கள் இறுகி இருந்தன ஏதோ சங்கடத்தில் இருப்பவர்கள்போல.

கட்சியிலிருந்து நீக்கப்படுவதற்கு முன் வைகோ தலைமறைவாகத் தங்கியிருந்த ஒரு வீட்டில் நடு இரவில் இந்த எழுத்தாளருக்கு ரகசியமாகக் கொடுத்த பேட்டியில் வைகோ உணர்ச்சி பொங்க வெடித்தார். "கலைஞரிடம் எனக்கு எத்தனைப் பாசமும் அன்பும் இருந்தது! நான் அவருக்குப் பூரண விசுவாசியாக இருந்தவன். எந்த இடத்திலும் என்னை முன்னிறுத்திக்கொண்டதில்லை. எங்கு சென்றாலும் கலைஞரின் சார்பாக வந்திருக்கிறேன் என்றுதான் சொல்வேன்."

அவர் மிகுந்த பதற்றத்தில் இருந்தார். கட்சியிலிருந்து நீக்கப்படுவார் என்று சேதி இருந்தது. அதைத் தவிர வேறு எதற்கோ அவர் சங்கடப்படுவதுபோல இருந்தது. எல்.டி.டி.ஈயினர் கருணாநிதியைக் கொலை செய்ய திட்டமிட்டிருப்பதாகவும், அவரது இடத்தில் தங்களுக்குச் சாதகமானவரை– வைகோவை–அமர்த்த முயற்சிப்பதாகவும் மத்திய உளவுத்துறைக்குத் தகவல் வந்திருப்பதாக செய்தி கசிந்திருந்தது. தனக்கு அது பற்றி எதுவும் தெரியாது என்றார் வைகோ. 'நான் கலைஞரின் தொண்டன். அவரை எனது உயிரைக் கொடுத்தாவது

காப்பாற்றுவேன். என்னைத் தனது 'உறையில் இருக்கும் போர்வாள்' என்று அவரே சொல்லியிருக்கிறாரே?'

'மூன்றாம் தேதி பகல் மத்திய அரசின் உளவுத்துறை உறுதிப்படுத்தப்படாத தகவலை அனுப்புகிறது. அந்தத் தகவல் என்ன? விடுதலைப்புலிகள் கலைஞரைக் கொலை செய்ய திட்டமிடுகிறார்கள். எதற்கு? வை. கோபாலசாமியின் அரசியல் ஆதாயத்துக்காக. இது உறுதிப்படாத தகவல். தகவல் வந்தவுடன் தலைவர் பொதுக்குழுவைக் கூட்டி விவாதித்திருக்கலாம். என் தம்பி கோபாலசாமி எனக்காக உயிர் கொடுப்பான், இது அரசாங்கத்தின் சதி என்று அவர் சொல்லியிருந்தால் நான் என் வாழ்க்கையை பிரயோஜனமுள்ள வாழ்க்கையாக நினைத்திருப்பேன். உடனே அந்த உறுதிபடுத்தப்படாத செய்தியை பத்திரிகைகளுக்குக் கொடுத்துவிட்டார். இதற்காகவா உங்கள் காலடியில் இத்தனை நாள் உழைத்தேன்?"

அடுத்த இரண்டு நாட்களில் கருணாநிதி, முரசொலியில் 'உறையில் இரண்டு வாள் இருக்க முடியாது' என்று எழுதினார் வைகோ தனக்குப் போட்டியாக வர முயற்சிக்கிறார் என்று பொருள்படும்படி.

உடனே வைகோ காட்டமாகச் சொன்னார். "கருணாநிதி இனி என்னுடைய தலைவர் இல்லை."அவருடைய வார்த்தைகள் மிகுந்த உணர்ச்சிவசப்பட்ட நிலையில் வெளிப்பட்டன. அதற்குப் பிறகு எதிர்பார்த்தது நடந்தது. சில நாட்கள் கழித்து வைகோ கட்சியைவிட்டு நீக்கப்பட்டார். நீக்கப்பட்ட செய்தி வந்ததும் வைகோவின் ஐந்து விசுவாசிகள் தீக்குளித்து இறந்தார்கள். அவருக்காக உயிர் துறந்த அந்தத் தியாகிகளின் செய்கை அவரை நெகிழச்செய்தது. அவர்களுடைய வண்ணச்சித்திரங்கள் பிறகு அவரது வீட்டுச் சுவர்களை அலங்கரித்தன. "நான்தான் உண்மையான திமுகவின் பிரதிநிதி" என்றார் வைகோ தெம்புடன்.

வைகோ கட்சியிலிருந்து நீக்கப்பட்ட விஷயமாகக் கருணாநிதியைப் பேட்டி காண அவரது கோபாலபுரம் வீட்டிற்குச் சென்றபோது, துக்கம் காக்கும் வீடுபோல அங்கு ஒரு மயான அமைதி இருந்தது. அந்த நிலையில் கருணாநிதி பேட்டி கொடுக்க ஒப்புக்கொண்டதே பெரிது என்று தோன்றிற்று. அவர் முகத்தில் விசனமோ கவலையோ கோடு விரித்திருந்தது. வைகோவின் வளர்ச்சியும் பேச்சுவன்மையும் தனது மகன் ஸ்டாலினின் வளர்ச்சிக்குத் தடையாக இருக்கும் என்று அவர் பயப்படுவதாக ஒரு கெசியப்பேச்சு திமுக எதிர்ப்பாளர்களிடம் இருந்தது. ஆனால் இப்போது வந்திருந்த மரண அச்சுறுத்தல் பற்றின சேதியை அவர் வைகோவைக் கட்சியிலிருந்து விலக்க

உபயோகிப்பதாக நிச்சயம் தோன்றவில்லை. அவரது நீண்ட பேட்டியின் போது அவர் பயந்திருப்பது தெரிந்தது. தனது தவறான கணிப்புகளினால் ஏற்கெனவே நடந்திருந்த வினைகள் தன்னைத் துரத்துவதான பீதி அவரை அழுத்துவதுபோல இருந்தது.

"ஆமாம். நான் அவரை என் போர்வாள்னு புகழ்ந்திருக்கேன். என்னுடைய நல்லெண்ணத்தை உபயோகிச்சுக்கிட்டார். கடந்த இரண்டு ஆண்டுகளா எனக்குத் தெரியாம பல விஷயங்கள் செய்துவருகிறார். அவர் மனசிலே என்ன இருக்குன்னு தெரியல்லே. 1989லே, திமுக ஆட்சியிலே இருந்தப்ப, கட்சிக் கட்டுப்பாட்டை மீறி, என் அனுமதி கேட்காம எல்.டி.டி.ஈ தலைவர் பிரபாகரனைப் பார்க்க திருட்டுத்தனமா (இந்திய, சர்வதேசப் பயண விதிகளை மீறி) இலங்கைக்குப் போனார். எனக்கும் எனது ஆட்சிக்கும் மிகப் பெரிய களங்கம் அது. அவர் திரும்பினதும் நான் மிகக் கடுமையா அவரைக் கோபித்தேன். அப்பவே அவரைக் கட்சியைவிட்டு நீக்கியிருக்கணும். நீக்காதது என்னுடைய தப்பு. ஒத்துக்கறேன். ஆனா மன்னிக்கும்படி கேட்டுக்கிட்டார். அதுக்குப் பிறகு செஞ்ச பல தப்புகளுக்கும் மன்னிக்கும்படி கேட்பார். உங்களுக்கு உண்மையைச் சொல்லணும்னா, ராஜிவ் காந்தி படுகொலைக்குப் பிறகு இலங்கைத் தமிழர்களுக்கு ஈழம் கிடைச்சா சந்தோஷம், ஆனா ஈழத்துக்கு ஆதரவு கொடுக்கப்படணும்னு சொல்லவில்லை. அந்த நிலைப்பாட்டைக் கட்சியிலே எடுத்திருந்தோம். ஆனா இந்த ஆள் போகவர எல்லா இடத்திலேயும் தமிழ் ஈழத்துக்கு ஆதரவாவும் புலிகளுக்கு ஆதரவாவும் பேசி எங்களைத் தர்ம சங்கடத்துக்குள்ளாக்கினார். கடந்த ஓராண்டா எனது தலைமையைத் தமிழ்நாட்டுலே சிறுமைப்படுத்தற வகையிலே பாரிஸ், கனடா, யாழ்ப்பாணம் போன்ற இடங்களிலே செயல்படுகிற புலிகளின் ஊடகங்கள்லே பிரச்சாரம் நடக்கிறது; அவங்க வலைத்தளங்கள்லையும் நடக்கிறது."

இதைப் பற்றியெல்லாம் தனக்கு மத்திய அரசு புலனாய்வுச் செய்தியை சிபிஐ கடிதம் மூலம் தெரிவித்த பிறகு இப்போதுதான் தெரிய வந்தது என்றார் கருணாநிதி.

கடிதம் வந்ததும் கோபாலசாமியை விளக்கம் கேட்காமல் ஊடகத்துக்கு முதலில் தெரிவிப்பானேன்?

கடிதத்தில் 'கோபாலசாமிக்கு உதவுவதற்காக – 'to facilitate' என்று இருந்தது. அவர் அதைச் செய்யச் சொன்னதாக இருக்க வில்லை. அவரை விளக்கம் கேட்பதில் அர்த்தம் இருக்கவில்லை. சிபிஐ கடிதத்தை எங்களால் அலட்சியம் செய்ய முடியவில்லை. நாங்கள் அதை வெளியில் சொல்ல வேண்டியதாயிற்று.'

"முதலில் என்னால் நம்ப முடியவில்லை" என்றார் கருணாநிதி. "ஆனா பிறகு அவர் நடந்துகிட்டதைப் பார்க்கும் போது என்னுடைய சந்தேகம் வலுப்படுகிறது. அந்தக் கடிதம் அவருக்கு அதிர்ச்சி அளித்ததுன்னு சொல்றார். அதிலே உண்மையில்லேன்னு அவர் நினைச்சிருந்தா ஏன் என்னோட பேசல்லே? பேசாதது மட்டுமில்லே, ஊடகத்துக்கு அறிக்கை விடறார். தன்னைத் திமுகவிலேந்து வெளியேற்ற நான் போடற சதின்னு. அவர் சென்னையிலேதான் இருந்தார். ஆனா ஒரு ஃபோன் செய்யக்கூட முயற்சி செய்யல்லே. அந்தக் கடிதத்தை நான் கசிய விட்டது உள்நோக்கத்துடன்னு சொல்றார் பத்திரிகை களுக்கு. நான் அவரோடு பேச முயற்சி செய்தேன். அவர் கிடைக்கவே இல்லே. நான் நாற்பது நாள் காத்திருந்தேன். அதுக்குப் பிறகுதான் கட்சியை விட்டு நீக்கினோம். இப்ப என் பார்வைக்கு வந்திருக்கிற எல்.டி.டி.ஈயுடைய கையேடுகள் பத்திரிகைகள் எல்லாம் படிக்கும்போது மத்திய உள்துறை அமைச்சகம் அனுப்பின கடிதத்திலே உண்மை இருக்கும்னு சந்தேகம் வருது. அவங்களுடைய ஆதரவு அவருக்கு இருக்கு. ஏதானும் திட்டம் இருக்குமோ என்னவோ."

"ஆனால் வைகோ தனக்குப் புலிகளுடன் தொடர்பு இல்லைங்கறார்."

"அவர் நிஜம் பேசறாரா என்கிற ஆராய்ச்சியிலே நான் இறங்கப்போறதில்லே."

"உங்க விமர்சகர்கள் திமுகவிலே ஜனநாயகம் இல்லே, நீங்கள் வாரிசு அரசியலை ஏற்படுத்தப் பார்க்கிறீர்கள்னு சொல்றாங்க".

கருணாநிதி பொறுமை இழக்கிறார். "நான் பலமுறை சொல்லியிருக்கேன் திமுக சங்கர மடமோ, அரசாட்சியோ இல்லே அதிகாரத்தை வாரிசுக்குக் கொடுக்க. பிரதமர் நரசிம்மராவுடைய மகன் அவருடைய மாநிலத்திலே அமைச்சரா இருக்கார். ரங்கராஜன் குமாரமங்கலத்துடைய அப்பாவும் தாத்தாவும் அமைச்சர்களா இருந்தவர்கள். அது ஒண்ணும் தப்பா யாருக்கும் படல்லே. என்னைக் குற்றம் சொல்றாங்க நான் சூத்திரன் என்கிற காரணத்தாலே."

"உங்கக் கட்சிக்காரங்களே சிலர் அப்படிப் புகார் சொல்றாங்க."

"அது விஷமத்தனமான பேச்சு" என்கிறார் கருணாநிதி. "வாரிசு அரசியலை நான் விரும்பியிருந்தா 1989லேயே நான் பதவியிலே இருந்தபோது செய்திருப்பேனே?"

ஒலிப்பதிவு இயந்திரத்தை மூடச் சொல்லிவிட்டு அவர் விடுதலைப்புலிகளின் அச்சுறுத்தல் விவரங்களையும் அதன் தலைவர்களைப் பற்றின தனது கணிப்பு தவறாகிப்போனதையும் சொல்கிறார். பிரபாகரனையும் அவரது சகாக்களையும் முதலில் பார்த்தபோது அவர்கள் பயங்கரவாதத்தில் ஈடுபடக்கூடியவர்கள் என்று கொஞ்சமும் நினைக்கத் தோன்றவில்லை என்கிறார். சகோதரக் குழுக்களின் தலைவர்களையெல்லாம் அவர்கள் கொன்றபோது நம்பக்கூட முடியவில்லை. ராஜீவ் காந்தி படுகொலைக்குப் பின் இனிமேல் போதும், தாங்க முடியாது என்று தோன்றிவிட்டது. அந்த இளைஞர்கள் இப்படிப்பட்ட கொடூரத்தைச் செய்வார்கள் என்று இப்பவும் நம்ப முடியவில்லை...

அடுத்த இலக்கு தாமாக இருக்கும் என்கிற பீதி அவருக்கு ஏற்பட்டிருந்தது தெளிவாகத் தெரிந்தது.

வைகோ அவருடைய இடத்திற்கு என்றும் வர முடியாது என்கிற சமிக்ஞையைத்தான் அவர் விடுதலைப்புலிகளுக்குக் கட்சியை விட்டு வைகோவை நீக்கியதன் மூலம் வெளிப்படுத்தினார்.

திமுக உறுப்பினரும் வழக்கறிஞருமான கே.எஸ். ராதாகிருஷ்ணன், வைகோவின் தூரத்து உறவினர். வைகோவிற்கு மிக நெருக்கமானவராக இருந்தவர். அவரைப் போலவே இலங்கைத் தமிழீழ விடுதலைப்புலிகள் அமைப்புடன் தோழமையும் பிரபாகரனுடன் நட்பும் கொண்டவர். கோவில்பட்டியைச் சேர்ந்த அவர் ஆரம்பத்தில் காங்கிரஸில் இருந்தவர். பிறகு கருணாநிதியின் பேச்சால் கவரப்பட்டு திமுகவிற்கு வந்தவர். அவருடைய சுறுசுறுப்பையும் திறமையையும் கவனித்துக் கருணாநிதி பல முக்கியமான கட்சிப் பணிகளைச் செய்யச்சொல்லிப் பாராட்டியிருக்கிறார். 'ராதா' என்று அழைக்கும் அளவுக்கு நெருக்கம் காண்பித்திருக்கிறார். அவர் முதல்வராக இருந்தபோது ஈழப் பிரச்சினை தொடர்பாக இந்திய இலங்கை பேச்சுவார்த்தைக்கு மத்திய மாநில அரசுகள் ஆயத்தமாகியிருந்தபோது அவருக்குத் தெரிவிக்காமல் வைகோ திருட்டுத்தனமாக கடவுச்சீட்டு இல்லாமல் யாழ்ப்பாணத்துக்குப் புலிகளை சந்திக்கச் சென்ற செய்தி அதிர்ச்சியைத் தந்தது. உடனே ராதாகிருஷ்ணன் அழைக்கப்பட்டார். கருணாநிதி மிகுந்த கோபத்தில் இருந்ததாக ராதாகிருஷ்ணன் சொல்கிறார். ' வைகோ போனது உனக்குத் தெரியுமா?' என்று கருணாநிதி கேட்க ராதா கிருஷ்ணன் 'தெரியாது' என்று சொன்னார். கருணாநிதி அதை நம்பியிருக்க மாட்டார். எல்லோருமாகச் சேர்ந்து தன்னை முட்டாளாக்கிவிட்டதாகக் கோபம் ஏற்பட்டிருக்கும். 'இனிமே உனக்கு இங்க இடமில்லே' என்றார் கருணாநிதி.

சிபிஐ அனுப்பிய கடிதத்தைப் பற்றின செய்தி வந்த போது வைகோ தலைமறைவானார். ராதாகிருஷ்ணனால் அவருக்கு உதவாமல் இருக்க முடியவில்லை. அவர் பிறகு வைகோ ஆரம்பித்த கட்சியில் சேர்ந்தார்.

அந்தக் கடிதத்தில் ஏதேனும் உண்மை இருந்திருக்குமானால், விடுதலைப்புலிகளுக்குத் தமிழகத்து அரசியலின் புரிதல் இல்லாதது மட்டுமல்ல, திமுகவின் உள் கட்டமைப்பையும் அவர்கள் அறியவில்லை என்றுதான் நினைக்கத் தோன்றுகிறது. திமுகவில் யாருமே, வைகோ இரண்டாம் நிலையில் இருந்த தலைவர் என்றோ கருணாநிதிக்குப் பிறகு தலைமை ஸ்தானத்துக்கு வர இருந்தவர் என்றோ நினைத்திருக்க மாட்டார்கள். தலைவருக்கு அப்படிப்பட்ட எண்ணம் இருப்பதாக சூசகமாகக் கூடத் தெரிவித்ததில்லை. கருணாநிதியைத் தொண்டர்களும் மாவட்டச் செயலாளர்களும் நேசித்தார்கள். அவருடைய தலைமைக்கு அடிபணிந்தார்கள். இந்தக் காரணத்தினாலேயே அண்ணாதுரை இறந்த பிறகு கருணாநிதி முதல்வர் பதவிக்கு வர முடிந்தது. அவர் கட்சிக்குத் தொடர்ந்து தலைவராகவும் இருக்கமுடிந்தது. தேர்தல்களில் தோல்வியுற்ற காலங்களிலும் கட்சியை இந்தப் பலத்தினாலேயே அவரால் கட்டுக்கோப்பாக வைத்திருக்க முடிந்தது. கட்சியின் மாவட்டச் செயலாளர் தேர்தலில் அவருடைய ஆதரவாளர்கள் வெற்றி பெற்றார்கள். ஆயுளுக்கும் அவரது விசுவாசிகளாக இருந்தார்கள்.

முரசொலியில் தினமும் தொண்டர்களுக்கு, 'உடன்பிறப்பே' என்று விளித்து அவர் எழுதிவந்த கடிதங்கள் மூலம் அவர்களுடன் ஒரு உணர்வு பூர்வமான நெருக்கம் ஏற்பட்டிருந்தது. தமிழகத்துக் கடைக்கோடி கிராமத்தில் வசித்த தொண்டனுக்கும் அந்த நெருக்கம் அவனது இருப்பையும் முக்கியத்துவத்தையும் உணர்த்திற்று. தான் வளர்த்த கட்சியின் அமைப்பே தனது வளர்ச்சிக்குத் துணை நின்றது என்று கருணாநிதி அறிவார். எம்ஜிஆரின், ஜெயலலிதாவின் வசீகரம் அவருக்கு இல்லை. ஆனால் அவரது நிர்வாகத்திறனால், குடும்பத்தலைவர் ஸ்தானத்தில் தன்னை இருத்திக்கொள்ளும் ஆற்றலும் தொண்டனை அரவணைக்கும் போக்கும் அவரது தலைமையை யாராலும் அசைக்க முடியாது என்ற அந்தஸ்தை அளித்திருந்தது. அவர்தான் கட்சியின் முகம் என்பதாலும், கட்சியின் இருப்புக்கு அவரது தலைமை முக்கியமானதாக இருந்ததாலும் அவருக்குப் பின் யார் என்பதைக் கட்சியின் செயற்குழு தேர்ந்தெடுக்குமே தவிர ஒரு பயங்கரவாத இயக்கம் தனக்கு வேண்டியவரைத் தேர்ந்தெடுக்க அதை மிரட்ட முடியாது.

கட்சியிலிருந்து வெளியேற்றப்பட்ட வைகோ அவரும் அவரது ஆதரவாளர்களும் மட்டுமே திமுகவின் உண்மையான முகம் என்றார். ஆனால் தேர்தல் கமிஷன் திமுக கொடிச் சின்னத்தை வைகோவுக்குக் கொடுக்க மறுத்த பிறகு மே 1994இல் மறுமலர்ச்சி திராவிட முன்னேற்றக் கழகம் (மதிமுக) என்ற கட்சியை ஆரம்பித்தார். தனது தொண்டர்களுக்கு அவர் விடுத்த அறைகூவல்: "சங்கே முழங்கு! போர்க்களம் வந்தோம். தோள் தட்டி ஆர்ப்பரிக்கிறது எம்படை. பகைவனை வென்றோம் சங்கே முழங்கு!"

பெரியார் எள்ளி நகைத்த தொன்மங்களின் ஏடுகளை நினைவூட்டும் வார்த்தைகள், மன்னர் காலத்துப் போர் முழக்கம், ஆவேசப் பேச்சு அவருடைய பாணி ஆயிற்று. கட்சி தொடங்கிய ஆரம்ப சில ஆண்டுகள் கூட்டத்துக்குக் கூட்டம் திமுகவை விமர்சிப்பதே அவரது மையப்பொருளாக இருந்தது. தான் வஞ்சிக்கப்பட்டதாக, தான் தொண்டாற்றிய கட்சியிலிருந்து தவறான குற்றச்சாட்டு சுமத்தி நீக்கப்பட்டதாக. அதிமுகவையும் அவர் விமர்சித்தார். அதிமுகவிலிருந்த அதிருப்தியாளர்களைத் தன் வசம் இழுக்க முயன்றார். ஜெயலலிதாவின் ஆட்சியைக் கடுமையாக விமர்சித்து 1800 கி.மீ. தமிழகம் முழுவதும் நடைப்பயணம் மேற்கொண்டார். உடம்பு இளைத்ததே தவிர, ஆதரவு அதிகரிக்கவில்லை.

அடுத்து 1996இல் நடந்த நாடாளுமன்ற/மாநில அவைத் தேர்தலின்போது அது வெளிச்சத்துக்கு வந்தது.

ஜனதா தளம் மற்றும் கம்யூனிஸ்ட் (மா) கட்சிகளுடன் கூட்டணி வைத்து 179 மாநில சட்டமன்றத் தொகுதிகளிலும் 23 நாடாளுமன்றத் தொகுதிகளிலும் மதிமுக நின்றது. அதிர்ச்சித் தோல்வி கிடைத்தது இரண்டிலும். திமுகவுக்கு மாற்றாக அது ஒருபோதும் வர முடியாது என்பது தெளிவாயிற்று.

மதிமுக தனியாக நின்று வெல்ல முடியாது என்கிற உணர்வில் வைகோ ஜெயலலிதாவுக்கு சமாதானக்கொடி காட்டினார். 'ஊழல் ராணி, டான்ஸி ராணி, ஆண்கள் தன் காலடியில் விழுவதை ரசித்தவர்' என்று ஜெயலலிதாவைப் பழித்தவர் இப்போது 'எனது அன்புச் சகோதரி' என்றார். 'இடர்களையும் தாண்டும் வல்லமை வாய்ந்த ஜான்ஸி ராணி' என்றார். ஆனால் மறந்தும் எல்.டி.டி.ஈயையும் அதன் தலைவர் பிரபாகரனையும் ஆதரிக்கும் தனது நிலையை மாற்றிக்கொண்டதில்லை. இத்தனைக்கும் ஜெயலலிதா புலிகளையும் பிரபாகரனையும்

தீவிரமாக எதிர்த்தவர். எல்.டி.டி.ஈ.க்குத் தடைவிதிக்க வைத்தவர். *1998* மக்களவைத் தேர்தலில் அதிமுகவுடன் மதிமுக கூட்டணி வைத்தது. போட்டியிட்ட ஐந்து சீட்களில் மதிமுக மூன்றில் வெற்றி பெற்றது. மத்தியில் பாஜக அரசுடன் அதிமுகவுடன் சேர்ந்து அமைச்சரவையில் பங்குகொண்டது. ஜெயலலிதா பாஜகவின் தேசிய ஜனநாயகக் கூட்டணி அரசைக் கவிழ்க்க முயன்றபோது, வைகோ பாஜகவிற்கு ஆதரவாக நின்றார். பிறகு 'அன்புச் சகோதரி'யிடமிருந்து விலகி *1999* பொதுத்தேர்தலில் திமுகவுடன் இணைந்தார் பாஜகவை ஆதரிக்க.

ஆனால் தொகுதி உடன்பாடு ஏற்படாததால் கூட்டணி ஆரம்பகட்டத்திலேயே முறிந்தது. கருணாநிதியைத் தொடர்பு கொண்டபோது அவர் எரிச்சலுடன் சொன்னார். 'அந்த ஆள் பிரச்சினையை உருவாக்கணும்னே இருக்கார். பாதி பேச்சுவார்த்தையின்போது கோபத்தோடு எழுந்து போனார். அந்த மாதிரி ஆளை என்ன செய்ய முடியும்? மதிமுக ஆட்கள் ஊரெல்லாம் போஸ்டர் ஒட்டறாங்க திமுகவைத் திட்டி. எவ்வளவுதான் பொறுமையா இருக்க முடியும். எனக்குத் தெரியும் அவரை. இந்தக் கூட்டணி வேணும்னு அவருக்கு அக்கறை இல்லை."

மதிமுக தேர்தலில் தோற்றது.

தனியாக நின்று வாக்குகளைப் பிரித்து ஜெயலலிதாவுக்கு வசதி ஏற்படுத்தவே வைகோ திமுகவுடன் இணையாமல் போனதாகப் பேச்சு இருந்தது. பிறகு *2015* தேர்தலிலும் அவர் திமுகவை எதிர்த்து மக்கள்நலக் கூட்டணியை ஏற்படுத்தி, வாக்குகளைப் பிரித்ததில் அதிமுக மீண்டும் ஆட்சிக்கு வந்தபோது வைகோ வேண்டுமென்றே ஜெயலலிதாவுடன் செய்த ஒரு ரகசிய ஒப்பந்தம் என்று பேசப்பட்டது. எது உண்மையோ திட்டவட்ட மாகத் தெரியாது. தேர்தல் வேட்பாளராக அறிவித்திருந்த வைகோ கடைசி நிமிடத்தில் பின்வாங்கியதில் அவரது செல்வாக்கு மேலும் சரிந்தது. மக்கள்நலக் கூட்டணியும் ஒரு சீட்டு கூடக் கிடைக்காமல், பலர் டெபாசிட்டையும் இழந்து தோல்வியைத் தழுவியது. திமுக ஒன்றரை சதவிகித வாக்கு வித்தியாசத்தில் ஆட்சிக்கு வர முடியாமல் போனது. கருணாநிதி நொந்துபோனார். ஏற்கெனவே உடல் மிகவும் தளர்ந்திருந்தது.

வைகோ நாடாளுமன்ற உறுப்பினராக தில்லியில் பல அரசியல் தலைவர்களுடன் நல்ல உறவில் இருந்தார். சிநேகித மாகப் பழகுவார். அவரது பேச்சுத்திறமையால் இளைஞர்களைக் கவர்ந்தவர். ஆனால் அவரால் தனது உணர்ச்சிகளைக் கட்டுப்படுத்த முடியாது. பொலபொலவென்று கண்ணீர்

வடிப்பார். பேச்சில் நெருப்பையும் கக்குவார். கருணாநிதியை அதீதமாகப் புகழ்ந்த வாய் பின்நாட்களில் நா கூசும் வார்த்தை களைச் சொல்லி நோகடித்திருக்கிறது.

வசீகரமான ஆளுமை கொண்ட அவரால் பெரிய அளவுக்குத் தமிழக அரசியலில் வளர முடியாமற் போனதற்கு அவர் தேர்ந்தெடுத்த பாதையே காரணம் என்று நிச்சயமாகச் சொல்லலாம். புலிகள் இயக்கத்துடனும் பிரபாகரனுடனும் அவருக்கு இருந்த கண்மூடித்தனமான விசுவாசம் புரிந்துகொள்ள முடியாத ஒன்று. அவரது எல்லா மேடைப்பேச்சுகளிலும் தமிழகத்துப் பிரச்சினைகளைப் பற்றிப் பேசாமல் கடலுக்கு அப்பால் இருந்த ஈழத்தமிழர்களுக்கான ஆதரவுச் சொற்களே அதிகமாக இருந்ததும் தமிழக மக்களிடமிருந்து அவரை அந்நியப்படுத்தியிருக்க வேண்டும். இலங்கைப் போரில் (2009) பிரபாகரன் இறந்துபோன செய்தி உறுதிப்படுத்தப்பட்ட பிறகும் வைகோ, பிரபாகரன் சாகவில்லை என்று வெகு நாட்களுக்குச் சொல்லிக்கொண்டிருந்தார்.

ஜூன் 29, 2002 அன்று மதுரையில் தடைப்படுத்தப்பட்ட எல்.டி.டி.ஈயை ஆதரித்து அவர் பேசிய ஆக்ரோஷமான பேச்சு தேச விரோத செயல் என்று அப்போது ஆட்சியில் இருந்த ஜெயலலிதா 'பொடா' (POTA -Prevention of Terrorism Act) வின் கீழ் கைது செய்து சிறையில் அடைத்தார். மத்திய அமைச்சரவையில் மூன்று மதிமுகவினர் இருந்தும் வைகோ ஜாமீனில் வெளிவர இயலவில்லை. 15 மாதங்கள் சிறையில் இருந்தார். இடையில் கருணாநிதி அவரைக் காணச் சென்றார். வைகோ உருகிக் கண்ணீர் வடித்தார். அன்புச் சகோதரி இப்போது பரம வைரி ஆனார்.

2004 நாடாளுமன்றத் தேர்தலில் திமுகவுடன் சேர்ந்தார். அவர் வேட்பாளராக நிற்காவிட்டாலும் மதிமுக நின்ற நான்கு இடத்திலும் ஜெயித்தது.

சொக்கட்டான் ஆடுவதுபோல ஆயிற்று அவரது அரசியல் பயணம். அவரது அதீதமான புகழ்ச்சியும், மிகக் கீழ்த்தரமான இகழ்ச்சியும் கருணாநிதிக்குப் பழக்கமான ஒன்று. ஆனால் வைகோவை அவர் கண்ணியம் தவறிப் பேசியதில்லை.

எம்ஜிஆரின் தீவிர ஆதரவாளராகத் திமுகவில் சேர்ந்திருந் தாலும் அவர் கட்சியை விட்டு விலகியபோதும் தனிக்கட்சி ஆரம்பித்தபோதும் அவருடன் செல்லாமல், என்னுடைய தலைவர் கலைஞர்தான் என்று திமுகவில் தங்கி கருணாநிதியிடம் மாறாத விசுவாசம் கொண்டிருக்கும் துரைமுருகன் சொல்கிறார்.

“கலைஞருக்கு ஒரு பெரிய பலவீனம். அவர் சுலபமா நம்பிடுவார். ஒருத்தர் தப்பு செஞ்சா கடுமையா கோபிப்பார். அவங்க மன்னிச்சுக்குங்கன்னு அழுது கால்லெ விழுந்தாங்கன்னா உடனே பழசை மறந்து அரவணைச்சுக்கவும் செய்வார். இதனாலே பல பேர்கிட்ட ஏமாந்திருக்கார். துக்கப்பட்டிருக்கார், முதுகிலே குத்தப்பட்ட மாதிரி.”

கட்சிக்கு விரோதமான வைகோவின் ரகசிய செயல்பாடுகளும் அவருடைய எதிர்ப்பும் கருணாநிதியின் அரசியல் வாழ்க்கையில் ஒரு பெரிய திருப்புமுனை என்று சொல்லும் அளவுக்கு அவரது சிந்தனையை ஆக்கிரமித்திருக்க வேண்டும்.

மிக உண்மையான விசுவாசி என்று நம்பிய ஒருவர் ஏற்படுத்திய பிரச்சினைகள் அவருக்குள் புதிய கேள்வியை எழுப்பிற்று. யாரை நம்புவது? யார் நம்பகமானவர்?

இதுவே அவரை அதிகமாகக் கடைசியில் தனது சொந்த குடும்ப உறுப்பினர்களை அரசியலுக்கு இழுக்க வைத்தது; பொறுப்புகளைக் கொடுக்கவைத்தது. அவரது சரிவுக்குக் காரணமாகவும் ஆயிற்று என்கிறார் பத்திரிகையாளர் மாலன்.

10

ஜெயலலிதாவின் ஆட்சி இருந்தபோதெல்லாம் பத்திரிகையாளர்கள் செய்திக்கு அலைய வேண்டியிருக்கவில்லை. தினமும் ஒரு செய்தி கதவைத் தட்டியது. அவருடைய அடாவடிச் செயல்களும் அவரது துதிபாடிகள் அரங்கேற்றிய கோமாளித்தனங்களும் உப்புச் சப்பற்ற அரசியலில் வண்ணம் சேர்த்தன. தமிழகத்துத் தெருக்களையெல்லாம் அவருடைய வானளாவிய கட் அவுட்டுகள் அலங்கரித்தன. அவர் யாரும் அணுக முடியாத ராணியாக இருந்தார். அப்படி ஒரு தொலைவு அவருக்கும் சாமான்யனுக்கும் இடையே இருக்க வேண்டியது அவசியம் என்று அவர் நம்பினார். எப்படிப்பட்ட பக்தனாக இருந்தாலும் கர்ப்பக்கிரகத்துள் அனுமதிக்கப்படாதமாதிரி அவருடைய அமைச்சர்களே அவருடன் எளிதாகத் தொடர்புகொள்ள முடியாத தொலைவில் வைக்கப்பட்டிருந்தார்கள்.

அதனாலேயே மக்களிடையே அவருடைய அராஜக, ஊழல் மலிந்த ஆட்சியைப் பற்றின எதிர்ப்பு ஏற்பட்டிருந்ததை அவருக்கு எடுத்துச் சொல்ல யாருமில்லாமல்போனது. அவரது புகழ் பாடவே தஞ்சாவூரில் நடத்தப்பட்ட உலகத் தமிழ் மாநாடும், பிறகு அவர் தனது வளர்ப்பு மகனுக்கு நடத்திய திருமணத்தின் ஆடம்பரமும் சாமான்ய மக்களையும் திகைப்பில் ஆழ்த்தியது மட்டுமல்ல அவரை முழுவதுமாக அந்நியப்படுத்திற்று என்பதைப் பெரும்பான்மை பலத்துடன் ஆட்சிக்கு வந்திருந்த அவர் அறியவில்லை. 1996 தேர்தல் நெருங்கும் சமயம்

அது. ஊடகங்கள் அவரை எதிர்த்தன. ரஜினிகாந்த் - சூப்பர் ஸ்டார் அவருக்கு எதிராக அறிக்கை விடுத்தார். ஜெயலலிதாவை சிறு வயது முதல் அறிந்து அன்பும் ஆதரவும் காட்டிவந்திருந்த துக்ளக் ஆசிரியர் சோ கடுமையாக விமர்சித்தார்.

எதிர்க்கட்சிகள், முக்கியமாக, திமுக எல்லாவற்றையும் உன்னிப்பாகக் கவனித்ததில் ஆச்சரியம் இல்லை. ஆனால் அதிமுகவுடன் கூட்டணிவைத்திருந்த காங்கிரஸ் கட்சியின் தமிழகக் கிளையான தமிழ்நாடு காங்கிரஸ் கட்சி மிகுந்த கவலையுடன் கவனித்தது. ஜி.கே. மூப்பனாரின் தலைமையில் தமிழ் நாட்டு காங்கிரஸ் உறுப்பினர்கள் காங்கிரஸ் தலைமையகத்துக்கு நிலவரத்தைச் சொன்னார்கள். ஜெயலலிதாவின் அடாவடித்தன சர்வாதிகாரப் போக்கும், ஊழல் குற்றச்சாட்டுகளும் எல்லை மீறிப்போவதாகவும் கூட்டணியைத் தொடர்வது ஏற்புடையதில்லை என்றும் தெரியப்படுத்தினார்கள். ஜெயலலிதா மீண்டும் ஆட்சியைப் பிடிக்கும் வாய்ப்பு இல்லை என்றார்கள். இப்போது காங்கிரஸ் திமுகவுடன் கூட்டணி வைப்பதே சரி என்றார்கள். ராஜீவ் காந்தியின் படுகொலைக்குப் பின், கருணாநிதியின் மெத்தனப்போக்கே புலிகளின் செயல்பாடுகளுக்கு உதவியது என்ற கருத்தை விசாரணைக் கமிஷன் முன் வைத்ததால் திமுகவுடன் கூட்டணிவைப்பதில் தார்மீக சிக்கல் தலைமையகத்துக்கு இருந்தது. பிரதமர் நரசிம்ம ராவ் அந்த யோசனையை முற்றிலும் நிராகரித்தார். ஜெயலலிதாவின் அழைப்பை ஏற்று தஞ்சாவூர் உலகத் தமிழ்மாநாடு கொண்டாட்டத்துக்கு வந்தார், தமிழ்நாடு காங்கிரஸ் கமிட்டியின் முகத்தில் அறைவதுபோல. மார்ச் 27, 1996 அன்று காங்கிரஸ் தலைமையகத்திலிருந்து செய்தி வந்தது - மே மாதம் நடக்கவிருந்த நாடாளுமன்ற மற்றும் மாநில அவைத் தேர்தலில் காங்கிரஸ் அஇஅதிமுகவுடன் கூட்டணி வைக்கும் என்று.

பொங்கிவிட்டார்கள் தமிழகத்துக் காங்கிரஸ் உறுப்பினர்கள். சத்தியமூர்த்தி பவனில் நரசிம்ம ராவின் உருவப் பொம்மைகளை எரித்தார்கள். கடைசியில் மூப்பனார் காங்கிரஸிலிருந்து விலகுவதாக அறிவித்தார். காங்கிரஸ் பிளவுபட்டது. மூப்பனார் தலைமையில் தமிழ் மாநில காங்கிரஸ் பிறந்தது. திமுகவையும் கருணாநிதியையும் தொடக்கத்திலிருந்து கடுமையாக விமர்சித்து வந்திருந்த சோ அடுத்தாற்போல் கருணாநிதி ஆட்சிக்கு வருவது மேல் என்று முடிவெடுத்தது, ஜெயலலிதா எந்த அளவுக்கு அவருடைய அபிமானத்தையும் இழந்திருந்தார் என்பதன் அடையாளம். சோவின் ஆலோசனையின் பேரில் மூப்பனார் கருணாநிதியைச் சந்தித்து தேர்தல் கூட்டணி வைத்துக்கொண்டார். அது ஒரு மகத்தான திருப்பமாக அமைந்தது. கருணாநிதி வியூகம்

வாசந்தி

அமைத்தார் சாமர்த்தியமாக. தேர்தல் வெற்றிக்குப் பிறகு அது திமுக ஆட்சியாக இருக்கும். தமாகா அமைச்சரவையில் இடம் பெறாது. திமுக ஆட்சிக்கு வந்தது 173 தொகுதிகள் வென்று. தமாகாவுக்கு 39 கம்யூனிஸ்ட் (சி.பி.ஐ) 8, கம்யூனிஸ்ட் (மா)க்கு ஒன்று. அதிமுகவுக்கு நான்கு தொகுதிகளில் மட்டுமே வெற்றி என்பது நம்ப முடியாத சறுக்கலாக இருந்தது.

ஊடகங்களின் கணிப்பின்படி அதிமுக தோற்றது. ஆனால் ஜெயலலிதா அவரது சொந்தத் தொகுதியான பர்கூரிலேயே தோற்பார் என்று யாரும் நினைக்கவில்லை. ஜெயலலிதாவுக்கு அது மாபெரும் அதிர்ச்சி. ஊடகங்கள் செய்த எதிர்ப்புப் பிரச்சாரமே தனது தோல்விக்குக் காரணம் என்றார். கருணாநிதி தனது தேர்தல் அறிக்கையில் ஜெயலலிதாவின் மீதும் அவரது கூட்டாளிகள், அமைச்சர்கள் மீதும் இருந்த ஊழல் குற்றச்சாட்டுகளை விசாரிக்கவும் அவர்களது சொத்துக்களை அரசுடமை ஆக்கவும் நடவடிக்கை எடுக்கப்போவதாக அறிவித்திருந்தார். இப்போது கருணாநிதியின் தயவில் தான் இருக்கும் நிலை ஜெயலலிதாவை அச்சுறுத்திற்று. நீதிமன்றங்களில் முன்ஜாமீன் மனுக்களை அளித்தார். நீதிமன்றங்கள் அவற்றை நிராகரித்தன. ஏன் கருணாநிதி அரசு இன்னமும் நடவடிக்கை எடுக்கத் தாமதிக்கிறது என்று கேட்டன. மக்களின் கோபம் இப்போது உரத்துக்கேட்டது. கருணாநிதி எச்சரிக்கையுடன் செயல்பட்டார். அவருடைய அரசு பழிவாங்கும் பணியில் இறங்கிவிட்டதாக ஒரு எண்ணம் ஏற்பட்டால் திசையே மாறிப்போகும். அவருடைய கட்சியிலேயே அணுகுமுறை தொடர்பான பலவிதமான கருத்துகள் இருந்தன. அத்தனை பிரபலமான ஒரு தலைவியைக் கைது செய்வது விவேகமில்லை என்று முரசொலிமாறன் நினைத்தார். எம்ஜிஆர் பதவிக்கு வந்தபோது கருணாநிதியை, எவ்வளவோ ஊழல் குற்றச்சாட்டுக்கள் அவர்மீது இருந்தும் அவரைக் கைது செய்யவில்லை என்று சுட்டிக்காட்டினார். ஜெயலலிதாவை சிறையில் அடைக்க கருணாநிதிக்கே விருப்பமில்லை. அத்தகைய செயல் அனுதாப அலையை உருவாக்கும் என்று அவருக்குத் தெரியும். சங்கிலி கோர்த்தாற்போல வழக்கு தொடர்ந்தாலே போதும். நீதிமன்றங்களுக்கு அலைவதே அவருக்குப் பெரும்பாடாகிப்போகும். கட்சிப்பணிகளுக்கு நேரம் ஒதுக்க முடியாமல், திரும்ப ஆட்சியைப் பிடிக்கும் எண்ணம் வராமல் போகும்.

ஆனால் அவரைக் கைது செய்வது ஒரு அரசியல் அவசியமாகி விட்டது. திமுக கட்சி உறுப்பினர்கள் அவருடைய கைதுக்காகக் காத்திருந்தார்கள். பத்திரிகை அலுவலகங்கள் தயாராக இருந்தன அந்த மகா முக்கியச் செய்திக்காக. புகைப்படக்காரர்கள் காமிரா சகிதம் காத்திருந்தார்கள் போயஸ் கார்டன் வாசலில்.

மாநில அமைச்சரவை டிசம்பர் 5 அன்று கூடியபோது முதல்வர் கருணாநிதி அஇஅதிமுகவின் தலைவியைக் கைது செய்தால் ஏற்படக்கூடிய பின்விளைவுகளைப் பற்றி வெகு நுட்பமாக அமைச்சர்களுடன் அலசினார். கடைசியில் முடிவு எடுக்கப்பட்டது. டிசம்பர் 6 சென்னை உயர் நீதிமன்ற நீதிபதி சி. சிவப்பா ஜெயலலிதாவின் ஏழு முன்ஜாமீன் விண்ணப்பங்களை நிராகரித்தார். அவற்றில் ரூ 65 கோடி கலர் டிவி மோசடி வழக்கும் இருந்தது. அந்த வழக்கிற்காகவே கடைசியில் ஜெயலலிதா கைது செய்யப்பட்டார். குற்றப்பிரிவு வழக்கிற்கான ஆதாரங்களை அரசு சமர்ப்பித்தது. அதன்படி, 1995, டிசம்பர் மாதம் கலர் டிவி செட்டுகள் வாங்குவதற்கு விலை நிர்ணயம் செய்யப்பட்ட கோப்பில் ஜெயலலிதா கையெழுத்திட்டிருந்தார். ஒவ்வொரு செட்டுக்கும் அரசு செலுத்திய விலை ரூ 14,500– சந்தை விலையைவிட மிக அதிகம். கிராமப் பஞ்சாயத்துகளுக்கு வினியோகிப்பதற்காக அரசு 45,302 செட்டுகள் வாங்கிற்று. புலன்விசாரணை அமைப்பு, அந்த பேரத்தினால் அரசுக்குப் பெரும் இழப்பு என்றது. இதைத் தவிர இன்னும் ஆறு வழக்குகள் (டான்ஸி நில பேரம், வருமானத்துக்கு அதிகமாக சொத்து சேர்த்த வழக்கு–ஜெயலலிதா ஒரு ரூபாய் மட்டுமே அடையாளச் சம்பளம் வாங்கினார் முதல்வர் பதவியில் இருக்கும்போது, ஆனால் 15.52 கோடி மதிப்புள்ள சொத்து சேர்ந்திருந்தது; ஹோட்டல் ப்ளெஸென்ட் ஸ்டே ஹோட்டல் வழக்கு, SAF விளையாட்டு விளம்பர உரிமை வழக்கு, நிலக்கரி இறக்குமதி பேர மோசடி; வருமான வரி ஏய்ப்பு . . .) இருந்தாலும் கருணாநிதி அரசு கலர் டிவி வழக்கை கையில் எடுத்தது. அதற்கான நிரூபணங்கள் கைவசம் இருந்ததாகச் சொல்லப்பட்டது. தலைமைச் செயலர் கே.யே. நம்பியார், 'இந்த வழக்கு அதன் தன்மையினால் தொடுக்கப்பட்டது. இதில் அரசியல் ஏதுமில்லை" என்றார்.

தன்மீது போடப்பட்டிருந்த எல்லா வழக்குகளுமே அரசியல் காழ்ப்புணர்ச்சியால் போடப்பட்டவை என்றும், அவற்றில் எதுவுமே உண்மை இல்லை என்றும் தான் நீதிமன்றத்தில் நிரபராதி என்று நிரூபிக்கப்போவதாகவும் ஜெயலலிதா காட்டமாக அறிக்கைவிட்டிருந்தார். "சர்காரியா கமிஷனால் 'அறிவியல்ரீதியாக ஊழல் செய்தவர்' என்று வர்ணிக்கப்பட்டிருந்த கருணாநிதி தண்டனையிலிருந்து எப்படித் தப்பித்துக்கொண்டார் என்று எல்லோருக்கும் தெரியும்" என்றார் ஏளனத்துடன். "இந்த வழக்குகள் என் நற்பெயருக்குக் களங்கம் விளைவிக்கவும், எனது கட்சியை உடைக்கவும் என் வாயை மூடவும், வாரிசு அரசை நிறுவி அரசியல் ஆதாயம் தேடவும் கருணாநிதி எடுத்துள்ள பம்மாத்து நடவடிக்கைகள்".

டிசம்பர் 18, 1996 காலை ஜெயலலிதா குளித்து பூஜை செய்து சிற்றுண்டி முடித்து வெளியில் வரும்வரை காவல் துறையினர் காத்திருந்து பிறகு வண்டியில் அவரை ஏற்றிக்கொண்டு சென்றார்கள்.

அடுத்து சில நிமிடங்களில் சன் தொலைக்காட்சி அவருடைய கைதை ஒளிபரப்பிற்று.

அவருடைய கைதுக்கு முன் 2500 கட்சித் தொண்டர்களைக் காவலில் வைத்ததால், தலைவி கைதான பின் எதிர்ப்பு என்று பெரிதாக இருக்கவில்லை.

கருணாநிதியைப் பேட்டி காணச் சென்றபோது, “நம்ப முடியல்லை. தோண்டத் தோண்ட அந்தம்மா சேகரிச்ச சொத்துகள் பத்தின விவரம் புதுசு புதுசா வருகிறது. அவர் இன்னும் எங்கெல்லாம் பணத்தை மறைத்துவைத்திருக்கிறார் என்று தெரியவில்லை” என்றார். “அரசியல் காழ்ப்புணர்ச்சியால் செய்யப்பட்ட கைது இல்லை” என்றார். “நாங்கள் நீதிமன்றத்தின் உத்திரவுப்படி நடந்துகொண்டோம்”. ஜெயலலிதாவின் கடந்த ஐந்து ஆண்டுகால ஆட்சியில் வாங்கப்பட்டதாகச் சொல்லப்பட்ட பினாமி சொத்துகள் – பங்களாக்கள் நிலங்கள் ஆகியவற்றின் வண்ணப்படங்கள் கொண்ட கனமான ஆல்பத்தைக் கொடுத்தார். மத்திய அரசுக்கும் பல ஆல்பங்கள் அனுப்பப்பட்டதாக மற்ற நிருபர்கள் சொன்னார்கள்.

கருணாநிதி ஒரு கைதேர்ந்த திரைக்கதை எழுத்தாளர் என்பதை ஜெயலலிதா மறந்துவிட்டார். அவர் பங்கு பெற்ற நிஜ நாடகத்தின் ஒவ்வொரு காட்சியையும் கருணாநிதி திட்டமிட்டு வரைந்தார். பழிவாங்கல் என்கிற பெயர் வராதபடி காயை நகர்த்தினார். முன்னதாக ஜெயலலிதாவுடைய நெருங்கிய அமைச்சர்கள் குற்றம் சாட்டப்பட்டு (தவறாகப் பொதுப்பணத்தைக் கையாண்டதாக) சிறையில் அடைக்கப்பட்டார்கள். இரண்டாவதாக மத்திய நிதி அமைச்சராக இருந்த ப. சிதம்பரத்தின் உதவியுடன் சசிகலா மற்றும் அவருடைய உறவினர்களுக்கு எதிரான குற்றச்சாட்டுகள் விசாரணைக்கு ஏற்கப்பட்டு கைதுசெய்யப்பட்டார்கள். அவர்களுடைய கைதுகள் அதிமுக ஆட்சியில் நடந்த பல ஊழல் விவரங்களை வெளிச்சத்துக்குக் கொண்டுவந்தன. ஆக, ஜெயலலிதாவின் கைது நடப்பதற்குள் பொதுமக்கள் கைதை ஆமோதிக்கும் மனநிலைக்கு வந்திருந்தார்கள்.

ஜெயலலிதா கைதானபோது எல்லா பத்திரிகைகளும், அவர் மேல் போடப்பட்டிருந்த வழக்குகளின் எண்ணிக்கையைக் கண்டு மலைத்து அவருடைய கதை முடிந்ததுபோலத்தான் என்றன.

ஆனால் சோ ராமசுவாமி மட்டும் அழுத்தமாகச் சொன்னார், "அவரை அத்தனை சுலபமாக ஒதுக்கிவிட முடியாது!"

சோ சொன்னது சத்தியமான வார்த்தை என்று அப்போது கருணாநிதி உணரவில்லை. இனி அரசுப் பணிகளில் கவனம் செலுத்த வேண்டும், மற்றதை நீதிமன்றங்கள் பார்த்துக்கொள்ளும் என்று நிம்மதியானார்.

○○○

அண்ணாதுரையின் அமைச்சரவையில் பொதுப்பணித்துறை அமைச்சராகப் பணியாற்றிய காலத்திலேயே கருணாநிதியின் அபார நிர்வாகத்திறமை வெளிப்பட்டது. வெகு துரிதமாக முடிவெடுப்பதிலும் புதிய திட்டங்களைச் செயல்படுத்துவதிலும் வல்லவர் என்று உயர் அரசு அதிகாரிகள் அதிசயிக்கும் வகையில் அவரது முதல் இரண்டு அரைகுறையாக முடிந்த ஆட்சிகளிலும் நிரூபித்திருந்தார். பல தொலைநோக்குத் திட்டங்களை அமல்படுத்தியிருந்தார். பாரபட்சமற்ற அரசியல் நோக்கர்களின் பார்வையில் அவரது 1996–2001 பதவிக்காலம் ஆகச் சிறந்ததாகப் பார்க்கப்படுகிறது.

1996 தேர்தலில் திமுகவின் தேர்தல் வாக்குறுதியாக அறிவிக்கப்பட்டு, கருணாநிதியால் கொண்டுவரப்பட்டது ரூ 2க்கு ஒரு கிலோ அரிசி வழங்கும் திட்டம். தேர்தலில் வெற்றி பெற்று முதல்வர் பதவி ஏற்ற உடனேயே அங்கு குழுமியிருந்த மக்களின் முன் அதற்கான அதிகாரபூர்வமான கையெழுத்தைப் போட்டார் கருணாநிதி. "ரூ 40 செலவில் ஒரு குடும்பம் தனது உணவுத்தேவையின் பெரும் பகுதியைப் பூர்த்தி செய்துகொள்ளும் வகையில் கொண்டுவரப்பட்ட இத்திட்டம் உணவு சார்ந்த உற்பத்தி உறவுகளையே புரட்டிப்போட்டது" என்கிறார் பொருளாதார ஆய்வறிஞர் (எம்ஐடிஎஸ்) ஜெ. ஜெயரஞ்சன். "ஆண்டைகளை நம்பித் தொழிலாளர்கள் வயிறு வளர்க்க வேண்டியிருந்த காலம் மலையேறியது. அவர்கள் புதிய பணிகளில் ஈடுபடும் சூழல் உருவானது. தமிழகத்தின் கிராமப்புற பொருளாதாரம் மாறியது" என்று அதன் மறைமுக சாதகத்தை விவரிக்கிறார் ஜெயரஞ்சன்.

இந்திய பசுமைப்புரட்சித் தந்தை என்று அழைக்கப்படும் எம்.எஸ். சுவாமிநாதன் சொல்கிறார். "கருணாநிதி ஆட்சியில் இருந்த காலத்தில் ஒவ்வொரு பட்ஜெட்டின்போதும் விவசாயி களுக்கு என்னென்ன செய்ய வேண்டும் என்பது குறித்த பரிந்துரைகளை நான் வழங்குவேன். சட்டமன்றத்தில் பட்ஜெட்

தாக்கல் செய்யப்படும்போது ஒவ்வொருமுறையும் என் பெயரைக் குறிப்பிட்டு, நான் என்னென்ன பரிந்துரைகள் அளித்தேன், அவற்றில் எவையெல்லாம் நடைமுறைப்படுத்தப்பட உள்ளன, அவற்றிற்கு நிதி ஒதுக்கீடு எவ்வளவு என்பதையும் அறிவிப்பார். விவசாயிகளின் மீது மிகுந்த அக்கறை கொண்டவர் அவர். விவசாய வளர்ச்சிக்கான குரல் எங்கிருந்து வந்தாலும் அவர் காது கொடுப்பார். செம்மொழி மாநாட்டின்போது குறிஞ்சி, முல்லை, மருதம், நெய்தல், பாலை என ஐந்து கருப்பொருட்களைக் கொண்டு ஒரு பூங்கா அமைக்க வேண்டும் என்று கூறினேன். அதன்படியே சென்னையில் செம்மொழிப் பூங்காவை அமைத்தார். எதற்குச் சொல்கிறேன் என்றால், சின்ன விஷயங்களிலும் அதிலுள்ள நுட்பங்களைப் புரிந்துகொண்டு செயல்படுத்தினார் அவர்."

வயதில் சிறியவர்களாக இருந்தாலும் ஏதாவது வேறு கருத்து சொன்னால் கருணாநிதி பொறுமையுடன் கேட்டுக்கொள்வார் என்கிறார் கே.பி. ராமலிங்கம். ஜெயலலிதாவின் கையில் அதிமுக சென்றுவிட்ட பிறகு அதில் இருக்க விருப்பமில்லாமல் கருணாநிதியிடம் வந்தவர் இவர். விவசாயக் குடும்பத்தைச் சேர்ந்த ராமலிங்கத்திற்கு வேளாண்மையில் இருந்த இயல்பான அக்கறையையும் புரிதலையும் உணர்ந்து அவரை அவர் கட்சியில் சேர்ந்த நாளிலிருந்து தொடர்ந்து கட்சியின் விவசாயச் செயலாளராக வைத்திருந்தார் கருணாநிதி. கே.பி. ராமலிங்கம் எம்எல்ஏ, மற்றும் எம்பி பதவிகளில் இருந்தவர். சிறிய – பெரிய என்று வித்தியாசம் பார்க்காமல் எல்லா விவசாயிகளுக்கும் இலவச மின்சாரம் கொடுக்கும் திட்டத்திற்கு இருந்த அவசியத்தைச் சொன்னபோது மிகவும் நுட்பமாகப் பல விஷயங்களைக் கேட்டு புரிந்துகொண்டு கலைஞர் உடனடியாக செயல்பட்டார் என்கிறார் ராமலிங்கம்.

1998இல் விவசாய உற்பத்திச் சந்தைப் படுத்துதல், வரி மீளாய்வுக் குழு அமைத்து, பிற மாநிலங்களில் விவசாயிகள் தங்கள் விளைபொருள்களை எப்படி விற்பனை செய்கிறார்கள் என்பதை ஆய்வுசெய்யச் சொன்னார் கருணாநிதி. சண்டிகரில் 'அப்னே மண்டி' என்ற பெயரில் உழவர்கள் தம் வண்டிகளில் அமர்ந்து விளைபொருட்களை நேரிடையாக நுகர்வோருக்கு விற்பனை செய்வதைப் பற்றி அறிந்தார். உழவர் சந்தைத் திட்டத்தை அறிமுகப்படுத்தினார். 1999–2000இல் மாநிலம் முழுவதும் 103 உழவர் சந்தைகள் தொடங்கப்பட்டன. இடைத்தரகர்களின் ஆதிக்கம் குறைந்தது.

1996இல் ஆட்சிக்கு வந்ததும் அவர் கொண்டு வந்த திட்டங ்களின் பட்டியல் வெகு நீளம் – பெண்களுக்கு உள்ளாட்சியில்

33% இட ஒதுக்கீடு, தொழில் முனைவோருக்கு ஒற்றைச் சாளர முறை, அருந்ததியினருக்கு 3% தனி ஒதுக்கீடு, மெட்ரோ ரயில், ஒகேனக்கல், பரமக்குடி கூட்டுக் குடிநீர்த் திட்டங்கள், கலைஞர் காப்பீட்டுத் திட்டம், ஹுண்டாய், ஃபோர்ட் போன்ற வெளிநாட்டு முதலீடுகள் குமரி முனையில் திருவள்ளுவருக்கு 133 அடி சிலை என்று அடுத்தடுத்து பல வேலைகள் நடந்தன. திமுகவின் விளம்பரங்கள் இந்த ஐந்து ஆண்டுகளைப் பொற்கால ஆட்சி என்றன.

அரசாங்கத்தின் செயல்பாடுகளில் நவீனச் சிந்தனை புகுந்ததுபோல இருந்தது. தகவல் தொழில் நுட்பத் துறை ஒரு புரட்சியை உண்டாக்கும் என்பதைக் கணித்து நாட்டிலேயே முதல் முறையாக 1997இல் அத்துறைக்கான கொள்கை அறிவிக்கப்பட்டது. ஒரு புறம் டைடல் பார்க் மூலம் நிறுவனங்களை இங்கு ஈர்த்தபோது மறுபுறம் அங்கு வேலைவாய்ப்புக்கு மாணவர்களைத் தயாராக்கும் வகையில் உயர் கல்வித்துறையையும் அரசு முடுக்கிவிட்டது. தமிழ் நாட்டைக் கணினி உலகில் முன் கொண்டுசெல்ல 1999இல் நடந்த உலகத் தமிழ் இணைய மாநாடு முக்கியமான நகர்வாக இருந்தது. "அதேபோல தமிழ் நாட்டை மின் ஆளுகையின் கீழ் கொண்டுவரும் முயற்சியின் தொடக்கமாக திருவாரூர், திருவள்ளூர் மாவட்டங்களில் மின் நிர்வாகத்தைக் கொண்டுவந்தார். "இதன் பின் இருந்த கனவுகள் பெரியவை" என்கிறார் வரலாற்று ஆய்வாளர் சுபகுணராஜன்.

"தமிழகத்தில் இன்றைய இளம் தலைமுறையினர் பலர், 'திராவிட இயக்கம், குறிப்பாக, கருணாநிதி தமிழ் நாட்டுக்கு என்ன செய்தார்?' என்று ஃபேஸ்புக்கில் கமெண்ட் போடும்போதெல்லாம் நான் இதைத்தான் நினைத்துக்கொள்வேன்: நம்மைக் கணினிக்கு முன் கொண்டுவந்ததுதான் அவர் செய்த மகத்தான சாதனை என்று!"

முன்னாள் கலால் துறை அதிகாரியான சுபகுணராஜனுக்குச் சொல்லி மாளவில்லை. "டெல்லியுடனான உறவை மாநிலத்துக்குத் திட்டங்களைக் கொண்டுவரும் உறவாக வளர்த்தெடுத்தவர் கருணாநிதி. சேலம் உருக்காலை அதன் தொடக்கம். டெல்லியிலேயே உட்கார்ந்து இந்திராவுடன் சண்டை போட்டு அவர் கொண்டுவந்த திட்டம் அது. மத்திய அரசின் ஆதிக்கத்தைத் தொழில் துறையில் நீர்த்துப்போகச் செய்யும் வகையில் அவர் யோசனையில் உதித்ததே மாநில – மத்திய தனியார்க் கூட்டு முதலீட்டுத் திட்டம். அப்படி உருவானவைதான் தூத்துக்குடி ஸ்பிக், மதுரை தமிழ்நாடு கெமிக்கல்ஸ், காரைக்குடி டிசிஎல், மெட்ராஸ் பெர்டிலைசர்ஸ் எல்லாம். இதே பாணியில் தீப்பெட்டி,

நெசவு என்று பல்வேறு சிறுதொழில்களுக்கான கூட்டுறவு நிறுவனங்களும் உருவாக்கப்பட்டன. இவற்றில் பல தனியாருடன் போட்டியிட முயன்று தோற்றாலும் இந்த முயற்சியின் பின்னிருந்த கனவு மெச்சப்பட வேண்டியது."

"சமூக நீதி விஷயத்தில் கருணாநிதி எப்போதும் உறுதியாக இருந்தார்" என்கிறார் தமிழகத்தின் மூத்த பொதுவுடமைத் தலைவரான ஆர். நல்லக்கண்ணு. "இந்தியா முழுவதும் ஊராகவும் சேரியாகவும் ஒவ்வொரு கிராமமும் இரண்டாகப் பிரிந்து கிடக்கும் நாட்டில், எல்லா சாதியினரையும் சேர்த்துக் குடியமர்த்தும் வகையில் அவர் கொண்டுவந்த 'சமத்துவபுரம்' திட்டம் எனக்கு ரொம்பவும் பிடித்தமானது. அவர் மனத்தில் ஆழப் பதிந்திருந்த சமத்துவ வெளிப்பாடே இந்தத் திட்டம். அதுக்கு முன்னோடியாக இருந்ததுதானே குடிசை மாற்று வாரிய குடியிருப்புகள்? கை ரிக்‌ஷாக்களை ஒழித்து, சைக்கிள் ரிக்‌ஷாக்களை வழங்கும் திட்டம் பற்றிக் கிட்டத்தட்ட அரை நூற்றாண்டுக்கு முன்பே அவர் சிந்தித்தவர்."

தன்னை ஒரு கம்யூனிஸ்ட் என்று சொல்லிக்கொள்வதில் கருணாநிதி பெருமை கொள்பவர். "அவர் முழு பொதுவுடமைவாதி என்று என்னால் சொல்ல முடியாது" என்கிறார் நல்லக்கண்ணு. "தமிழகத்தைத் தாராளமயமாக்கலுக்குத் திருப்பியவர்களில் அவரும் ஒருவர். ஆனால் அதே சமயம், மாநில முதல்வர்களுக்குப் பெரிய அதிகாரங்கள் ஏதும் இல்லாத இந்நாட்டு அமைப்பில், தனக்கு வரையறுக்கப்பட்ட எல்லைக்குள் ஒவ்வொருவரும் எப்படிச் செயல்படுகிறார்கள் எனும் மதிப்பீடு முக்கியமானது. அப்படி நிறையக் காரியங்களைச் செய்திருக்கிறார் கருணாநிதி. கம்யூனிசம் மீது அவருக்கு எப்பவுமே ஒரு ஈர்ப்பு இருந்தது. மாக்ஸிம் கார்க்கியின் 'தாய்' நாவலைத் தமிழில் அவர் கவிதை வடிவில் மொழிபெயர்த்திருக்கிறார். ஃபிடல் காஸ்ட்ரோவைப் பற்றி அவர் எழுதிய கவிதை ஸ்பானிஷில் மொழிபெயர்க்கப்பட்டு காஸ்ட்ரோவின் மேஜைமேல் வைக்கப்பட்டிருந்தது. உள்ளத்தில் பிடிமானம் இல்லாமல் வார்த்தை எப்படி அப்படி வரும்?"

கருணாநிதியின் தனித்துவமான குணம் அவருடைய அரசியல் பண்பாடு என்கிறார்கள் இடதுசாரிகளும் காங்கிரஸ்காரர்களும் விடுதலைச் சிறுத்தைகள் கட்சியைச் சேர்ந்த ரவிக்குமாரும். "கூட்டணியோ, எதிரணியோ எங்கிருந்தாலும் அரசியலுக்கு அப்பாற்பட்டு நட்பு பாராட்டுவார். அவர் ஆட்சியில் இருந்த காலங்களிலும் இல்லாத காலங்களிலும் முக்கியமான பிரச்சினைகள் பற்றி பலமுறை அனைத்துக்கட்சிக்கூட்டங்களை நடத்தியிருக்கிறார். அவர் கூறும் கருத்துகளுக்கு எதிரான

மாற்றுக்கருத்துகளையும் செவிமடுத்து முடிவெடுக்கக்கூடியவர். நாம் கூறியது ஏற்புடையதாக நினைத்தால், உடனே அதை ஏற்றுக்கொள்வது மட்டுமில்லை, நடவடிக்கையும் எடுப்பார்" என்று தனித்தனியாக அனைவருமே இதே ரீதியில் சொல்கிறார்கள். 2006இல் சட்டமன்ற உறுப்பினரான ரவிக்குமார், "சமூகத்தில் புறக்கணிக்கப்பட்டவர்களின் பிரச்சினைகள் குறித்து கலைஞரைப் போல அக்கறை காட்டிய தலைவர் வேறு யாரும் இருக்க முடியாது" என்கிறார். "நரிக்குறவர்களுக்கும் திருநங்கைகளுக்கும் புதிரை வண்ணார்களுக்கும் நலவாரியங்கள் அமைத்துத்தர வேண்டும் என்ற எனது கோரிக்கைகளை அவரைத் தவிர வேறு யாரும் நிறைவேற்றியிருக்க மாட்டார்கள்". ரவிக்குமார் தனது கன்னி உரையில் முன்வைத்த கோரிக்கைகள் பலவற்றை அடுத்தடுத்து நிறைவேற்றினார் கருணாநிதி.

காங்கிரஸ் தலைவர் பீட்டர் அல்ஃபோன்ஸுக்கு கருணாநிதியின் பேச்சுவன்மை அடங்காத பிரமிப்பை ஏற்படுத்திய ஒன்று. சட்டமன்றத்தில் எதிர்க்கட்சியினருக்கு அவர் கொடுத்த மதிப்பு, ஒதுக்கிய நேரம் இவையெல்லாம் மிக ஆச்சரியமான தலைமைப்பண்பாக நினைக்கிறார்.

சிறு வயதிலிருந்து திமுகவையும் மிக முக்கியமாகக் கருணாநிதியையும் எதிர்த்து வளர்ந்த காங்கிரஸ்காரர் அவர். இத்தனைக்கும். காமராஜரே அவருடைய ஆதர்சம். அப்படிப்பட்டவருக்கு சட்டமன்றத்தில் மூன்றுமுறை கருணாநிதியுடன் நெருங்கிப் பழகும் வாய்ப்புக் கிட்டிற்று. முதலில் அவரை சந்தித்தது சட்டக் கல்லூரி மாணவர் சங்கத்தின் பொதுச் செயலாளராக இருந்த சமயத்தில். சட்டக் கல்லூரி அந்த ஆண்டு பட்டமளிப்பு விழாவை ரத்து செய்தது. மாணவர்கள் உடனே போராட்டத்தில் இறங்கினார்கள். மற்ற கல்லூரி மாணவர்களும் சேர்ந்துகொண்டார்கள். சட்டக் கல்லூரி மாணவர் சங்கப் பிரதிநிதிகள் துணைவேந்தரைச் சந்திக்க அழைக்கப்பட்டார்கள். அவர்கள் உள்ளே இருந்தபோது வெளியே மாணவர்களுக்கு இடையே இருந்த ரவுடிகள் சமூகவிரோதச் செயலில் இறங்கினார்கள். அண்ணா சமாதிக்குள் நுழைந்து அடாவடித்தனமாக அசிங்கம் செய்தார்கள். அதைக் கேள்விப்பட்ட முதல்வர் கருணாநிதிக்கு மிகுந்த கோபம் ஏற்பட்டது. அவருடைய உத்திரவுப்படி போலீஸ் தடியடிப் பிரயோகத்தில் இறங்கிற்று. பலருக்கு பலமான காயம் ஏற்பட்டது. மாநிலம் முழுவதும் கல்லூரிகளில் பெரிய கொந்தளிப்பு ஏற்பட்டது. மாணவர் சங்கத் தலைவர்கள் முதல்வரை சந்திக்க ஏற்பாடு ஆயிற்று. நேரில் சந்தித்தபோது அவர் அதிகம் பேசவில்லை. "நான் மிகவும் மதித்துப் போற்றும் தலைவர் அண்ணா. என் மீது

வாசந்தி

எத்தனையோ குறைகள் இருக்கலாம் உங்களுக்கு. அண்ணாவின் மீது யாருக்கும் குறை இருந்ததில்லை. அவருடைய சமாதியை இப்படி அசிங்கப்படுத்தி அவரை அவமானப்படுத்தியது எனக்கு ரொம்பவும் வருத்தத்தை அளிக்கிறது . நீங்கள் அப்படி செஞ்சது சரியா?" என்றார்.

'அது யாரோ சமூக விரோதிகள் செய்தது ஐயா, நாங்கள் அப்படிப்பட்ட செயல்களில் இறங்குபவர்கள் இல்லை' என்று அன்று மாணவராக பீட்டர் அல்ஃபோன்ஸ் சொன்னதற்கு, கருணாநிதி, 'நீங்கள் பெருந்தலைவர் காமராஜரைப்போய் பாருங்கள். அவர் என்ன சொல்கிறாரோ அதன்படி செய்யுங்கள். எனக்கு எந்த ஆட்சேபமும் இல்லை' என்றார். மாணவர்கள் காமராஜரை சந்திக்கச் சென்றார்கள். அவர் இவர்களது போராட்டத்தையே கடுமையாகக் கண்டித்தார். அண்ணா சமாதியை அசிங்கமாக்கியதற்கு அதிகமாக டோஸ் கிடைத்தது. 'பட்டமளிப்பு விழா நடக்கல்லேன்னா குடி முழுகிப்போகுமா? போய் ஒழுங்கா படிப்பைக் கவனியுங்க' என்று அவர் போட்ட சத்தத்தில் விஷயம் முடிந்தது.

1989இல் பீட்டர் சட்டமன்ற உறுப்பினர். மிகவும் மும்முரமாக எதிர்க்கட்சி உறுப்பினர் என்கிற ஹோதாவில் கேள்வி நேரத்தில் தினமும் ஏதாவது பிரச்சினையைப்பற்றி கேள்வி எழுப்புவார். பெரும்பாலும் கருணாநிதியின் கீழ் இருந்த உள்துறை சம்பந்தப்பட்டதாக இருக்கும். காலை 8.50க்கு கருணாநிதி சபாநாயகர் அறையில் உட்கார்ந்திருப்பார். அவரைப் பார்த்து தங்கள் தொகுதிப் பிரச்சினை பற்றிச் சொல்லவோ வேறு எந்த விஷயத்துக்கோ எம்எல்ஏக்கள் யார் வேண்டுமானாலும் அங்கு அவரைச் சந்திக்கலாம். அன்று யார் அவையில் பேசப்போகிறார்கள் என்கிற பட்டியல் அவரிடம் கொடுக்கப்பட்டிருக்கும். அந்தப் பட்டியலில் விஷய ஞானமுள்ள எதிர்க்கட்சியினர் பெயர் இருந்தால், அன்று பேச இருந்த திமுக உறுப்பினரின் பெயரை நீக்கிவிட்டு அந்தப் பெயரைப்போடுவார். எதிர்கட்சியினரைப் பேச வைத்து தன் பேச்சுவன்மையால் மடக்குவது கருணாநிதிக்குக் கைவந்த கலை. அப்போதெல்லாம் அவையில் இரு தரப்புக்கும் இடையில் மூன்று அடிதான் இருக்கும். பீட்டர் மிகவும் கவனமாக தயாரித்துக்கொண்டு செல்வார். ஒரு முறை "தமிழ் என்னும் தங்கச் சீப்பு உங்கள் கையில்" என்று தொடங்கி "இருந்தும் என்ன பயன்? நீங்கள்தான் தமிழர்களை மொட்டையடித்துவிட்டீர்களே?" என்று முடித்தார். கண் இமைப்பதற்குள் கருணாநிதி பதில் சொன்னார். "தம்பி, தமிழ் எனும் தங்கச்சீப்பு என் கையில் இருப்பது உன்னைப் போன்ற சுருள்முடிக்காரர்களுக்குத்தான்!"

ஒருமுறை பிராமணரல்லாதோரும் அர்ச்சகராகலாம் என்ற சட்ட அமலாக்கத்தைக் கொண்டுவந்தார். அப்போது காங்கிரஸ் கட்சி உறுப்பினர் அனந்தநாயகி, "எங்க ஊர் பிடாரி கோவில்ல பிராமணர் அல்லாதவர்தான் கோவில் அர்ச்சகர். நீங்கள் கொண்டுவரும் சட்டத்தில் என்ன புதுமை?" என்று கேட்டார். சட்டென்று கருணாநிதி சொன்னார்: "பிடாரிகள்கூட ஒத்துக்கொள்கிறார்கள். ஆனால் சில அடங்காப்பிடாரிகள் ஒத்துக்கொள்வதில்லை. என்ன செய்வது?" ஒருமுறை கருந்திருமன் கேட்டார்: "அடைந்தால் திராவிட நாடு, இல்லாவிட்டால் சுடுகாடு என்றீர்களே, இப்போது எங்கே உட்கார்ந்திருக்கிறீர்கள்?" உடனே கருணாநிதி "உங்கள் பக்கத்தில் உட்கார்ந்திருக்கிறேன்" என்றார்.

கருணாநிதி சட்டசபைக்கு வரும்போதெல்லாம் அவர் பேச்சைக் கேட்கவே எல்லோரும் முழுநேரமும் அமர்ந்திருப்பார்கள். விசிட்டர் காலரியும் நிறைந்திருக்கும் என்கிறார் பீட்டர்.

எதிர்க்கட்சியில் இருந்த பீட்டர் அல்ஃபோன்ஸ் ஒருமுறை திருநெல்வேலி மாவட்டத்தில் அமைக்கபட வேண்டியிருந்த அரசு மருத்துவமனையைத் தனது தொகுதியான தென்காசியில் அமைக்கப்பட வேண்டும் என்று அதற்கான காரணங்களையும் குறிப்பிட்டு மனு அனுப்பினார். ஜானகி அணியின் ஒரே உறுப்பினரும் அப்போது கருணாநிதி ஆதரவாளருமான பி.ஹெச். பாண்டியன் அது சேரன்மாதேவியில் அமைக்கப்பட வேண்டும் என்று கோரியிருந்தார். கருணாநிதி மனுவில் இருந்த காரணங்களையெல்லாம் ஆராய்ந்து பார்த்து பீட்டருக்கு சொல்லி அனுப்பினார். பீட்டர் அல்ஃபோன்ஸ் சென்றதும், கருணாநிதி எழுந்து நின்று வரவேற்றுச் சொன்னார். "தென்காசிலே மருத்துவமனை அமைக்கிறதுக்கான உத்தரவிலே கையெழுத்துப் போடப்போறேன். அதுக்கு முன்னாடி உங்களுக்குத் தெரியப்படுத்தணும்னு நினைச்சேன்," என்றார். பீட்டர் அல்ஃபோன்ஸுக்கு மிகுந்த நெகிழ்ச்சியை ஏற்படுத்திய விஷயம் அது.

எதிர்க்கட்சியினரையும் மதிக்கத் தெரிந்த அவருடைய அணுகுமுறை எதிரிகளின் எதிர்மறையான எண்ணங்களையும் மழுங்கச் செய்வதாக இருந்தது என்று பீட்டர் நம்புகிறார்.

1996 சட்டமன்ற தேர்தலில் கன்னியாகுமரி மாவட்டம், பத்மநாபபுரம் சட்டமன்றத் தொகுதியில் பாஜக சார்பில் வென்றார் வேலாயுதம். அதுவரை தென்னிந்தியாவில் பாஜகவுக்கு ஒரு எம்எல்ஏகூட கிடையாது "என்னை மிகுந்த மரியாதையுடன்

நடத்தினார் கலைஞர்" என்கிறார் வேலாயுதம். "ஒருமுறை நான் ஆர்எஸ்எஸ் இந்துத்துவத்தின் சிறப்பைப் பற்றி சட்டமன்றத்தில் பேசினேன். பலரும் குறுக்கிட்டனர். கலைஞர் அவர்களைத் தடுத்தார். "நீங்கள் பேசும்போது அவர் அமைதியாகக் கேட்டார் இல்லையா? அவர் கருத்தை அவர் பேசவும் அனுமதியுங்கள்" என்று சொல்லி நீண்ட நேரம் குறுக்கீடு இன்றிப் பேச வழிவகுத்த ஜனநாயகவாதி அவர்."

அந்த ஜனநாயகத்துக்குப் பத்திரிகைத்துறை மிக முக்கிய மான தூண் என்பதைப் பத்திரிகையாளராக வாழ்வைத் தொடங்கிய கருணாநிதிக்கு நன்றாகத் தெரியும். அதனாலேயே பத்திரிகையாளர்களுடன் நேரிடையான தொடர்பு வைத்திருந்தார். தமிழிலும் ஆங்கிலத்திலும் வரும் நாளிதழ்கள் பத்திரிகைகள் எல்லாவற்றையும் காலை நான்கரை மணிக்கு எழுந்து படித்துவிடும் ஆர்வமும் சுறுசுறுப்பும் வயோதிகம் படுக்கையில் அவரை வீழ்த்திவிடும் காலம் வரை இருந்தது. தம்மை விமர்சித்த பத்திரிகை ஆசிரியருக்கு போன் போட்டு தன்னிலை விளக்கம் அளிப்பார். இலாகாக்களைப் பற்றின புகார் ஏதாவது இருந்தால் சம்பந்தப்பட்ட அதிகாரியை, மாவட்ட ஆட்சியாளரைத் தொலைபேசியில் தொடர்பு கொண்டு ஒரு பிடி பிடிப்பார். அவரைக் கடுமையாக விமர்சித்த பத்திரிகையாளர்கள் எழுத்தாளர்களுடனும் அவர் நல்ல உறவு வைத்திருந்தது ஆச்சரியமானது. சோ மருத்துவமனையில் அனுமதிக்கப்பட்டபோது, சக்கரநாற்காலியில் இவர் இருந்து கொண்டே சென்று பார்த்தார். திமுகவையும் கருணாநிதியையும் மிக வன்மையாக விமர்சித்த எழுத்தாளர் ஜெயகாந்தன் உடல்நலம் குன்றி மருத்துவமனையில் கிடந்தபோது இவர் நேரில் சென்று பார்த்தது மட்டுமல்லாமல், அவருடைய மருத்துவ செலவையும் கருணாநிதியின் அரசு ஏற்றுக்கொண்டது. *தி இந்து* நாளிதழ் அவரை விமர்சித்தபோதெல்லாம் மவுன்ட் ரோடு மகாவிஷ்ணு என்று கருணாநிதி ஏசுவார். ஆனால் அவருக்கும் இந்து நாளிதழின் முன்னாள் ஆசிரியர் என். ராமுக்கும் இடையே நிலவிய நட்பு அசாதாரணமானது. 1969இல் *தி இந்து* நாளிதழின் இளம் நிருபராக ராம் அவரை சந்தித்தார். "அன்று தொடங்கி கிட்டத்தட்ட அரை நூற்றாண்டை எட்டிய அவர்களுக்கு இடையேயான நட்பு ஒரு அரசியல் பத்திரிகையாளர்—அரசியல் தலைவர் இடையிலான தொழில்ரீதியான உறவுக்கு அப்பாற்பட்டது" என்கிறார் ராம். எல்லாக் காலகட்டங்களிலும் எளிதில் அணுகக் கூடியவராகவும் அவருடைய கருத்துக்களோடு உடன்படாவிட்டாலும், விமர்சித்தாலும் நட்பு பாராட்டக் கூடியவராகவே அவர் இருந்திருக்கிறார். அரசியல்,

வரலாறு, இலக்கியம் – சில வேளைகளில் கிரிக்கெட் என்று பலதும் அவருடன் விவாதித்திருக்கிறேன். பள்ளிப்படிப்பை முடிக்காதவராக இருக்கலாம்; அரசியலைத் தாண்டி 60 ஆண்டுகளுக்கும் மேலாக கலை இலக்கியம், இதழியல் துறைகளில் அவர் அளித்த பிரமிப்பூட்டும் பங்களிப்பு மற்ற அரசியல் தலைவர்களிடமிருந்து அவரைத் தனித்துக்காட்டும் விஷயம். மிகச் சில அரசியல்வாதிகள்தான் அவர் அளவுக்கு ஆழ்ந்த படிப்பாளிகளாக அயராத எழுத்தாளர்களாக இருந்திருக்க முடியும். கலைஞருக்கு எழுதுவது யோகாவைப் போல. தினமும் செய்ய வேண்டிய பயிற்சி. அவர் நிறுவிய '*முரசொலி*'க்கு அவர் எழுதியவை மட்டுமே பல லட்சம் வார்த்தைகளைத் தாண்டும்."

பத்திரிகையாளர்கள், எழுத்தாளர்களுடன் அவருக்கு ஒரு இணக்கமான உறவு இருந்ததினாலேயே, 2001இல் அவர் ஆட்சியை இழந்த கையுடன் ஜெயலலிதா அரசு அவரை நள்ளிரவில் கைதுசெய்த சேதி வந்ததும், ஊடகங்கள் பொங்கிவிட்டன. ஜாமீனில் வந்த பிறகு அவர் பங்கு கொண்ட புத்தக வெளியீட்டு விழாவில் பேசிய கருணாநிதியின் நெருங்கிய நண்பர் கவிஞர் வாலி கவிதையாகச் சொன்னார். 'உன் கை பட்டால் தமிழ் துலங்கும். உன் மேல் கை பட்டால் தமிழ் குலுங்கும்.'

உண்மையிலேயே அன்று பத்திரிகை உலகம் குலுங்கிற்று.

ஆனால் வந்த இரண்டு ஆண்டுகளுக்குள்ளேயே, 1998 பிப்ரவரி 14ஆம் தேதி, கருணாநிதிக்கும் அவரது ஆட்சிக்கும் ஒரு அதிர்ச்சி தரும் பின்னடைவு ஏற்பட்டது.

அதற்கு முன்பு ராஜீவ் காந்தியின் படுகொலைக்குக் காரணமான எல்.டி.டி.ஈக்கு அத்தகைய வன்செயல் செய்வதற்கு சாதகமான சூழலை ஏற்படுத்தியதாக ஜெயின் கமிஷன் கருணாநிதியை நேரிடையாகக் குற்றம் சாட்டிய அறிக்கை வெளியானது. திமுக அங்கம் வகித்த குஜரால் தலைமையிலான ஐக்கிய முன்னணி அரசுக்கு காங்கிரஸ் வெளியிலிருந்து ஆதரவு தந்துவந்திருந்தது. அமைச்சரவையிலிருந்து திமுகவினர் விலக வேண்டும் என்றது. விலகினால் தங்கள் மீது தவறு என்று ஒப்புக்கொண்டதாகிவிடும் என்று கருணாநிதி அமைதி காத்தார். அவர்கள் விலகாவிட்டால் ஆதரவை விலக்கிக்கொள்வதாகக் காங்கிரஸ் சொன்னது. குஜரால் திமுக தானாக விலகும் என்று நான்கு நாட்கள் காத்திருந்து பிறகு ராஜினாமா செய்தார். அரசு கவிழ்ந்து நாடு பொதுத் தேர்தலை எதிர்நோக்கியிருந்தது. பொதுவாகத் திமுக ஆட்சியின் மீது மக்களுக்கு இப்போது நல்ல அபிப்பிராயம் இருந்ததால் தேர்தலைப் பற்றி அதிகம் கவலைப்படாமல் இருந்தார் கருணாநிதி. ஆனால் தேர்தலுக்கு

முன் நடந்த ஒரு எதிர்பாராத அதிர்ச்சிதரும் சம்பவம் ஜெயலலிதாவுக்கு உதவுவதாக ஆகும் என்று ஜெயலலிதாவே நினைத்திருக்க முடியாது. 14 பிப்ரவரி 1998, அன்று பாஜக தலைவர் எல்.கே. அத்வானி கோயம்புத்தூரில் ஒரு கூட்டத்தில் பேசுவதாக இருந்தது. அன்று 13 இடங்களில் தொடர் குண்டுவெடிப்பு நடந்ததில் ஐம்பது பேர் இறந்தார்கள். அத்வானியின் கூட்டத்தின் நேரம் மாற்றப்பட்டிருந்ததால் அவர் தப்பித்தார். ஏற்கெனவே ஜெயின் கமிஷனின் அறிக்கையால் கலங்கியிருந்த கருணாநிதி அதிர்ந்தார். இஸ்லாமியத் தீவிரவாதிகளின் செயல் என்று தெரியவந்தது. அவருக்குக் காவல்துறை எத்தனையோ முறை எச்சரித்திருந்தபோதும் சிறுபான்மையினர் சம்பந்தப்பட்ட விஷயம் என்பதால் நடவடிக்கை எடுக்கத் தயங்கியிருந்ததாக முதல்வரின் மேல் பத்திரிகைகள் குற்றம் சுமத்தின. 1992 அயோத்தியில் பாபர் மசூதி இடிப்பிற்குப் பின் அல் உம்மா என்ற முஸ்லிம் மத அடிப்படைவாதக்குழு கோவையில் காலூன்றிற்று. அதன் பொதுச்செயலர் முஹம்மத் அன்சாரியின் தலைமையில் முஸ்லிம்கள் வாழ்ந்த கோட்டைமேடு பகுதியில் அல் உம்மா பணியைத் தொடங்கியது. படிப்பறிவும் வேலையும் இல்லாத இளைஞர்களை வளைத்துப்போட்டது. ஜெயலலிதா முதல்வராக இருந்தபோது அவர்களது நடவடிக்கைகளைப் பற்றி காவல்துறை தெரிவித்தபோது, அவர் உடனடியாகக் கோட்டை மேட்டில் காவல்துறையின் பரிசோதனைச் சாவடியைக் கொண்டுவந்தார். அல் உம்மாக்காரர்கள் அதற்கு எதிர்ப்பு தெரிவித்தனர். அவர் அசைந்து கொடுக்கவில்லை. 1996 தேர்தல் பிரச்சாரத்தின்போது கருணாநிதி அந்த செக்போஸ்டுகளை ஆட்சிக்கு வந்தவுடன் நீக்கப்போவதாக வாக்குறுதி அளித்தார். அதன்படி வந்தவுடன் நீக்கவும் செய்தார். அவருடைய நாஸ்திகப் பேச்சு இந்துக்கலைப் புண்படுத்தும் வகையில் இருக்கும். ஆனால் சிறுபான்மையினரின் உணர்வுகளை மதித்து எச்சரிக்கையுடன் நடந்துகொள்வார். பேட்டிகளில் அதைப்பற்றி கேட்டால், சிறுபான்மையினருக்குத்தான் பாதுகாப்பு தேவை, பெரும்பான்மை சமூகத்துக்கு அல்ல என்பார். செக்போஸ்டுகளை எடுத்த பிறகு சட்ட விரோத நடவடிக்கைகள் அங்கு நடக்க ஆரம்பித்தன. ஆயுதங்களும் வெடிமருந்துகளும் பல வீடுகளில் வைக்கப்பட்டன. தீவிரவாதிகள் பதுங்கவும் இடமளிக்கப்பட்டது. அரசு இவற்றைக் கண்டும் கடுமையாக நடவடிக்கை எடுக்காமல் விட்டது. எல்.டி.டி.ஈயினரிடம் தாம் அசட்டையாக இருந்ததன் பின்விளைவு போல கோட்டைமேடு விவகாரத்தில் அவர் கண்டிப்புடன் இல்லாமல்போனது மீண்டும் ஒரு பெரிய பழிபாவத்துக்கு அவரை உள்ளாக்கியது. தீவிரவாதிகளைக் கையாள்வதில் ஜெயலலிதா அதிகப் பொறுப்புடன், எச்சரிக்கையுடன் நடந்துகொண்டார்

என்பதில் சந்தேகமில்லை. கருணாநிதியின் உள்ளார்ந்த பலவீனமே இரண்டு முறை சரிவுக்குக் காரணம் என்று சொல்ல வேண்டும். அவர் மனப்பூர்வமாக மதச்சார்பற்றவர் என்பதில் சந்தேகமில்லை. ஆனால் பயங்கரவாதத்தின் வீச்சு அவர் எதிர்பாராத விதமாகத் தாக்கும் என்று அவர் நினைக்காதது சோகம். துக்ளக் இதழுக்குக் கொடுத்த பேட்டியில் தாம் நடவடிக்கை எடுத்தாகவும் அங்கு இருந்த அதிகாரிகள் நிலைமை சரியாக இருக்கிறது என்று தெரிவித்ததாகவும் சொன்னார். ஆனால் அது நம்பும்படியாக இருக்கவில்லை.

ஜெயலலிதா வைத்திருந்த செக்போஸ்டை ஏன் எடுத்தீர்கள் என்று துக்ளக் ஆசிரியர் கேட்டதற்கு கருணாநிதி சொன்னார்: கோட்டைமேடு பகுதியில் சில தீவிரவாதிகள் ஊடுருவினார்கள் என்பது மறுக்க முடியாத உண்மை. ஆனால் அங்கு இருப்பவர்கள் எல்லோருமே தீவிரவாதிகள் என்று முடிவு செய்து அங்கே ஒரு செக்போஸ்ட் அமைத்து அதை ஒரு சிறைக்கூடமாக்குவது ஒரு சமுதாயத்தையே இழிவு படுத்துகிறமாதிரி ஆகாதா?"

இதற்கான தண்டனையைப் பொதுத் தேர்தல் முடிவு தெரிவித்தது. திமுக அணி படுதோல்வி அடைந்தது. ஜெயலலிதா அணி முப்பது தொகுதிகளில் வெற்றி பெற்றது. அஇஅதிமுகவுக்கே 18 தொகுதிகளில் வெற்றி கிடைத்தது. தேர்தல் பிரச்சாரத்தில் ஜெயலலிதா திமுகவைக் கடுமையாக சாடினார். அவரது ஆட்சியில் 'அமைதிப் பூங்காவாக இருந்த தமிழ்நாடு தீவிரவாதிகளின் புகலிடமாகிவிட்டது கருணாநிதியால்' என்று முழங்கினார். தேர்தல் முடிவு வந்த பிறகு கருணாநிதி பதவி விலக வேண்டும் என்றார். இரண்டு ஆண்டுகளுக்கு முன் ஜெயலலிதாவைப் பதவி விலகச் செய்திருந்த மக்களுக்கு அவரது தவறுகள் மறந்துவிட்டன. தங்கள் பாதுகாப்புக்கு ஆபத்து என்ற பயம் ஏற்பட்டதும் ஜெயலலிதா சொல்வதை ஆமோதித்தனர்.

மக்களிடையே அன்று ஏற்பட்ட இந்த பயம் அவர்களை ஆழமாக பாதித்திருக்க வேண்டும். 1996-2001 காலகட்டம் கருணாநிதியின் ஆட்சியைப் பொருத்தவரை உன்னதமானது என்று அரசு அதிகாரிகளும் பத்திரிகைத்துறையும் நினைத்திருந்தாலும் மக்கள் அடுத்து வந்த 2001 மாநிலத் தேர்தலில் மீண்டும் ஜெயலலிதாவை ஆட்சியில் அமர்த்தினார்கள். ஜெயலலிதா இப்போது பழிவாங்கப்பட்ட அபலையாக மக்களின் அனுதாபத்தைப் பெற்றிருந்தார்.

11

தமிழகத்தின் அரசியல் மேடையில் திருப்பங்களுக்குக் குறைவிருக்கவில்லை. கருணாநிதியும் ஜெயலலிதாவும் தினமும் ஒரு நாடகத்தை அரங்கேற்றியவண்ணம் இருந்தார்கள். அவர்கள் இருவரிடையே இருந்த வெறுப்பே நாடகத்தின் மையக்கரு. சுதந்திரத்துக்குப் பிந்திய இந்திய வரலாறு அதுவரை கண்டிராத அந்த சமனற்ற போட்டியே தமிழ் நாட்டின் அரசியல் தலையெழுத்தை நிர்ணயிக்கப்போவதாக இருந்தது. இப்போது மத்திய அரசின் தலையெழுத்தையும் நிர்ணயிக்கும்போல் இருந்தது.

கோவை குண்டுவெடிக்குப் பிறகு வந்த நாடாளுமன்றத் தேர்தலில் திமுக மண்ணைக் கவ்வியதும், அதிமுக 18 தொகுதிகளை வென்றதும் ஜெயலலிதாவின் மதிப்பு ஏறிற்று. மத்தியில் பிரதமர் வாஜ்பாயி தலைமையில் ஆட்சிக்கு வந்திருந்த பாஜக அவரது 18 எம்பிக்களின் ஆதரவை நம்பியிருந்தது. ஜெயலலிதா தனக்கு இது மிகச் சாதகமான தருணம் என்று உணர்ந்தார். அவருடைய பல வழக்குகள் விசாரணைக்கு வர இருந்தன. அவருள் அடங்காத ஆத்திரம் இருந்தது. கருணாநிதி அரசைப் பதவி விலகவைக்க வேண்டும். மத்திய அரசை வற்புறுத்த 18 எண்ணிக்கை போதும். ஆனால் அவர் அதிக ஆசைப்பட்டார். நிபந்தனையற்ற ஆதரவு கொடுப்பதாகச் சொன்னவர், இப்போது வாஜ்பாயி பொறுமை இழக்கும் அளவுக்கு நிபந்தனைகள் விதித்தார். தான் நினைத்தபடி திமுக அரசு கவிழவில்லை என்று உறுதியானதும் அரசுக்குத்

தந்து வந்த ஆதரவை விலக்கிக்கொண்டார். வாஜ்பாயி அரசு அடுத்து வந்த நம்பிக்கையில்லாத் தீர்மானத்தில் ஒரு வாக்கில் பதவியை இழந்தது. கருணாநிதியின் நண்பரான வாஜ்பாயி அரசுக்கு ஆறு எம்பிக்கள் கொண்ட திமுக வாக்கெடுப்பில் ஆதரவு அளித்தது! பாஜகவுக்கு திமுக ஆதரவு அளிக்கும் என்று யாரும் நினைத்திருக்கவில்லை. ஆனால் கருணாநிதியின் ஆலோசகராகவும், மகனைப் போலவும் செயல்பட்ட அவரது சகோதரியின் மகன் முரசொலிமாறன் யதார்த்தவாதி. இந்த சமயத்தில் சித்தாந்தம் முக்கியமில்லை, ஜெயலலிதாவின் செய்கைகளை முறியடிக்க வேண்டும் என்பதுதான் முக்கியம் என்றும், இந்த அரசைக் காப்பாற்றி அவருடைய அரசியல் வாழ்வுக்கே முடிவு கொண்டுவரவும் முயற்சிக்கலாம் என்றார். ஆனால் அவர்களது கூட்டணியில் இருந்த மூப்பனாருக்கு நம்பிக்கையில்லா தீர்மானத்தின்போது தமது மனசாட்சிக்கு எதிராக பாஜகவுக்கு ஆதரவளிக்க முடியவில்லை. அவர் தனது மனசாட்சியைக் கேட்காமல், கூட்டணி தர்மத்தின்படி வாஜ்பாயி அரசுக்கு வாக்களித்திருந்தால் அரசு பிழைத்திருக்கும். ஒரு வாக்குக் குறைவில் வாஜ்பாயி அரசு வீழ்ந்தது. (தேர்தல் அறிவிப்பு வந்தும் அப்போது கார்கில் யுத்தம் நடைபெற்றுவந்ததால் அரசு தொடரும்படி கேட்டுக்கொள்ளப்பட்டது)

ஜெயலலிதாவுடைய செய்கை அவருடைய எதிரிகளைப் பலப்படுத்திக்கொள்ள சந்தர்ப்பம் அளித்தது. திமுகவின் பொன் விழா ஆண்டு அது. ஆர்.எஸ் எஸ்ஸுடன் சித்தாந்தரீதியான பாரம்பரியப் பகை கொண்டிருந்தாலும் ஆர்எஸ்எஸ் சார்ந்த பாஜக அரசை ஆதரிக்க முடிவெடுத்தது கட்சியினரை முதலில் நெளியவைத்தது. வாக்களிக்காமல் இருந்திருக்கலாமே என்றனர் சிலர். அதற்கு கருணாநிதி விளக்கமளித்தார். அந்த நிலையில் காங்கிரஸ் ஜெயித்திருக்கும். அதனுடன் ஜெயலலிதா சேர்ந்துகொண்டு திமுக ஆட்சியைக் கவிழ்த்திருப்பார். எது முக்கியம் இப்போது? சித்தாந்தமா, எதிரியின் முயற்சியைத் தோற்கடிப்பதா? அது தவிர, வாஜ்பாயி கண்ணியமானவர். ஜெயலலிதா கொடுத்த நெருக்கடியிலும் திமுக அரசைக் கவிழ்க்கவில்லை. அவசரகாலகட்டத்தின்போது வாஜ்பாயி அவருக்கு நண்பரானார். கருணாநிதிக்கு சோனியா காந்தியுடன் நெருக்கம் ஏற்பட்டதே இல்லை. அதோடு ஜெயின் கமிஷன் அறிக்கை வந்ததிலிருந்து சோனியா விலகியே இருந்தார். அதனால் அடுத்து வந்த தேர்தலில் திமுக பாஜகவுடன் கூட்டணி வைப்பது என்று முடிவாயிற்று. ஆனால் கூட்டணி இருக்கும் வரை திமுக அதனுடைய சிறுபான்மை வாக்கு வங்கியை இழந்தது. முரசொலிமாறன் திமுகவினரைத் தனது வாதத்தால்

சமாதானப்படுத்தினார். “அவசரகால நிலையின்போது திமுக ஜன சங்குடன் இணைந்தது. இப்போது மற்றுமொரு அவசரகாலத்தை நாம் எதிர்கொள்கிறோம்”.

கருணாநிதி என்கிற மூத்த அரசியல்வாதியை எதிர் கொள்ள பொறுமை தேவை. ஜெயலலிதா அதை அப்போது உணரவில்லை. ஆனால் அவருள் தணியாத கோபம் இருந்தது. சட்டப்பேரவையின் எதிர்கட்சித் தலைவியாக இருந்த காலத்தில் ஏற்பட்ட அவமானத்தின் வடு அது. அது எத்தகைய கனலாக இருக்கக்கூடும் என்று கருணாநிதி அறியவில்லை. நடிகை என்றும் ஒழுக்கமில்லாத பெண் என்றும் அவரைச் சார்ந்தவர்கள் எள்ளி நகையாடியபோது அவர்களுடன் சேர்ந்து அது ஒரு வேடிக்கைப் பேச்சாக சிரிக்கத் தோன்றிற்று. அது அவரையே பொசுக்கும் அக்கினிக்குண்டமாக மாறும் என்று நினைக்கத் தோன்றாத மிதப்பு அப்போது. ஆண் ஆதிக்கமுள்ள அரசியல் சொக்கட்டான் விளையாட்டில் எதிர்பாராமல் குறுக்குவெட்டாக அந்தப் பெண் நின்றதும் சிரிக்கும் நேரமில்லை இப்போது என்று புரிந்தது.

அரசியலில் வாய்ப்புகளே வரலாற்றை மாற்றும் திருப்புமுனையாகின்றன. வாஜ்பாயி அரசுக்கு ஜெயலலிதா ஆதரவை விலக்கிக்கொண்டதுமே திமுக நேரத்தை வீணாக்க வில்லை. பாஜகவுடன் அதிகாரபூர்வமாகக் கூட்டணி வைத்துக் கொண்டது. கருணாநிதிக்கும் முரசொலிமாறனுக்கும் வாஜ்பாயி நண்பர் என்பது கூட்டணி ஏற்படுத்திக்கொள்ள சௌகர்யமாக இருந்தது. சித்தம் போக்கு சிவன் போக்கு என்று பதினோரு மாதங்களுக்கு அவரை ஆட்டிப்படைத்த ஜெயலலிதாவைவிட, பண்பட்ட அரசியல்வாதிகளுடன் பேச்சுவார்த்தை நடத்துவது வாஜ்பாயிக்கும் சரளமாக இருந்திருக்கும்.

கார்கில் போரின் உணர்வுரீதியான தாக்கத்தினால் பாஜக மீண்டும் ஆட்சிக்கு வரும் வாய்ப்பு இருந்தது. தமிழ் நாட்டில் பாஜகவிற்கு செல்வாக்கு இல்லாவிட்டாலும் வாஜ்பாயி தேசியத் தலைவராக அறியப்பட்டிருந்தார். திமுக கணிசமான இடங்களை வென்றால் மத்திய அமைச்சரவையில் பங்குகொள்ளலாம். தேர்தல் பிரச்சாரத்தில் ஜெயலலிதாவைத் தாக்கும் அஸ்திரமாக மத்திய அரசைக் கவிழ்த்த ஜெயலலிதாவை நம்பிக்கைதுரோகம் செய்தவர் என்று பழிக்கலாம். மாநிலச் சட்டப்பேரவைத் தேர்தலில் திமுகவுடன் கூட்டணி வைத்திருந்த தமாக சங்கடத்தில் ஆழ்ந்தது. நாடாளுமன்றத்தில் நடந்த நம்பிக்கையில்லா தீர்மானத்தில் பாஜக அரசுக்கு எதிராக வாக்களித்திருந்தது. சித்தாந்தரீதியாக அது பாஜகவுடன் கூட்டணி வைக்க முடியாது. ஜெயலலிதாவை எதிர்த்து கட்சி ஆரம்பிக்கப்பட்டதால் அவருடனும் கூட்டணி

வைக்க முடியாது. ஜெயலலிதா காங்கிரஸ்ஸுடன் கூட்டணிக்கு முயற்சிப்பார் என்ற ஊகத்தில், தனித்துப் போட்டியிட முடிவெடுத்தது.

கருணாநிதியின் அணி மிக வலுவானதாக இருந்தது. திமுகவுடன் வைகோவின் மதிமுக, ராமதாஸின் பாமக எல்லாம் சேர்ந்திருந்தன. ஆனால் பாஜகவுடன் கூட்டணி வைத்ததில் எல்லோருக்குமே சங்கடம்தான். திமுகவை பாரம்பரியமாக ஆதரித்து வந்திருந்த சிறுபான்மையினர் அதிர்ச்சி அடைந்திருந்தார்கள். (முஸ்லிம் மற்றும் இடது சாரி கட்சிகள் அதிமுக அணியில் சேர்ந்திருந்தன.) அதை நன்றாக உணர்ந்திருந்த கருணாநிதி ஓயாத பிரச்சாரப் பயணத்தில் இருந்தார். கூட்டத்துக்குக் கூட்டம் பாஜகவுடன் கூட்டு சேர்ந்ததற்கான விளக்கத்தைக் கொடுப்பதுபோல, "நாடு காப்பாற்றப்பட வேண்டும்; தமிழ்நாடு காப்பாற்றப்பட வேண்டும்; ஜனநாயகம் காப்பாற்றப்பட வேண்டும்" என்று திரும்பத்திரும்பச் சொன்னார்.

தேர்தல் அமர்க்களத்துக்கு நடுவில் கருணாநிதி வழக்குகளைத் துரிதப்படுத்த முயன்றார். தேர்தல் முடிவு எப்படி இருக்கும் என்று தெரியாது. காங்கிரஸ் ஆட்சிக்கு வந்தால் ஜெயலலிதாவுக்கு வலு கூடிவிடும். மறுபடி திமுக ஆட்சியைக் கலைக்க முயற்சி செய்வார். அவருக்கு எதிராகப் போடப்பட்ட பல வழக்குகளிலிருந்து ஜெயலலிதா தப்பிக்க முடியாது என்று அவருடைய அதிகாரிகளும் வழக்கறிஞர்களும் சொன்னார்கள். எப்படியாவது ஜெயலலிதா மீண்டும் தலையெடுக்கவிடாமல் செய்தாக வேண்டும். அவருக்கு அதிர்ச்சி அளிக்கும் வகையில் சிறப்பு நீதிமன்ற நீதிபதி வி. ராதாகிருஷ்ணன் நிலக்கரி இறக்குமதி வழக்கில் ஜெயலலிதா நிரபராதி என்று தீர்ப்பு அளித்தார். கருணாநிதி சாமர்த்தியமாக ராதாகிருஷ்ணனை உயர் நீதிமன்றத்திற்கு உயர் பதவிக்குச் சிபாரிசு செய்து ஜெயலலிதாவின் மற்ற வழக்குகளை அவர் கையில் எடுக்காமல் பார்த்துக்கொண்டார்.

ஆனால் தேர்தல் முடிவுகள் அவருக்குச் சற்று ஆசுவாசத்தை அளித்தது. ஜெயலலிதா அதிர்ந்து போனார். சென்ற தேர்தலுக்கு நேர்விரோதமாக இருந்தன முடிவுகள். சென்ற முறை இருபத்தி ஏழு எம்பிக்கள் இருந்த மிதப்பில் தலைநகரை வலம் வந்து வாஜ்பாயி அரசை ஆட்டிப்படைத்தவருக்கு இப்போது பத்து எம்பிக்களாக எண்ணிக்கை சுருங்கிப்போயிருந்தது. கருணாநிதியின் அணிக்கோ 26 எம்பிக்கள் இப்போது இருந்தார்கள். (திமுக – 13, மதிமுக–4, பாமக – 5, பாஜக – 4). கருணாநிதி, தேர்தல் முடிவுகள் மிகுந்த திருப்தி அளிப்பதாகத் தெரிவித்தார். "கூட்டணி உறுப்பினர்கள் எல்லோரும் மன முதிர்ச்சி உள்ளவர்கள் என்பதால் மத்தியில்

இருக்கும் அரசுக்கு எந்த ஆபத்தும் இருக்காது” என்றார். ‘வாஜ்பாயி அரசைக் கவிழ்க்க யாரும் துணிய மாட்டார்கள் என்றார் வைகோ. முரசொலி மாறனை ஒரு நிருபர், வாஜ்பாயி அரசுக்கு ஏதேனும் நிபந்தனைகள் போடுவீர்களா என்று கேட்டபோது, ‘நாங்கள் அதிமுக இல்லை’ என்றார் பட்டென்று.

வாஜ்பாயி அரசின் ஒரு அங்கமாக இருந்தது திமுக இப்போது. இருவருக்கும் எதிரி ஜெயலலிதா என்பது அவர்களுள் ஒரு விநோதமான இணக்கத்தை ஏற்படுத்தியிருந்தது.

கருணாநிதியின் அன்பிற்கும் நம்பிக்கைக்கும் உரிய முரசொலிமாறன் வர்த்தகம் மற்றும் தொழில்துறை அமைச்சர் இப்போது. ஜெயலலிதா அசட்டுத்தனமாகப் பகைத்துக்கொண் டிருந்த ராம் ஜேட்மலானி சட்டத்துறை அமைச்சர். இதைவிடக் கெட்ட சேதி என்ன இருக்க முடியும் ஜெயலலிதாவுக்கு?

அடுத்த மாநிலங்களவைத் தேர்தலுக்குள் (2001) வழக்கு களைத் துரிதப்படுத்த முயன்றார் கருணாநிதி. ஆனால் அவர் எதிர்பாராமல் டான்சி நில பேர வழக்கில் சென்னை உயர் நீதிமன்றம் ஜெயலலிதாவை விடுவித்தது. ஆனால் சிறப்பு நீதிமன்றம் கொடைக்கானல் ப்ளெசன்ட்ஸ்டே ஹோட்டலுக்கு இரண்டு தளங்களுக்கு மேல் கட்ட அனுமதி கொடுத்த வழக்கில் ஜெயலலிதாவையும் அவருடைய அமைச்சராக இருந்த செல்வ கணபதியையும், ஐ.ஏ.எஸ் அதிகாரி ஹெச்.எம். பாண்டே, ஹோட்டல் அதிபர்கள் ராக்கேஷ் மிட்டல் மற்றும் பாளை சண்முகத்தையும் குற்றவாளிகள் என்றது. ஆளுக்கு இரண்டு ஆண்டுகள் சிறைத் தண்டனையும் ரூ. 2000 அபராதமும் விதித்தது. அதிமுக தொண்டர்கள் அதிர்ச்சியிலும் கோபத்திலும் மாநிலம் முழுவதிலும் கலவரத்தில் ஈடுபட்டார்கள். சிலர் வெறி பிடித்து தர்மபுரியிலிருந்து கோவை சென்றுகொண்டிருந்த பேருந்தை, கோவை தமிழ்நாடு விவசாயப் பல்கலைக்கழக மாணவிகள் அமர்ந்திருந்த பேருந்தை, வழிமறித்துத் தீ வைத்தார்கள். அதில் மூன்று இளம் பெண்கள் கருகிச் செத்தார்கள். இது திமுகவின் வேலை என்றார் ஜெயலலிதா. வீடியோச் சுருள் துல்லியமாக அதிமுகவினரின் முகத்தைக் காண்பித்தது. கருணாநிதி சிபிசிஐடி விசாரணைக்கு ஆணை இட்டார்.

சட்டசபைத் தேர்தலுக்கு இன்னும் ஆறு மாதங்கள் இருந்தன. நடந்துபோன விஷயங்களை மக்கள் சுலபமாக மறந்துவிட மாட்டார்கள் என்று கருணாநிதி நம்பினார். அவருடைய குடும்பத்தில் பிரச்சினைகள் வெளிச்சத்துக்கு வரும் வகையில் கிளம்பியிருந்தன. அவருடைய மூத்த மகன் அழகிரிக்கும் இளைய மகன் ஸ்டாலினுக்கும் இடையே எப்பவுமே இருந்த பூசல்கள்

வெளியில் பேசப்படும் அளவுக்கு தீவிரமாயின. கருணாநிதியின் அரசியல் வாரிசாக ஸ்டாலின் தயாரிக்கப்படுவது அழகிரிக்கு எரிச்சல் தரும் விஷயம். மதுரையில் வசித்த அழகிரி மதுரைக்கு முடி சூடா மன்னனாக வளைய வந்தார். உள்ளூர்க் காவல் துறையினரையும் செயலர்களையும், அமைச்சர்களையும் கூட ஆட்டிப்படைத்துக்கொண்டிருந்தார். அவரை அடக்கும் வழி தெரியாமல் கருணாநிதி தவித்தார். ஆனால் விஷயம் தலைக்குமேல் போகும் நேரம் வந்தது. திமுக சென்னையில் கொண்டாடிய முப்பெரும் விழாவுக்கு அழகிரி தடுத்துவிட்டதால் மதுரையைச் சேர்ந்த மூன்று (கட்சி) செயலர்கள் விழாவில் கலந்து கொள்ளவில்லை. ஒருநாள் காலை கட்சியின் மூத்த தலைவரும், கல்வி அமைச்சருமான க. அன்பழகன், அதிகாரபூர்வ அறிக்கை வெளியிட்டார். "கட்சியின் கட்டுப்பாட்டை அழகிரி மீறி தலைவருக்கு அதிருப்தி அளித்துவிட்டார். ஆகையால் அழகிரியுடன் எந்த தொடர்பும் வைத்துக்கொள்ளக் கூடாது என்று கட்சி உறுப்பினர்களுக்குச் சொல்லப்படுகிறது."

ஆத்திரமடைந்த அழகிரியின் ஆட்கள் பேருந்துகளைத் தாக்கினார்கள். பலவற்றைத் தீயிட்டுக் கொளுத்தினார்கள். மூன்று நாட்கள் மதுரையில் வெறியாட்டம் நடந்தது. கடுமையாக நடவடிக்கை எடுக்கச்சொல்லி சென்னையிலிருந்து உத்தரவு வந்த பிறகுதான் காவல்துறை செயல்பட்டது. 400 பேர்கள் கைது செய்யப்பட்டார்கள். கருணாநிதிக்குப் பெரிய சங்கடமும் மனஉளைச்சலும் ஏற்பட்டிருந்தது. கட்சியின் ஆகச் சிறந்த தலைவராக, மாநிலத்தின் முதல்வராக இருந்தவருக்கு சொந்தக் குடும்பத்தை நிர்வகிக்க முடியவில்லை. அரசியல் எதிரியான ஜெயலலிதாவை அடக்க வியூகம் வகுப்பவருக்கு குடும்பத்தில் தோன்றிய சண்டைகளை அடக்கத் தெரியவில்லை. பாசம் அவர் சிந்தையைக் கலங்கடித்தது. மகனை அடக்கவும் முடியவில்லை விலக்கவும் முடியவில்லை. கட்சியினருக்கும் மக்களுக்கும் பதில் சொல்ல வேண்டிய நிலையில் இருந்ததை உணர்ந்து போலீஸ் நடவடிக்கைக்கு உத்தரவிட்டார். ஆனால் அழகிரியைக் கட்சியிலிருந்து நீக்கவில்லை.

இத்தகைய சம்பவங்கள் தொடர்ந்தால் ஜெயலலிதா பக்கம் பலம் சேரும் என்று கருணாநிதிக்குத் தெரியும். ஆனால் ஜெயலலிதாவுக்கு எதிர்பாராத பின்னடைவு ஏற்பட்டது. நீதிபதி தங்கராஜ் உயர் நீதிமன்றத்தில் அவரை விடுவித்திருந்த டான்ஸி வழக்கு மேல் முறையீட்டுக்கு உச்சநீதிமன்றத்துக்குச் சென்றது சிறப்பு நீதிமன்றத்துக்குத் திருப்பி அனுப்பப்பட்டிருந்தது. அந்த வழக்கு விசாரணை இப்போது முடிந்திருந்தது. அக்டோபர் 9, 2000ஆம் ஆண்டு தீர்ப்பு வந்தது. ஜெயலலிதாவுக்கும்

மற்றவர்களுக்கும் மூன்று ஆண்டுகள் கடுங்காவல் தண்டனை என்று சொன்னது.

கருணாநிதிக்கு இதைக் கேட்டு ஆசுவாசம் ஏற்பட்டது. உச்ச நீதிமன்றத்தில் ஜெயலலிதா மேல் முறையீடு செய்யலாம் என்றாலும் வரும் தேர்தலுக்குள் எதுவும் நடக்காது. ஜெயலலிதாவால் தேர்தலில் நிற்க முடியுமா என்பதே இப்போது சந்தேகம். மக்கள் பிரதிநித்துவச் சட்டப் பிரிவு 8ன்படி கிரிமினல் வழக்கில் குற்றம் சாட்டப்பட்டு இரண்டு ஆண்டுகளுக்கு மேல் சிறைத் தண்டனை பெற்றவர்கள் ஆறு ஆண்டுகளுக்குத் தேர்தலில் போட்டியிட முடியாது. ஜெயலலிதா தீர்ப்பை எதிர்த்து சென்னை உயர்நீதிமன்றத்தில் செய்த முறையீட்டினால் மன்றம் தீர்ப்பை நிறுத்திவைத்தது, ஆனால் தண்டனையை அல்ல. அதிமுகவின் தோழமைக்கட்சிகளான இடதுசாரிக் கட்சிகளும் தமாகவும் இருந்த கூட்டணியில் எந்த மாற்றமும் இல்லை என்றார்கள். இருந்தாலும் இப்போதைக்கு ஜெயலலிதா தேர்தலில் நிற்கும் தகுதியை இழந்துவிட்டதாக சட்ட வல்லுநர்கள் கருதினார்கள். ஆனால் கட்சிக்கு இது பின்னடைவு இல்லை என்று அதிமுக உறுப்பினர்கள் நினைத்தார்கள். இதனால் தலைவிக்கு அனுதாப வாக்குகள் அதிகரிக்கும் நிச்சயமாக. இது கருணாநிதியின் வேலை என்று கட்சி நம்பிற்று. கட்சிக்கூட்டத்தில் ஜெயலலிதா வெகு காட்டமாகச் சொன்னார். “மக்கள் மன்றத்தில் என்னை வீழ்த்த தைரியமில்லாத கருணாநிதி, சிறப்பு நீதிமன்றங்களில் புகுந்துகொண்டு என்னை அழிக்கப்பார்க்கிறார்” என்றார். “நான் 2001இல் மீண்டும் ஆட்சிக்கு வரும்போது கருணாநிதி உயிரோடு இருந்தால், அவரை நான் ஆயுளுக்கும் சிறையில் அடைப்பேன்” என்றார்.

தேர்தலில் நிற்கும் தகுதியை இழந்துவிட்டவர் எந்த தைரியத்தில் இப்படிப் பேசுகிறார் என்று கருணாநிதி வியந்தார். அதிமுகவுக்கு நிச்சயம் வாய்ப்பு இல்லை என்று ஊடகக் கணிப்புகள் தெரிவித்தன. அவரது திட்டங்களும் அரசின் செயல்பாடுகள் பெருவாரியாக வரவேற்கப்பட்டிருந்தன. எல்லாத் தரப்பு மக்களையும் அதன் நன்மைகள் சென்றடைந்திருந்தன. திமுக மீண்டும் ஆட்சியைப் பிடிக்கும் என்று கட்சியின் மூத்த தலைவர்கள் உறுதியாக நம்பினார்கள். ஆனால் ஒரு விஷயம் மறந்துவிட்டது கருணாநிதிக்கு, உணர்வுரீதியாக மக்களை, சமூகங்களைப் பாதிக்கும் காரணிகள் எதிர்மறையாகவே செயல்படும் என்று. திமுக, பாஜகவுடன் கூட்டணி வைத்திருந்தது முஸ்லிம் சமூகத்துக்குப் பெரிய அதிர்ச்சியையும் ஏமாற்றத்தையும் அளித்திருந்தது. கருணாநிதி தீவிரமாக மதசார்பற்றக் கொள்கையைக் கடைபிடிப்பவர் என்கிற தோற்றத்தை மட்டுமல்ல,

நம்பிக்கையையும் அளித்தவர். இந்துத்துவம் பேசும் பாஜகவுடன் அரசியல் காரணங்களுக்காகக் கூட்டு சேர்ந்திருந்தாலும் தங்களை ஏமாற்றிவிட்டதாக முஸ்லிம் சமூகம் நினைத்தது. ஏகமனதாக திமுகவுக்கு எதிராக வாக்களித்தது. அதோடு, ஜெயலலிதாவின் கைதும் அவருடைய சிறை வாசமும் அவர் நகையேதும் அணியாமல் பாதிக்கப்பட்ட பெண்ணாக மக்கள் முன் நிற்கும் பிம்பமும் அவர் பக்கம் ஒரு அனுதாப அலையே எழக் காரணமாயின. அந்த அலை கருணாநிதியின் ஆட்சிகால ஆக்கபூர்வச் செயல்பாடுகளின் நினைவுகளையே அடித்துக்கொண்டு போய்விட்டது.

ஜெயலலிதாவுக்கு இதைப் பற்றிய புரிதல் இருந்ததோ இல்லையோ, கண்ணை மூடிக்கொண்டு செயல்படுபவர் போல நான்கு தொகுதிகளில் வேட்பாளர் மனுவை சமர்ப்பித்தார். நான்கும் நிராகரிக்கப்பட்ட பின்னும் சூறாவளியாய்த் தேர்தல் பிரச்சாரத்தில் இறங்கினார். ஜெயலலிதா கூட்டத்துக்குக் கூட்டம் கருணாநிதியை வசைபாடிக்கொண்டு செல்கையில் கருணாநிதி தனது பரப்புரையில் அவருடைய ஊழல்களைப் பட்டியலிட்டார். அத்தனை பங்களாக்கள், அத்தனை நகைகள், ஆயிரக்கணக்கான புடவைகள் என்று அடுக்கியபோது, பெண்கள் எழுந்துசென்றார்கள். காவல் அதிகாரிகள் அவர்களைக் கட்டாயப்படுத்தி உட்காரவைத்தார்கள். பெண்களுக்கு ஜெயலலிதாமீது விநோதமான ஈர்ப்பு இருந்தது. காதும் கழுத்தும் கையும் மூளியாய் அவர் தபஸ்விபோல உங்களை மடிப்பிச்சை கேட்க வந்தேன் உங்கள் சகோதரி என்ற போது அவர்கள் உருகினார்கள். கருணாநிதியின் குற்றச்சாட்டுகள் அநியாயமானவை என்று நினைத்தார்கள். 'அம்மா நடிகையா இருந்தப்பவே போட்டுக்கிட்ட நகைதானே எல்லாம்? இவருக்கு என்ன வந்ததாம்?' என்றார்கள். "எல்லாத்தையும்தான் பிடுங்கிக் கிட்டாரே. பிறகு ஏன் விடாம அதெப் பத்திப் பேசறாராம்?"

எல்லா தேர்தல் கணிப்புகளையும் பொய்யாக்கி தர்க்கத்திற்கு இடமே இல்லாதபடி ஜெயலலிதாவின் கூட்டணி பெரும்பான்மை பெற்று வெற்றிபெற்றது. (234ல் 196 தொகுதிகளில் கூட்டணிக்கு வெற்றி. அதிமுகவுக்கு மட்டுமே 132 தொகுதிகளில் வெற்றி. திமுக அணிக்கு 37 தொகுதிகளில் வெற்றி. திமுகவுக்கு 31 தொகுதிகளில் மட்டுமே.)

சட்டசபைத் தலைவியாக ஜெயலலிதாவை அதிமுக கட்சி ஒருமனதாகத் தேர்வு செய்தது. தமிழ்நாடு ஆளுநரும் உச்சநீதிமன்றத்தின் முதல் பெண் நீதிபதி என்ற சரித்திரம் படைத்திருந்தவருமான ஃபாத்திமா பீவி, மறுபடி வரலாறு

படைத்தார். ஜெயலலிதாவை முதலமைச்சராகப் பதவி ஏற்று அரசு நடத்த அழைத்தார். அரசியல் சாசனப்பிரிவு 164இன்படி ஆளுநருக்கு யாரை வேண்டுமானாலும் அரசுக்குத் தலைமைதாங்க அழைக்கலாம் என்று உரிமை இருந்தது. தன்னைக் கேள்வி கேட்க நீதிமன்றங்களுக்கு அதிகாரம் இல்லை என்று ஃபாத்திமா பீவிக்குத் தெரியும். ஆனால் ஜெயலலிதாவின் அடாவடித்தனம் எந்த நாட்டு ஜனநாயகத்திலும் கேள்விப்படாதது. அவர் உடும்புப்பிடியாகத் தனது வாதத்தை முன் வைத்தார் – அதிமுகவுக்குக் கிடைத்த வாக்கு அவருக்குக் கிடைத்த வாக்கு. 'நான் முதல்வராக வேண்டும் என்று மக்கள் விரும்பியதால்தான் பெரும்பான்மை பலத்தோடு கட்சி வெற்றி பெற்றது. நான் பதவி ஏற்காமல் போனால் அது மக்களின் விருப்பத்தை உதாசீனப்படுத்துவதுபோல' என்றார். மக்கள் தீர்ப்பு மகேசன் தீர்ப்பு.

ஊடகங்கள் கடுமையாக விமர்சித்தன. அப்படியானால் மக்களின் தீர்ப்பு நீதிமன்றத் தீர்ப்பைப் புறம்தள்ளலாம் என்று அர்த்தமா? குற்றம் புரிந்தவர்கள் என்று நிரூபிக்கப்பட்ட நபர்கள் தேர்தலில் நிற்கக் கூடாது என்கிற விதி ஜனநாயகத்தின் பாதுகாப்பிற்காக என்றன.

"ஜெயலலிதாவின் மாபெரும் வெற்றி இந்திய ஜனநாயகத்துக்கு மாபெரும் பின்னடைவு" என்று தனது தலையங்கத்தில் *இந்தியா டுடே* பத்திரிகை எழுதியது. *தி ஹிண்டு* நாளிதழ் 'மே 14ஆம் தேதியே முதல்வராவதற்கு ஜெயலலிதா காண்பித்த அவசரம் பொருத்தமில்லாதது' என்றது. 'நீதிமன்ற தண்டனை பெற்ற குற்றவாளி' என்ற அவப்பெயர் நீங்கும்வரை ஜெயலலிதா காத்திருந்திருந்தால் மெச்சத்தக்கதாக இருந்திருக்கும்' என்றது.

அறிவார்ந்த விவாதங்களையெல்லாம் ஜெயலலிதா லட்சியம் செய்யவே இல்லை. அவருடைய அவசரம் அவருக்கு மட்டுமே முக்கியமானது.

29 மே மாதம் கூடிய புதிய சபையில் எந்தவித உணர்ச்சியையும் காண்பிக்காமல் சொன்னார்: "தவறு செய்தவர்கள் அதன் பலனைப் பெறுவார்கள். அது அரசியல் பழிவாங்கல் என்று கூக்குரலிடுவதில் ஏதும் அர்த்தமில்லை."

திமுக வட்டத்தில் ஒரு பீதி கலந்த மௌனம் நிலவியது. ஆனால் யாருமே, கருணாநிதிகூட, என்ன நிகழவிருந்தது என்று கற்பனை செய்திருக்க முடியாது. சர்வாதிகார ஆட்சியில் நடப்பதுபோல 30, ஜூன் அன்று நள்ளிரவுக்குமேல் 2 மணிக்கு ஆலிவர் ரோட் பங்களாவில் அயர்ந்து உறங்கிக்கொண்டிருந்த கருணாநிதி படுக்கையிலிருந்து எழுப்பப்பட்டார். 78 வயது முதியவர்

உடுப்பை மாற்றக்கூட போலீஸார் நேரம் அளிக்கவில்லை. தொலைபேசி இணைப்பு துண்டிக்கப்பட்டிருந்தது. வீடு முழுவதுமே போலீஸின் கைவசம் சிக்கியதுபோல கெடுபிடி பரவியது. சில நாட்களுக்கு முன்வரை கருணாநிதிக்கு சலாம் போட்ட அதிகாரிகளின் ஆளுமையே மாறிப்போயிருந்தது. இப்போது அவர்கள் 'அம்மா'வின் ஆணையைக் கடைப்பிடிக்க வந்தவர்கள். கருணாநிதி படுக்கைக்குப் பக்கத்திலிருந்த கைபேசியில் உடனடியாக ஊரில் அப்போது இருந்த மத்திய அமைச்சரும் தனக்கு மகனைப்போல இருந்தவருமான முரசொலிமாறனை அழைத்தார். சில நொடிகளில் மாறன் வந்துசேர்ந்தார். உடனே சன் டிவி குழுவும் வந்தது. இப்படிப்பட்ட சம்பவம் வரக்கூடும் என்று முன்னேற்பாடாக மாறன் அவர்களை எப்பவும் தயார் நிலையில் இருக்கச் சொல்லியிருந்தார். போலீஸ் தங்களுடைய அதிகாரபோதையில் சன் டிவி காமராக்களைக் கவனிக்கவில்லை. அல்லது கவனித்தும் காமிராவின் முன் அங்கு அரங்கேறிய கேவலமான நாடகத்தில் தங்களைக் கதாநாயகப் புருஷர்களாகக் காட்ட விரும்பினார்களோ என்னவோ காமராக்களை அனுமதிப்பதுபோல கண்டும் காணாமல் இருந்தார்கள். சினிமாப்படம் பிடிப்பதுபோல ஒரு அசைவு விடாமல் அங்கு நடந்த மனித உரிமை மீறல்களை, அதிகார துஷ்பிரயோகத்தை, வன்முறையைக் காமிராக்கள் படம்பிடித்தன. ஐயோ என்று பயத்திலும் உடல் வேதனையிலும் அலறும் 78 வயது முதியவர், படிக்கட்டில் பத்து காவலர்கள் அவரைக் குண்டுகட்டாக இழுத்துவருகிறார்கள், அவருடைய ரப்பர் செருப்பு ஒன்று நழுவுவதையும் பொருட்படுத்தாமல் . . . பிறகு அவர் வலுக்கட்டாயமாக வேனுக்குள் தள்ளப்படுகிறார். கைது வாரண்டைக் காண்பியுங்கள் என்று மாறன் போலீஸைக் கேட்க போலீஸ் இதய நோயாளியும், மத்திய அமைச்சருமான அவரையும் தாக்குகிறது. அதைத் தடுக்கப்பார்த்த இன்னொரு மத்திய அமைச்சரும் திமுக தலைவருமான டி.ஆர். பாலுவும் தாக்கப்படுகிறார். சன் டிவிக்குத் தெரியும் இந்த படச்சுருள் எத்தனை சக்திவாய்ந்த சாதனம் இப்போது என்று. 30ஆம் தேதி காலையிலிருந்து அது விடாமல் ஒளிபரப்பப்பட்டது. 'ஐயோ என்னைக் கொல்றாங்களே' என்ற கூக்குரல் பிறகு அதனுடன் ஒட்டப்பட்டிருக்க வேண்டும் பார்ப்பவர்களிடம் அனுதாபத்தைத் தூண்ட. ஆனால் எந்தத் தூண்டுதலும் தேவைப்படவில்லை. குரூரமான அந்த மனித உரிமை மீறல் பார்ப்பவரை அதிர்ச்சி கொள்ள வைத்தது.

சன் குழு அத்தனைத் துரிதத்துடன் செயல்பட்ட விதம் ஜெயலலிதா எதிர்பாராதது. ஊடகங்களுக்குத் தெரியாமல் கைது

நடக்க வேண்டும் என்ற எண்ணத்தில்தான் நடு இரவுக்குப் பின் நடத்தச் சொல்லியிருந்தார். ஆனால் போலீஸுக்குக் காமராக்களைத் தடை செய்ய வேண்டும் என்ற எண்ணம் வரவில்லை.

ஆனால் ஜெயலலிதா ஊடகங்களுக்கு அளித்த தனது அறிக்கையில் அரசுக்கு ஊடகத்தின் உரிமையைப் பறிக்கும் எண்ணம் இல்லாததால்தான் தடை செய்யவில்லை என்றார். அந்தச் சுருள் முழுவதும் திருத்தப்பட்டது உண்மையில் அப்படி நடக்கவே இல்லை, சென்னை போலீஸ் கமிஷனர் அலுவலகம் காண்பித்த அதிகாரபூர்வப் படப்பிடிப்பு வேறு மாதிரி காண்பிக்கிறது என்றார்.

ஆனால் சன் டிவி காட்டிய காட்சியின் தாக்கம் எத்தகைய தாக இருக்கும் என்று ஜெயலலிதா உணரவில்லை. தமிழகத்தில் அதிகபட்ச தொலைக்காட்சிப் பார்வையாளர்கள் சன் டிவி பார்வையாளர்கள். மிக நுணுக்கமாகக் காட்சிப்படுத்திய அந்த பிம்பங்கள் பார்ப்போரை, ஜெயலைதாவின் ஆதரவாளர்களைக் கூட மிகப் பலமாகப் பாதித்தது. தவிர மாநிலத்தில் அதிகாரத்தில் திமுக இல்லாவிட்டாலும் மத்தியில் அதற்கு செல்வாக்கு இருந்தது. மத்திய அமைச்சரவையில் திமுக அங்கம் வகித்தது.

ஊடகங்களுக்கு எப்போதுமே ஜெயலலிதாவைவிட கருணாநிதியிடம் இணக்கமான அணுகுமுறை இருந்தது.

கருணாநிதியின் கைது தமிழ்நாட்டில் மட்டுமல்ல அனைத்து இந்தியாவிலும் தேசியத் தொலைக்காட்சி சானல்கள் மூலம் தெரியவந்து அதிர்ச்சி ஏற்படுத்தியது. தேசிய ஜனநாயகக் கூட்டணி அரசின் ஒரு குழு பாதுகாப்பு அமைச்சர் ஜார்ஜ் ஃபர்னாண்டஸ் தலைமையில் தில்லியிலிருந்து வந்து கருணாநிதியை மத்திய சிறைக்குச் சென்று பார்த்து, தமிழ் நாட்டில் ஜனாதிபதி ஆட்சி அமலாக்கவேண்டும் என்று சிபாரிசு செய்தது. ஆனால் பிரதமர் வாஜ்பாயி அவசர முடிவெடுக்க சம்மதிக்கவில்லை.

பிரதமர் ஒன்று மட்டும் செய்ய முடிவெடுத்தார். அதில் பலியானது ஆளுநர் ஃபாத்திமா பீவி. தமிழகத்தில் நிலவிய அசாதாரண நிலையைப் பாரபட்சமில்லாமல் மத்திய அரசுக்குத் தெரிவிக்கவில்லை என்று ஃபாத்திமா திரும்ப அழைக்கப்பட்டார். ஏற்கெனவே பீவீ ஜெயலலிதாவுக்குப் பதவிப்பிரமாணம் செய்வித்ததற்காகக் கடும் விமர்சனத்துக்கு உள்ளாகியிருந்தார். ஆளுநர் திரும்ப அழைக்கப்பட்டது ஜெயலலிதாவுக்கு ஒரு பலத்த எச்சரிக்கையாக இருந்தது. மத்திய அரசை அதிகம் எரிச்சலடைய இடம் கொடுக்கக் கூடாது என்று உணர்ந்து

கைது செய்யப்பட்ட அமைச்சர்களையும் கருணாநிதியையும் சிறையிலிருந்து விடுவித்தார். "அவருடைய முதிய வயதைக் கணக்கில் எடுத்துக்கொண்டு மனிதநேய அடிப்படையில் தமிழக முதல்வர் ஜெ. ஜெயலலிதா கருணாநிதி விடுவிக்கப்பட வேண்டும் என்று ஆணையிடுகிறார்" என்று ஒரு அறிவிப்பு மீடியாக்களுக்கு அனுப்பப்பட்டது.

"ஆனால் அவர் மீது தொடுக்கப்பட்ட வழக்குகள் நீதிமன்றத்தில் தொடரும்."

மனிதநேயம் என்று ஜெயலலிதா சொல்வது மிகப்பெரிய கேலிக்கூத்து என்றன ஊடகங்கள்.

ஐந்து நாட்கள் சிறை வாசத்துக்குப் பிறகு ஜூலை 4, 2001 அன்று விடுதலையான கருணாநிதி பத்திரிகையாளர்களை சந்தித்தபோது தனது பரிதாபமான அனுபவத்தை சொன்னார். பயமும் அதிர்ச்சியும் கொண்ட கலவையாகச் சொற்கள் வெளிப்பட்டன. பத்திரிகை நிருபர்கள்கூட உணர்ச்சிவசப்பட்டார்கள். "முஹம்மத் அலி (சிபிசிஐடி, டிஐஜி) என்னுடைய வலது தோளைப்பற்றி கீழே இழுத்துக்கொண்டு போனதில் என் தோளில் மறை கழண்டுவிட்டது. என் கையை என்னால் இப்போது தூக்க முடியவில்லை. இந்தக் கையால்தான் நான் எழுதுவேன். என் கால்கள் இரண்டும் வீங்கிவிட்டன. என்னால் இரண்டு நிமிஷங்களுக்கு மேல் இப்போது நிற்க முடியவில்லை. என்னைப் படிக்கட்டில் இழுத்துக்கொண்டு போனபோது என் கால்கள் ஒவ்வொரு படியிலும் இடித்தன."

இதைக் கேட்டு நிறைய பத்திரிகையாளர்கள் கண்கலங்கி னார்கள். ஊடகம் முழுவதும் அவர் பக்கம் சாய்ந்தது.

ஜெயலலிதா இதைக் கண்டுகொள்ளவில்லை. ஒவ்வொரு வழக்குப்பதிவுக்கும் ஒரு தேதி வரம்பு வைத்து அவர் செயல்பட்ட தாகத் தோன்றிற்று. கருணாநிதியைத் தொடர்ந்து முன்னாள் அமைச்சர் கோ.சி. மணி, முன்னாள் தலைமைச் செயலர் கே.ஏ. நம்பியார் கைது செய்யப்பட்டார்கள். முரசொலிமாறன், போலீஸ் கைதின்போது உடலுக்கு ஏற்பட்ட கடும் பாதிப்பினால் சென்னை அப்போல்லோ மருத்துவமனையில் அவசரசிகிச்சைப் பிரிவில் சேர்க்கப்பட்டிருந்தார். மு.க. ஸ்டாலின் சில மணி நேரங் களில் போலீஸில் சரணடைந்தார். சென்னையில் கட்டப்பட்ட மேம்பால ஊழல் வழக்கில் ஸ்டாலின் பிரதான குற்றவாளியாகச் சேர்க்கப்பட்டு வழக்கு தொடரப்பட்டிருந்தது. இருபது பத்திரிகை நிருபர்களும் கைது செய்யப்பட்டார்கள்.

மேம்பாலங்கள் கட்டப்பட்டதில் ரூ 12 கோடி அளவுக்கு முறைகேடு நடந்திருப்பதாக கருணாநிதி, ஸ்டாலின் மற்றும் பன்னிரெண்டு பேர்கள்மீது வழக்கு தொடரப்பட்டது. அதற்கான முதல் தகவல் அறிக்கை, ஊழல் கறைபடிந்த ஒரு முன்னாள் கார்ப்பொரேஷன் கமிஷனரால் போடப்பட்டது. அது ஆதாரமில்லத ஜோடிக்கப்பட்ட வழக்கு என்று எல்லோருக்கும் தெரியும். ஒரு அதிமுக உறுப்பினர் சிரித்துக்கொண்டு சொன்னார். "மேடமுக்கு வழக்கு வலுவானதான் னெல்லாம் அக்கறையில்லே. அவங்களை ஒரு நாளாவது கம்பி எண்ண வெச்சுடணும் என்கிறது தான் நோக்கம். ஜெயில்லே இருக்கட்டுமே, கரைஞ்சா போயிடுவாங்க? அம்மா 28 நாட்கள் ஜெயில்லே இருக்கல்லே?"

போலீஸ் அவரை இழுத்துக்கொண்டு செல்லும்போது கருணாநிதி ஒரு நிருபரின் தாளில் அவசரமாக 'அறம் வெல்லும்' என்று எழுதினார். அவர் விடுதலையான பிறகு வழக்கைப் பற்றி ஒரு செய்தியும் வரவில்லை. ஜெயலலிதாவின் அடிமன ரௌத்திரத்திற்கு கருணாநிதியின் கைது ஒரு வடிகால். ஒரு அற்பச் சமாதானம்.

எல்லாத் தரப்பிலிருந்தும் வந்த அழுத்தத்தால் ஓய்வு பெற்ற நீதிபதி ஏ. ராமன் தலைமையில் ஒரு விசாரணைக் கமிஷனை ஜெயலலிதா நியமித்தார். ஆனால் வெளி உலகம் அந்த ஒரு சம்பவத்தின் மூலம் அவரை இனம்கண்டுகொண்டதுபோல விமர்சனப் பார்வையுடனேயே அவரைக் கவனிக்க ஆரம்பித்தது. அதற்கு நிறைய சந்தர்ப்பங்கள் கிடைத்தன. ஜெயலலிதாவின் சர்வாதிகாரப் போக்கையும் மக்கள் விரோத நடவடிக்கைகளும் மிக விரைவில் மக்களை அவருக்கு எதிராகத் திருப்பிற்று. கருணாநிதிக்கு மீண்டும் ஆட்சிக்கு வருவது அடுத்த தேர்தலில் சாத்தியமாயிற்று.

12

ஜெயலலிதாவின் ஆளுமை பழைய வடிவம் எடுத்தது. அவருடைய தோழமைக் கட்சிகளை, முக்கியமாகக் காங்கிரஸை விரோதித்துக் கொண்டிருந்தார். சட்டமன்றத்தில் அதிமுகவுக்கு 234இல் 187 ஆக மிருக பலம் இருந்தது. யாருடைய தேவையும் இல்லை!

கேள்வி கேட்க யாருமே இல்லை என்பது போல இப்போது பூரண சர்வாதிகாரியாகச் செயல்பட்டார். அவரைத் தாக்கி எழுதியவர்கள் மேல் சகட்டுமேனிக்கு வழக்கு போடப்பட்டது. பத்திரிகைத்துறையின் முதுகெலும்பு முறிந்து போனதுபோல இருந்தது. திடீரென்று சட்டசபையில் எந்த விவாதத்துக்கும் இடம் கொடுக்காமல் ஸூ மோட்டோ அறிக்கை விடுத்தார் – புதிய செயலகம் கட்டுவதற்காக நூறு வயது பழமைவாய்ந்த ராணி மேரி கல்லூரியை இடிக்கப்போவதாக. மாணவிகள், புதிய, பழைய 4500 மாணவிகள், சென்னைவாசிகள், கொதித்துப்போனார்கள். திமுக அந்தத் தருணத்தை உபயோகித்துக்கொண்டது. மு.க. ஸ்டாலின் கல்லூரிக்குச் சென்று மாணவிகளுக்குத் தமது கட்சியின் முழு அனுதாபமும் ஒத்துழைப்பும் உண்டு என்று காண்பித்துக்கொண்டார். அன்று ஸ்டாலின் இளைஞர்களின் கதாநாயகர் ஆனார். முதல்வரின் கட்டளைப்படி போலீஸ் விரைந்து அவரைக் கைது செய்தது. பயந்துபோன கல்லூரி பிரின்ஸிபால் அனுமதி இல்லாமல் ஸ்டாலின் உள்ளே சென்றார் என்று அறிக்கைவிட்டார். சோ *துக்ளக்*கில் எழுதினார்:

“அனுமதி பெற்றுதான் செல்ல வேண்டும் என்பதற்கு ராணி மேரி கல்லூரி அணு மின் நிலையம் இல்லை. ஆனால் ஸ்டாலின் கல்லூரிக்குச் சென்று மாணவிகளுடன் பேசியதே குற்றம் என்று ஜெயலலிதா நினைக்கிறார். ஊழல் குற்றச்சாட்டில் சிக்கவைக்க முடியாத நபர் எப்படியாவது சிறையில் இருக்க வேண்டும் என்று அந்தக் கைது நடத்தப்பட்டது.”

உயர்நீதிமன்றத்தில் அளிக்கப்பட்ட முறையீட்டில் நீதிமன்றம் அரசின் அந்த ஸூ மோட்டோ முடிவைத் தடுத்து நிறுத்திற்று.

கிராமப்புறத்தவருக்கு அதிர்ச்சி அளிக்கும் விதத்தில் கோவில்களில் கொடுக்கப்படும் மிருக பலிகளுக்கு ஜெயலலிதா தடை விதித்தார். கிராமத்து எளிய மக்கள் தடையை மீறும் குற்றத்தைவிட நேர்த்திக்கடனை செலுத்தாமல் போனால் தெய்வகுற்றத்துக்கு ஆளாவோம் என்று பயந்தார்கள். காஞ்சி சக்கராச்சாரியாரின் ஆலோசனையின் பேரில் அவர் அதைச் செய்ததாக வதந்தி கிளம்ப, திராவிடக் கட்சி சித்தாந்த ஆதரவாளர்களும் திமுக ஆதரவு அறிவுஜீவிகளும் தடையை மிகக் கடுமையாக எதிர்த்து விமர்சித்தார்கள்.

சட்டசபையும் அதன் நடவடிக்கைகளும் கேலிக்கூத்தாகின. எதிர்க்கட்சியினர் பேச அனுமதிக்கப்படவில்லை. எதிர்க் கட்சியினர் வெளிநடப்பு செய்தபோது அவர்கள் தன்னைக் கண்டு பயந்துவிட்டதாக சொன்னார். “ஜெயலலிதா அம்மையார் தேன் கூட்டில் கைவைக்கிறார்” என்றார் கருணாநிதி.

“முதல்வரின் செய்கைகள் சாமர்த்தியத்தையோ அரசியல் முதிர்ச்சியையோ காண்பிக்கவில்லை. ஏனென்றால் இவை எதுவும் அரசியல்ரீதியாக அவருக்கு உதவாது. ஆனால் திமுகவுக்கு உதவும். அண்ணன்–தம்பி சச்சரவில் சிக்கியிருந்த குடும்பம் ஒன்றுசேர்த்து உறவைப் பலப்படுத்தும். அதோடு திமுகவுக்கும் காங்கிரஸுக்கும் இடையே, நடக்காது என்று நினைத்திருந்த நெருக்கம் ஏற்படும்” என்றார் சோ ஜெயலலிதாவைச் சந்தித்தபோது.

மாநில அரசு ஊழியர்கள் மத்திய அரசு ஊழியர்களுக்கு இணையாகத் தங்களுக்கு ஊக்கத் தொகையும் பண்டிகை முன்பணமும் கொடுக்கப்பட வேண்டும் என்று கோரிவந்தார்கள். “அது கொடுப்பதற்கான அவசியம் ஏதும் இல்லை” என்றது அரசு. திமுக சார்பு தொழிலாளர் சங்கங்கள் என்று நினைக்கப்பட்ட அமைப்புகள் அளித்த தைரியத்தில் ஜூலை 1, 2003 அன்று அரசு ஊழியர்கள் வேலை நிறுத்தத்தில் இறங்கியபோது, அதுவரை தமிழா அரசு ஊழியர்களிடம் காண்பித்திராத கடுமையுடன் நடந்துகொண்டது ஜெயலலிதாவின் அரசு. உடனடியாக வேலை

நிறுத்தத்தில் ஈடுபட்டவர்கள் பணிநீக்கம் செய்யப்படுவார்கள் என்று அரசாணை பிறப்பித்த கையோடு தமிழக அரசு இரண்டு லட்சம் ஊழியர்களையும் ஆசிரியர்களையும் பணிநீக்கம் செய்தது. வன்முறையில் ஈடுபட்டார்கள் என்று நள்ளிரவில் பலர் கைது செய்யப்பட்டார்கள். சில சங்கத் தலைவர்கள் திமுக ஆதரவு தந்த தைரியத்தில் பொது மேடைகளில் ஜெயலலிதாவை மிகக் கேவலமாகத் தூற்றியிருந்ததாகச் சொல்லப்பட்டது. TESMA என்ற தமிழ்நாடு அவசிய சேவைகள் பராமரிப்புச் சட்டத்தின் துணையுடன் துறைச் செயலர்களும் மாவட்ட கலெக்டர்களும் ஜூலை இரண்டு அல்லது மூன்று அன்று பணிக்குச் செல்லாதவர்களைக் கண் இமைக்காமல் பணிநீக்கம் செய்தார்கள். அரசு அதிவேகமாகக் காலி இடங்களை நிரப்ப தற்காலிகப் பணியாளர்களை நியமிக்கத் தொடங்கியது.

பணிநீக்கம் செய்யப்பட்ட ஊழியர்கள் பதறிப்போனார்கள். வழக்கு போட்டார்கள். உச்சநீதிமன்றம் ஜெயலலிதாவுக்கு ஆதரவாகத் தீர்ப்பு சொன்னது. ஊழியர்களுக்கு வேலை நிறுத்தத்தில் ஈடுபட ஏதும் உரிமை இல்லை என்றதோடு, பணிநீக்கம் செய்யப்பட்டவர்கள் மன்னிப்புக் கடிதம் எழுதினால் மீண்டும் சேர்த்துக்கொள்ளும்படி ஜெயலலிதாவுக்கு உபதேசித்தது.

ஆனால் ஜெயலலிதா பணிநீக்கம் செய்யப்பட்டவர்களை சேர்த்துக்கொள்ள மறுத்தார்.

கடைசியில் 3000 சொச்சம் பணியாளர்கள் நீங்கலாக மற்றவர்களைச் சேர்த்துக்கொள்ள அவர் சம்மதித்தார்.

அரசுப் பணியாளர்கள் வெறுத்துப்போனார்கள். கருணாநிதி அவர்களை எப்பவுமே பராமரித்து வந்திருந்தார். மத்திய அரசு தரும் சலுகைகள் எல்லாம் தர முயன்றிருக்கிறார், அவர்கள்தான் தேர்தல் சாவடிகளைக் கவனிப்பவர்கள் என்கிற எச்சரிக்கையுடன் ... டெஸ்மா சட்டத்தின்கீழ் கருணாநிதி மற்றும் எல்லா எதிர்க்கட்சித் தலைவர்களுக்கும் எதிராக வழக்கு போடப்பட்டது, வேலை நிறுத்தத்துக்கு ஆதரவு அளித்ததாக. அதைத் தொடர்ந்து எல்லா பத்திரிகைகள் மீதும் அவதூறு வழக்கு தொடரப்பட்டது. *ஹிந்து* பத்திரிகைமீது மட்டுமே 20 வழக்குகள் போடப்பட்டன. ஏப்ரல் 2003 'அதிகாரிக்கும் சகிப்பின்மை' என்று எழுதப்பட்ட தலையங்கம் அதில் பிரதானமாகக் குற்றச்சாட்டுக்கு இலக்கானது.

ஆனால் யாருமே எதிர்பாராதது நடந்தது. சபாநாயகர், கே. காளிமுத்து *ஹிந்து* ஆசிரியர் என். ரவியையும் நான்கு ஊழியர்களையும் கைது செய்ய வாரண்ட் பிறப்பித்தார்.

புதிதாகத் தலைமை ஆசிரியராகப் பதவி ஏற்றிருந்த என். ராம். தகவல் அறிந்ததும் உடனடியாக செயல்பட்டார். உச்சநீதிமன்ற நீதிபதிகளை அணுகி, அன்று சனிக்கிழமையாக இருந்தும் கைதுக்குத் தடை உத்தரவு பெற்றார்.

உச்சநீதிமன்றத்திலிருந்து வந்திருந்த மற்றொரு உத்தரவு ஏற்கெனவே ஜெயலலிதாவுக்குப் பின்னடைவை ஏற்படுத்தி யிருந்தது. திமுக பொதுச் செயலாளர் கே. அன்பழகன் கொடுத்திருந்த முறையீட்டை – ஜெயலலிதாவுக்கு எதிரான வழக்குகள் நியாயமாக சுதந்திரமாகத் தமிழகத்தில் நடக்கும் என்கிற நம்பிக்கை மக்களுக்குப் போய்விட்டதால் வேறு மாநிலத்துக்கு அவை மாற்றப்பட வேண்டும் என்று முறையிட்டார். நீதிமன்றம் அதை ஏற்றுக்கொண்டு ஜெயலலிதாவின் வழக்குகளை சென்னை சிறப்பு நீதிமன்றத்திலிருந்து கர்நாடகாவுக்கு, பெங்களூரில் இருந்த சிறப்பு நீதிமன்றத்துக்கு மாற்ற உத்திரவிட்டிருந்தது. திமுக சார்பில் உச்சநீதிமன்றத்திற்கு முறையீட்டு மனு தொடுத்ததில் வழக்கறிஞர் கே.எஸ். ராதாகிருஷ்ணனின் கடுமையான உழைப்பு இருந்தது.

2004க்குள், அடுத்த நாடாளுமன்றத் தேர்தலுக்கு நாடு தயாராகிக்கொண்டிருந்த நேரத்தில், மாநிலம் முழுவதிலும் ஜெயலலிதாவின் செல்வாக்கு வெகுவாகக் குறைந்திருந்தது. மிக முக்கியமாக ஊடகங்களின் கோபம் உச்சத்தில் இருந்தது.

கருணாநிதி மிகத் துரிதமாக செயல்பட்டார். மிகப்பெரிய மதச்சார்பற்ற அணியை – பாஜக ஜெயலலிதாவிடம் நெருங்கும் என்கிற எதிர்பார்ப்பில் – கூட்டினார். சோனியா காந்தி அவரை வாழ்த்த தொலைபேசியில் அழைத்தபோது, தனது வியூகத்துக்குக் கிடைத்த வெற்றி என்று தெரிந்துகொண்டார். ஜெயின் கமிஷன் அறிக்கையை காங்கிரஸ் ஒதுக்கிவைத்து கருணாநிதியுடன் கைகோர்த்தது. இப்போது எல்லா கட்சிகளும் – இடதுசாரிகள், பாமக, மதிமுக எல்லோரும் கருணாநிதியுடன் சேர்ந்தார்கள். கருணாநிதிக்கு அது வெறும் நாடாளுமன்றத் தேர்தலாக இருக்கவில்லை. அடுத்த இரண்டு ஆண்டுகளில் வரவிருந்த மாநிலத் தேர்தலுக்கான ஒத்திகையாக இருந்தது.

ஜெயலலிதாவை மண்டியிட வைக்கவேண்டும் என்ற எண்ணம் அவரை மட்டுமல்ல, எல்லா எதிர்க்கட்சிகளையும் ஆட்கொண்டது. மக்களும் கிட்டத்தட்ட அந்த மனநிலைக்கு வந்திருந்தார்கள். திமுகவுடன் இணைய முடியாத கட்சிகள் என்று கருதப்பட்டிருந்த கட்சிகள் கூட இப்போது திமுகவுடன் உறவுகொள்ள ஆரம்பித்திருந்தன. இரண்டு இடதுசாரிகள் கட்சி,

காங்கிரஸ், மதிமுகவுடன் சிறுபான்மையினர், தலித் கட்சிகளும் கருணாநிதியின் தோழமையை விரும்பின.

கருணாநிதியின் விமர்சகர்கள் அவரது கூட்டணியை சந்தர்ப்பவாதக் கூட்டணி என்றார்கள். ஆனால் அந்தப் பழுத்த அரசியல்வாதிக்குத் தெரியும், கூட்டணி அரசியல் காலகட்டத்தில், வெற்றிக்கு அனுகூலமான சாத்தியக்கூறுகள் கொண்ட கூட்டணிகள் அதிக முக்கியத்துவம் பெற்றவை என்று. பாஜகவுடனான அவரது தோழமையும் அப்பட்டமான சந்தர்ப்பவாதம்தான். முரசொலிமாறன் துணிச்சலுடன் செயல்படுத்திய கூட்டணி. அதில் மட்டும் பங்கு இல்லை, பாஜக தலைமையிலான அரசாங்கத்திலும் திமுக பங்கு பெற்றது. ஜெயலலிதாவை மறைமுகமாக அடக்க அதற்கு அரசியல் அதிகாரம் தேவைப்பட்டது. இந்த அதிகார மயக்கமே திமுகவை பலவீனப்படுத்தியது. சிறுபான்மையினரின் செல்வாக்கை இழந்தது. குஜராத் மதக்கலவரத்தில் நரேந்திர மோடி ஆட்சியில் நூற்றுக்கணக்கான முஸ்லிம்கள் கொல்லப்பட்டபோது கருணாநிதி மௌனமாக இருந்தார். 'ராமன் என்பதே பொய்!' என்று ஒருசமயம் முழங்கியவர், தேஜகூயில் இருந்தபோது அயோத்தியில் ராமர் கோவில் கட்டும் பிரச்சினை எழுந்தபோதெல்லாம் வாயே திறக்கவில்லை.

'பொடா'வுக்கு ஆதரவாகக் கட்சி வாக்களித்தது. ஆகையால், ஜெயலலிதா 'பொடா'வின் கீழ் வைகோவை சிறையிலடைத்த போது செய்வதறியாமல் திகைத்தது. உண்மையில் பாஜகவை விமர்சிக்க முடியாத செயலற்ற பலவீனத்தை திமுக வெளிப் படுத்தியது. அதை கருணாநிதி நன்றாக உணர்ந்திருந்தார். முரசொலிமாறன் நோய்வாய்ப்பட்டு மருத்துவமனையில் இருந்ததால் மிகுந்த மனவேதனையில் இருந்த கருணாநிதி தனது முடிவை ஒத்திவைத்தார். மாறன் நவம்பர் 23, 2003 அன்று மாலை மாரடைப்பு கண்டு இறந்தார்.

முரசொலிமாறனின் இறுதிச்சடங்கிற்குப் பிரதமர் வாஜ்பாயி லிருந்து பல அமைச்சர்களும் பாதுகாப்பு அமைச்சர் ஜார்ஜ் ஃபர்னாண்டஸ்ஸும் வந்திருந்தார்கள்.இறுதிச்சடங்கில் ஜெயலலிதாவோ அமைச்சர்களோ கலந்துகொள்ளவில்லை. வடக்கிலிருந்து வந்திருந்த தலைவர்களுக்கு அது வியப்பைத் தந்திருக்கும். ஆனால் தமிழ்நாட்டில் ஜெயலலிதாவின் சுபாவம் தெரிந்திருந்ததால் அதைப் பற்றி யாரும் பேசவே இல்லை.

மத்தியிலிருந்து அத்தனை அமைச்சர்களும் வந்து அவரது துக்கத்தில் பங்குகொண்டிருந்தாலும், ஜெயலலிதாவிடம் அவர்கள் நெருக்கமாகத் தொடங்கியதை அறிந்த கருணாநிதி, மத்திய

அமைச்சரவையிலிருந்தும் பாஜக கூட்டணியிலிருந்தும் திமுக விலகுவதாக அறிக்கை விடுத்தார். ஹிந்துத்துவ கட்சியுடன் கூட்டணி வைத்திருந்ததில் மிகுந்த சங்கடத்தில் இருந்த கட்சியினர் நிம்மதிப் பெருமூச்சு விட்டார்கள்.

கருணாநிதிக்கு திமுக அணியின் நாடாளுமன்றத் தேர்தல் முடிவுகள் 2006இல் வரவிருந்த மாநில சட்டசபைத் தேர்தலுக்கான பலப்பரீட்சை. அவரும் அவரது தோழமைகட்சித்தலைவர்களும், முடிவுகள் ஓரளவுக்குத் தெம்பை அளிக்கக்கூடியதாக, ஜெயலலிதாவை சிறிதாவது பலவீனப்படுத்தும் அளவுக்கு இருந்தால் நல்லது என்று நினைத்தார்கள். ஆனால் கருணாநிதிக்கே வியப்பை அளிக்கும் விதத்தில் நாற்பது தொகுதிகளும் அவரது அணிக்கே – ஐக்கிய முற்போக்குக் கூட்டணிக்கே கிடைத்தன. ஜெயலலிதாவின் மக்கள் விரோத ஆட்சிக்குக் கிடைத்த தீர்ப்பு இது என்றார் கருணாநிதி. பாஜக/அதிமுகவின் (தேசிய ஜனநாயகக் கூட்டணி) படுதோல்வி எங்களுக்குக் கிடைத்த நாற்பத்தி ஓராவது வெற்றி என்றார். மத்தியில் காங்கிரஸ் மன்மோகன் சிங் தலைமையில் ஆட்சி அமைத்தபோது கருணாநிதி கறாராகப் பேரம் செய்து தமது ஆட்களுக்கு செல்வாக்குள்ள அமைச்சரவைகளைப் பெற்றார். ஜெயலலிதாவின் ஆட்சி மக்கள் விரோதமானது என்று சொன்னாலும் அதைக் கலைக்க வேண்டும் என்று சொல்ல அவர் விரும்பவில்லை. இப்போது மக்களிடம் சென்று திராவிடப் பாரம்பரியத்தைப் பற்றிப் பேசுவதில் அவருக்குக் தயக்கமிருக்காது. சிறுபான்மையினர் இப்போது அவர் பக்கம் – மக்களும்தான்.

ஆனால் கருணாநிதியே வியக்கும் அளவுக்கு அடுத்த இரண்டு ஆண்டுகளில் ஜெயலலிதாவின் செயல்கள் இருந்தன. இத்தனை நாட்கள் எந்த அரசாலும் பிடிக்க முடியாமல் இருந்த சந்தனக்கடத்தல் வீரப்பனை அதிரடி போலீஸ் வளைத்துப் பிடித்துக் கொன்றது; 2004 தீபாவளி அன்று மிகத் துணிச்சலாக காஞ்சி மடாதிபதி ஜெயேந்திர சரஸ்வதி கைது செய்யப்பட்டார். சில நாட்களிலேயே காஞ்சிபுரத்தில் நடந்த இடைத்தேர்தலில் அதிமுக ஜெயித்தது. அடுத்த மாதங்களில் வரலாறு காணாத வகையில் தமிழகத்துக் கடற்கரைகளை சுனாமி தாக்கிற்று. ஜெயலலிதாவின் அரசு மிகத் துரிதமாக நிலைமையைச் சமாளித்து நிவாரணப்பணிகளை நேர்த்தியுடன் மேற்கொண்டது. திடீரென்று காற்று திசை மாறிவிட்டதைக் கருணாநிதி கவலையுடன் கவனித்தார். ஊடகங்கள்கூட இப்போது ஜெயலலிதாவைப் பாராட்ட ஆரம்பித்தன. மக்களின் ஆதரவு அவர் பக்கம் சாயத் தொடங்கியிருந்தது.

கருணாநிதி உறக்கமிழந்தார். இரண்டு ஆண்டுகளுக்கு முன் அவமானகரமான தோல்வி அடைந்த இந்த அம்மையார் இன்று விஸ்வரூபமெடுத்து நிற்பது எப்படி? மீண்டும் மீண்டும் உயிர்த்தெழுந்து வரும் ஃபீனிக்ஸ் பறவையைப் போல பலம் பெறும் அவரை எப்படி வீழ்த்துவது? ஒரு அதிசாமர்த்திய வீயூகம் வகுத்தாக வேண்டும் அவரை முறியடிக்க.

அதைத்தான் கருணாநிதி செய்தார். கிட்டத்தட்ட தேர்தல் நெருங்கும் சமயத்தில் திமுக தனது தேர்தல் அறிக்கையை வெளியிட்டது. எல்லோரையும் திக்குமுக்காடவைத்த அறிக்கை. ஏராளமான சலுகைகளை வாக்காளர்களுக்கு சமர்ப்பித்தது – ரூபாய் இரண்டுக்கு ஒரு கிலோ அரிசி; இலவச கலர் டிவி விநியோகம்; ஏழ்மைக் கோட்டுக்குக் கீழ் இருப்பவர்களுக்கு இலவச காஸ் இணைப்பு, நிலமற்ற ஏழைகளுக்கு இரண்டு ஏக்கர் நிலம் ஆகியவற்றை ஆட்சியைப் பிடித்தால் திமுக அளிக்கும் என்றது அறிக்கை. இடதுசாரி கட்சிகளும் மற்றவர்களும் திகைத்தார்கள். ஆனால் ஏதும் சொல்லவில்லை. விமர்சகர்கள் அறிக்கையைக் கடுமையாக விமர்சித்தார்கள், மக்களை முட்டாள்கள் என்று நினைக்க முடியாது என்றார்கள். ஆனால் எதிரணிக்குக் கலக்கம் ஏற்பட்டது. ஜெயலலிதா இது ஒரு தேர்தல் தந்திரம் என்று அதை ஒதுக்கினாலும் அவரும் அவசரமாகச் சில சலுகைகளை அறிவித்தார்.

கருணாநிதியின் சாதுர்யமான தந்திரம்தான் அது. தமிழ் நாட்டுப் பெண்களுக்கு இருந்த டிவி மோகம் ஒரு பித்தாக உருவாகியிருந்தது. அவர்களது பலவீனத்தைப் புரிந்துகொண்ட தந்திரம். திமுக எப்போதும் இல்லாத அளவுக்குக் கட்சியின் தேர்தல் பணியாளர்களுக்குத் தாராளமாக நிதி உதவி அளித்தது. கருணாநிதிக்கு உடல்நிலை மோசம் என்ற வதந்தியைப் பொய்யாக்குவதுபோல கருணாநிதி மாநிலமெங்கும் தேர்தல் பிரச்சாரத்தில் ஈடுபட்டார். என்றுமே பெண்கள் வாக்கு அவருக்கு அதிகமில்லை. ஆனால் இப்போது ஒரு தந்தை ஸ்தானத்தில் அவர் பார்க்கப்பட்டார். அவர் அளிக்கப்போவதெல்லாம் சீதனம்போல இருந்தது. அவருக்கு வாக்களித்தால் நிலமும் கிடைக்கும்! நம்ப முடிகிறதா?

தந்திரம் பலித்தது. திமுக அணி வெற்றிபெற்றது. ஆனால் திமுகவுக்கு பெரும்பான்மை வாக்குகிடைக்கவில்லை. நடிகர் விஜயகாந்தின் (திமுக/அதிமுகவுக்கு எதிரான) புதிய தேசிய முற்போக்கு திராவிடக் கட்சி (தேமுதிக) ஒரு சீட்டு மட்டுமே வென்றாலும் வாக்கு விகிதத்தில் 8% சதவீதம் பெற்றிருந்தது. அது பதினைந்து வருஷம் அரசியல் களத்தில் இருந்த மதிமுக,

வாஸந்தி

பாமகவைவிட அதிகம். தேர்தலுக்குப் பிந்தைய ஆய்வில் அது திமுகவின் வாக்கு வங்கியைப் பாதிக்கவில்லையென்றும் அதிமுகவின் வாக்கு வங்கியையே பாதித்தது என்றும் தெரியவந்தது. அதிமுகவின் எண்ணிக்கை மோசமாகிவிடவில்லை. 61 சீட்டுகள் வென்றிருந்தது. திமுகவின் 95க்கு அடுத்ததாக இரண்டாவது பெரிய கட்சி அது இப்போது. விஜயகாந்தின் தேமுதிக இல்லை யென்றால் அதிக சீட்டுகள் பெற்றிருக்கும். காங்கிரஸ் 35 சீட்டுகள் வென்றிருந்தது. அமைச்சரவையில் இடம் கிடைக்கும் என்று நினைத்தது. ஆனால் சோனியா காந்தியுடன் கருணாநிதி தேர்தலுக்கு முன் ரகசிய ஒப்பந்தம் செய்துகொண்டிருந்தார். தங்கள் அணி வென்றால் அது திமுகவின் ஆட்சியாக மட்டுமே இருக்கும் என்று. தமிழ்நாடு காங்கிரஸ் வாயைத் திறக்கவில்லை. திமுகவிற்கு வெளியிலிருந்து தோழமைக் கட்சிகள் ஆதரவு தந்தன. பாதியில் விலகுவது அரசியல் நாகரிகமும் இல்லை என்று அவர்களுக்குத் தெரியும்.

தேர்தல் அறிக்கையில் கொடுத்த வாக்குறுதிகளைக் கருணாநிதி எப்படி நிறைவேற்றப்போகிறார் என்ற விமர்சனம் கருணாநிதி பதவியேற்றவுடனேயே இரண்டு ரூபாவுக்கு ரேஷன் அரிசி என்ற அரசாணையில் கையெழுத்திட்டபோது அடங்கிப் போயிற்று. ஒரு மாதத்திற்குள் கலர் டிவி விநியோகமும் இலவச காஸ் இணைப்பும் படிப்படியாக ஆரம்பித்தன. அவர் அவற்றை விநியோகிப்பதை சன் டிவி தவறாமல் ஒளிபரப்பிற்று.

பதவிக்குத் திரும்பியதும் கருணாநிதிக்குப் புத்துணர்ச்சி ஏற்பட்டதுபோல இருந்தது. நாற்பது ஆண்டுகளுக்கு முன் இருந்த அவரது புத்திக்கூர்மையும் நினைவாற்றலும் சற்றும் மங்கவில்லை. முன்பைவிட அவர் ஆரோக்கியமாக இருந்தார். நிர்வாகம் கைக்கு வந்ததும் ஜெயலலிதாவுக்கும் விஜயகாந்துக்கும் எதிராக வழக்குகள் ஒன்று மாற்றி ஒன்று தொடுக்கப்பட்டன. 2001இல் ஜெயலலிதா நான்கு தொகுதிகளில் வேட்பாளர் மனு கொடுத்தது எப்படி என்று மீண்டும் வழக்கு போடப்பட்டது. நீதிமன்ற வழக்குகள் ஏற்கெனவே பணப் பற்றாக்குறையில் இருக்கும் விஜயகாந்தின் முதுகை ஒடிக்கக்கூடும். ஜெயலலிதா மறுபடி தேர்தலில் நிற்கும் தகுதியை இழக்கலாம். எதிரிகளை அடக்க வேண்டிய சமயங்களில் ஆச்சரியமாக அவருடைய ஆற்றல்கள் அதிகக் கூர்மையாகும்.

நிர்வாகத்திலும் சுறுசுறுப்பாக இயங்க முடிந்தது இப்போது. தேர்தல் வாக்குறுதிகளில் ஒன்று சமச்சீர் கல்விமுறையைக் கொண்டுவருவது.

கிராமப்புறங்களில் இருந்த கல்வி முறைக்கும் நகரங்களில் பள்ளிகளில் போதிக்கப்பட்ட மாநில போர்ட் மெட்ரிகுலேஷன் முறைகளுக்கும் நிறைய வித்தியாசம் இருந்தது. அரசு நடத்திய மெட்ரிகுலேஷன் பள்ளிகளின் தரத்தைவிட தனியார் நடத்தும் மெட்ரிகுலேஷன் கல்வி போதனை உயர்வானது என்று நகரவாசிகள் நினைத்தார்கள். பொதுப்பணிகளுக்கான போட்டி என்று வரும்போது கிராமத்து மாணவர்கள் வாய்ப்பை இழப்பார்கள் என்கிற கருத்தில் சமச்சீர் கல்வி கொண்டு வரப்பட்டது. அந்தத் திட்டத்தின்படி மாநிலத்து எல்லா மெட்ரிகுலேஷன் பள்ளிகளிலும் ஒரே மாதிரியான பாடத்திட்டம் இருக்க வேண்டும் என்று புதிய பாட நூல்கள் அச்சிடப்பட்டு வினியோகிக்கப்பட்டன. ஆனால் அந்த நூல்கள் கல்வித்தரத்தை மிகவும் கீழ் நிலைக்குத் தள்ளியது. உண்மையில் தமிழ்நாட்டில் போதிக்கப்பட்டு வந்த மெட்ரிகுலேஷன் முறை மிக நன்றாக செயல்பட்டுவந்தது என்கிறார் மூன்று பள்ளிகளை (ஆரம்பப் பள்ளி, மெட்ரிகுலேஷன் பள்ளி மற்றும் சிபிஎஸ்ஈ பள்ளி) பொள்ளாச்சியில் வெற்றிகரமாக, நேர்த்தியாக நடத்தி வரும் சாந்தா காளிங்கராயர். அதை மாற்ற வேண்டிய அவசியமே இருக்கவில்லை என்கிறார். கிராமப்புறத்து பள்ளிகளில் ஆசிரியர்களின் தரத்தை உயர்த்துவதிலும் பள்ளிகளில் கட்டுமானத்தை விரிவாக்குவதிலும் அரசு கவனம் செலுத்தி இருந்தால் அதுவே பெரிய உதவியாக இருந்திருக்கும். சமச்சீர் முறை வந்ததும் பாட நூல்கள் தரக்குறைவாகி கல்வித்தரம் சமச்சீராகக் குறைய வழிவகுத்ததே தவிர வேறு எந்த லாபமும் ஏற்படவில்லை. அறிவியல் பாட நூல்களைக் குறைத்தது மட்டுமல்ல வகுப்பு, மாணவர்களின் வயது ஆகியவற்றைக் கணக்கில் கொள்ளாமல் பால பாடங்கள்போல எளிமையாக்கப்பட்டிருந்தன. ஆரம்பத்தில் தமிழ் நாட்டில் அதிகமாக சிபிஎஸ்ஈ முறை பள்ளிகள் இருக்கவில்லை. சமச்சீர் முறை வந்த பிறகு தரமான கல்வி வேண்டும் என்று பெற்றோர்கள் தவித்தார்கள். அதை அடுத்து நிறைய தனியார் பள்ளிகள் சிபிஎஸ்ஈ முறையை ஆரம்பித்தன. அது மிகத் தரமான பாடத் திட்டம் என்பதால் அதில் சேர்ந்த மாணவர்களும் பெற்றோர்களும் நிம்மதி அடைந்தார்கள். பள்ளிகளில் மூன்றாம் மொழியாகக்கூட ஹிந்தி கற்பிக்கப்படக் கூடாது என்று அரசு சொன்னதும் அராஜகமான 'வாய்ப்புச் சுதந்திரத்துக்கு' எதிரான செயலாகப்பட்டது. 'கருணாநிதி அரசு செய்த இன்னொரு தவறு 'நுழைவுத் தேர்வு' முறையை நீக்கியது. அதன் விளைவாக மாணவர்கள் ('ரோட்') மனப்பாடம் செய்து தேர்வுகளில் அதிக பட்சம் மதிப்பெண்கள் வாங்கினார்கள். ஆனால் பொறியியலிலோ மருத்துவத்திலோ மேல் படிப்புக்குச்

சென்றதும் தோல்வியடைந்தார்கள். ஒருகாலத்தில் மிக உயர்வாக இருந்த தமிழகத்தின் கல்வித்தரம் இந்தச் சமச்சீர் கல்வி வந்த காரணத்தாலேயே மிகவும் தாழ்ந்து, மத்திய திட்டக்கமிஷன் உதவித் தொகைக் கொடுப்பதை நிறுத்துமளவுக்கு நிலைமை சீர் கெட்டது என்கிறார் சாந்தா. இத்தனைக்கும் கல்வித் தரம் தாழ்ந்து விடக் கூடாது, 'ரோட்' பழக்கம் வந்துவிடக் கூடாது என்று கருணாநிதி மிகக் கருத்தாக இருந்தார் என்று கல்வித் துறை அமைச்சராக இருந்த தங்கம் தென்னரசு சொல்கிறார். (சந்தியா ரவிசங்கரின் 'கருணாநிதி' என்ற புத்தகத்தில்)

'புதிய பாடப் புத்தகங்களில் உதய சூரியனின் படங்கள் தென்பட்டன. கருணாநிதியின் புகழ் பாடும் பாடங்கள் இருந்தன. திமுகவின் சாதனைகளின் பட்டியல்கள் விரிந்தன' என்ற விமர்சனங்கள் எழுந்தன.

ஜெயலலிதா மீண்டும் ஆட்சிக்கு வந்ததும் சமச்சீர் கல்வித் திட்டத்தை நீக்க முயன்றார். நடப்பு ஆண்டுகளுக்காகப் பாட நூல்கள் வாங்கப்பெற்றிருந்ததால் அரசுக்குப் பெரும் இழப்பு ஏற்படும் என்று அவரது முயற்சி ஒத்திவைக்கப்பட்டது. மறுபடி ஆட்சிக்கு அவரே வந்ததும் அரசு வரைய ஆரம்பித்த கல்விச் சீரமைப்புப் பணிகள் இப்போது ஒவ்வொன்றாக நிறைவேற்றப்படுகின்றன. வர ஆரம்பித்திருக்கும் பாட நூல்கள் இப்போது சற்று தரமாக இருக்கின்றன.

புதிய தலைமைச் செயலகக் கட்டிடம் கருணாநிதியின் கனவுத் திட்டமாக இருந்தது. 1200 கோடி ரூபாய் செலவில் ஓமந்தூரார் எஸ்டேட்டில் கலையழகுடன் நவீன வசதிகளுடன் நிர்மாணிக்கப்பட்ட அந்தக் கட்டிடத்துக்கு 2008இல் கருணாநிதி அடிக்கல் நாட்டினார். கட்டிடத்தின் முன்னேற்றத்தில் அவரே அதிக அக்கறை கொண்டு தினமும் நேரில் சென்று பார்வையிடுவார். கட்டிடப் பணிக்குப் பொறுப்பாக இருந்த பள்ளிக்கல்வி அமைச்சர் தங்கம் தென்னரசு இரவெல்லாம் அமர்ந்து கவனிப்பது கேள்விபட்டு ஒரு நாள் நள்ளிரவு அவரைக் காண கருணாநிதி சென்று அவருக்குப் பக்கத்தில் ஆதரவாகப் படிக்கட்டில் அமர்ந்து சற்று நேரம் பேசிவிட்டுச் சென்றதை தங்கம் தென்னரசு மிகுந்த நெகிழ்ச்சியுடன் ஒரு பேட்டியில் சொல்லியிருக்கிறார். மார்ச், 2010 மன்மோகன் சிங் அதைத் திறந்துவைத்தார். அப்போது கட்டிடத்தின் மேல் கூரை முடிந்திருக்கவில்லை. கலை இயக்குநர் தோட்டாதரணியைக் கொண்டு மேலே ஒரு டோம் நேர்த்தியாகப்போடப்பட்டது 3 கோடி ரூபாய் செலவில். ஊடகங்களும் எதிர்க்கட்சிகளும் கடுமையாக விமர்சித்தார்கள்.

ஜெயலலிதா மீண்டும் ஆட்சிக்கு வந்ததும் நிர்தாட்சண்யமாக அதை மல்டி ஸ்பெஷாலிடி மருத்துவமனையாக மாற்றினார். கருணாநிதிக்கு மிகுந்த வேதனை ஏற்பட்டிருக்கும் என்பதில் சந்தேகமில்லை. ஆனால் வாய் திறக்கவில்லை. அது ஒரு மகா மட்டமான பழிவாங்கல் என்று திமுகவினர் தங்களுக்குள் பொருமுவதைத் தவிர வேறு ஒன்றும் செய்ய முடியவில்லை.

அனைவராலும் போற்றப்பட்ட திட்டங்கள் இரண்டு இருந்தன. கலைஞர் காப்பீட்டுத் திட்டம் ஒரு கோடி குடும்பங்களுக்கு மருத்துவக் காப்பீடு அளித்தது. ஒரு லட்சம் ரூபாய் மதிப்புள்ள கலைஞர் உயிர்காக்கும் உயர் மருத்துவ சிகிச்சையைத் தனியார் மற்றும் அரசு மருத்துவமனைகளில் ஏழைகள் அந்தத் திட்டத்தின் கீழ் பெறலாம். இத்திட்டத்தின் பயனை உணர்ந்து ஜெயலலிதாவும் இதைத் தொடர்ந்தார் 'முதலமைச்சர் மருத்துவக் காப்பீட்டு திட்டம்' எனும் பெயரில்.

கல்வியாளர்கள், எழுத்தாளர்கள் மாணவர்கள் புத்தகப்பிரியர்கள் எல்லோருக்கும் உகந்த ஒரு சாதனையாக அண்ணா நூற்றாண்டு நூலகம் சென்னையில் கட்டப்பட்டது மிக நவீன வசதியுடன்.

அதற்குப் பொறுப்பேற்றிருந்த அமைச்சர் தங்கம் தென்னரசு சிங்கப்பூருக்குச் சென்று அங்கிருந்த நூலகங்களின் மாடலில் சென்னையில் கட்டியதாகச் சொல்லப்படுகிறது. ஆனால் ஜெயலலிதா வந்த பிறகு அதன் கதி அதோகதியாகிப்போனது. அதையும் மாற்றி குழந்தைகள் மருத்துவமனையாக்கப்போகிறார் என்ற வதந்தி பரவியது. பரவலாக ஊடகங்கள் எழுத்தாளர்கள் கல்வியாளர்கள் வெகுண்டு எதிர்த்ததும் ஜெயலலிதா மௌனமானார். ஆனால் நூலகத்தின் பராமரிப்பு முக்கியமிழந்தது.

கட்சிக்குள் பல மூத்த தலைவர்களுக்கு அதிருப்தி இருந்தது. தகுதி இல்லாதவர்களுக்குப் பதவி கொடுக்கப்படுவதாகவும் கடுமையாக உழைத்தவர்கள் கண்டுகொள்ளாமல் இருக்கப் பட்டதாகவும் வருத்தமும் விரக்தியும் பலருக்கு இருந்தது. வழக்கறிஞர் கே.எஸ். ராதாகிருஷ்ணன் வைகோவைப் பின்பற்றி மதிமுகவில் சேர்ந்தாலும் பிறகு திமுகவிலேயே இணைந்தவர். வழக்குரைஞர் என்கிற நிலையில் கருணாநிதியின் சொந்த மற்றும் கட்சியின் சட்டப் பிரச்சினைகளைப் பல நீதிமன்றங்களுக்குச் சென்று கவனித்தவர். ஜெயலலிதா வழக்குகளைக் கர்நாடக நீதிமன்றத்துக்கு மாற்ற உதவியவர். தேர்தல் களப்பணிகளிலிருந்து நதி நீர் இணைப்பு ஆய்வு அறிக்கை தயாரிப்பதுவரை அவர் செய்த பணிகளை கருணாநிதி பாராட்டினாலும் அவருக்கு எந்தப் பதவியையும் கொடுக்க மனசு வரவில்லை. ராதாகிருஷ்ணன்

இடையில் ஜெயலலிதாவின் அதிமுகவில் சேர்ந்ததை அவரால் மறக்க முடியாதது காரணமாக இருக்குமோ என்று நினைக்கத் தோன்றுகிறது.

இன்னொன்றையும் அவர் கவனிக்கத் தவறினார். இந்தக் காலகட்டத்தில்தான் திமுகவினரின்மேல் பல குற்றச்சாட்டுகள் எழுந்தன. மாவட்டச் செயலாளர்கள், கட்சித் தலைவர்களின் அராஜகமும், ஊழலும், நில அபகரிப்பும் நடந்ததாகப் புகார்கள் செய்திகள் வந்த வண்ணம் இருந்தன. மக்களுக்கு அப்போது ஏற்பட்ட திமுகவைப் பற்றின எதிர்மறையான எண்ணங்கள் மிக ஆழமாக மனத்தில் பதிந்ததன் தாக்கம் இப்போதும் இருக்கிறது. ஜெயலலிதாவின் குறைகளை, ஊழல் குற்றங்களை மன்னித்தவர்கள் திமுகவின் தவறுகளை மன்னிக்கத் தயாராக இல்லை என்பது விசித்திரமான யதார்த்தமான உண்மை. நிர்வாகத்தில் குறைவந்தால் அதிகாரிகளையும் அமைச்சர்களையும் கண்டித்த கருணாநிதி தனது கட்சிக்காரர்கள் செய்த தவறுகளைக் கண்டிக்கத் தவறினார். கே.பி. ராமலிங்கம் சொன்னதுபோல, "தப்பு செஞ்சவங்க மன்னிப்புகேட்டா மன்னிச்சுடுவார். அவங்களைக் கண்காணிக்கணும்னு நினைக்க மாட்டார்."

அது கட்சிக்கு மிகப்பெரிய அவப்பெயரை அளித்ததை அவர் கண்டுகொள்ளாமல் விட்டதற்கு அவருடைய குடும்பத்திலேயே ஏற்பட்ட பிரச்சினைகள் காரணமாக இருக்கக்கூடும்.

அந்தப் பிரச்சினைகளுக்கும் அவரே காரணமாகிப்போனார்.

13

‘அவருடைய பலவீனம் அவரது குடும்பப் பாசம்’ என்றார் சோ ஒரு முறை. கட்சியினரே அப்படித்தான் நினைத்தார்கள். கட்சிதான் என் குடும்பம் என்று அழுத்தமாகச் சொன்னவர் அவர். ஆனால் சில ஆண்டுகளாகவே அவருக்குள் ஒரு பலவீனம் புகுந்திருந்தது. அரசியல் வாழ்வில் அவர் மிகவும் நம்பிக்கை வைத்திருந்த நண்பர்கள் அவருக்கு நெருக்கடி ஏற்பட்ட காலங்களில் அவரைவிட்டு, கட்சியைவிட்டு விலகியிருக்கிறார்கள். அவசரகால கட்டத்தில் அவர் சிறையில் இருந்தபோது பலர் ஓசைப்படாமல் விலகினார்கள். உற்ற நண்பர் என்று நினைத்திருந்த எம்ஜிஆர், அவருடைய துதிபாடிகள் போட்ட தூபத்தாலோ அல்லது வேறு என்ன காரணத்தாலோ போர்க்கொடி தூக்கி, விட்டு விலகி தனிக்கட்சி ஆரம்பித்து அவருடைய ஆளுமையையே ஒரு தசாப்தத்துக்குமேல் இருட்டடிக்கும் அளவுக்குத் தாக்கத்தை ஏற்படுத்தினார். நீயே என் தலைவன், உனக்காக உயிர் கொடுப்பேன் என்று சூளுரைத்த வைகோ நெஞ்சு திடுக்கிடும்படியாக அவருக்கும் கட்சிக்கும் அவப்பெயர் அளிக்கும் செயல்பாடுகளில் இறங்கியதால் வெளியேற்றும்படி ஆயிற்று. அந்த சமயங்களில் அவர் உள்ளுக்குள் அழுததும் மனம் வெதும்பியதும் யாருக்குத் தெரியும்? முதுகில் குத்தப்பட்டோம் என்று அதிர்ந்தது யாருக்குத் தெரியும்? தனது மகன் ஸ்டாலினைத் தமக்குப் பின் அமர்த்த அவர் போடும் நாடகம் என்று எதிரிகள் தூற்றும்போது எத்தனை தன்னிலை விளக்கம் அளித்தாலும் தூற்றுபவர் வாயை அடக்க முடியாது என்று புரிந்தது. (அவர்கள் சாமான்யர்கள். நானும் சாமான்யன்தான். நானும் மெல்லிய உணர்வுகள் படைத்தவன். அன்பு செலுத்தினால், பதிலுக்கு அன்பு கிடைக்கும் என்று நம்பி ஏமாந்தவன். என் குடும்பமாவது என்னை ஏமாற்றாமல் இருக்காதா?)

தம்மைச் சுற்றி வேலிபோட என்ன செய்வது என்று இடையிடையே ஏற்பட்ட யோசனைகள் அவரைத் தடுமாற வைத்தன. பல தவறுகள் நடந்தன. அவருக்கே தெரியாமல் காலடியில் இருந்த நிலம் சரிய ஆரம்பித்தது. காயம் அதிகமாக ஏற்பட்டது. அவரது சில முடிவுகள் விமர்சனத்துக்கு உள்ளாகும் என்று நினைத்தாலும் கட்சியால் கேள்வி கேட்க முடியவில்லை.

அவரால் ஒன்று செய்ய முடிந்தது. எந்தக் குழப்பத்திலும் கட்சியை நாடுவார். தலைவர்களுடன் கலந்துபேசுவார். அவரது முடிவுகளே கடைசியில் ஏற்கப்பட்டாலும் கட்சியின் ஜனநாயக முடிவு அது, என்கிற எண்ணம் ஏற்படும்.

வைகோ கட்சிவிரோத நடவடிக்கைக்காக 1993இல் வெளியேற்றப்பட்டபோது அதுதான் நடந்தது. அவருக்குப் பிறகு ஸ்டாலின் தலைமையேற்க வேண்டும் என்ற காரணத்தால் அப்படிச் செய்வதாக கட்சியினர் நினைக்கக் கூடாது என்ற எச்சரிக்கையுடன் அவர் நடந்துகொண்டார். இப்போது வீட்டுக்குள்ளேயே நெருக்கடி வந்தது. எப்பவுமே கருணாநிதிக்குப் புல்லில் பதுங்கியிருக்கும் பாம்புகளைப் பற்றின பயம் உண்டு. திடீரென்று அவரது புழக்கடை தோட்டத்திலேயே பாம்புகள் இருந்ததைக் கண்டறிந்தபோது அவர் தடுமாறிப்போனார். ஆனால் கண்டுபிடித்ததும் எப்படி அதைச் சமாளிப்பது என்பதைப் பற்றின குழப்பம் இருக்கவில்லை. வாழ்வின் அந்திமக் காலத்தில் இருக்கும் குடும்பத்தலைவர் கடுமையைக் காண்பிக்க வேண்டும் என்றால் அவர் என்ன முடிவெடுப்பார்?

பல நாட்களாக வதந்திகள் உலா வந்தன. முதலமைச்சர் குடும்பத்தில் நிலைமை சரியில்லை என்று. அவருடைய மகன்கள் அழகிரிக்கும் ஸ்டாலினுக்கும் இருந்த அண்ணன்தம்பிப் பூசலைப் பற்றித் தமிழகம் அறியும். ஆனால் இந்தப் பூசல் வேறு கிளையில் தொடங்கியது. மத்திய அமைச்சர் தயாநிதி மாறனின் சகோதரரும் சன் டிவி குழுமத் தலைவருமான கலாநிதிமாறனின் *தினகரன்* செய்தித்தாள் பல கேள்விகளை வாசகர்கள் முன் வைத்து ஒரு தொடர் ஆய்வு நடத்தியது. திமுகவில் கருணாநிதியின் வாரிசு யாராக இருக்க வேண்டும் என்று கேட்டது. அதற்கு முன்னதாக மத்திய அமைச்சர்களான தயாநிதி மாறன், (தகவல்/தொழில்நுட்பத்துறை) ப. சிதம்பரம், (நிதி அமைச்சர்) மற்றும் அன்புமணி ராமதாஸ்(சுகாதாரம்) ஆகியோரில் யார் சிறந்தவர் என்ற கேள்விக்கு தயாநிதியே ஆகச் சிறந்தவர் என்று வாக்குப்பதிவு ஆகியிருந்ததாக செய்தி வெளியாகியது. இது ஏற்கெனவே பாமக தலைவரும் திமுகவின் தோழமைக்கட்சித் தலைவருமான மருத்துவர் ராமதாசைக் கோபப்படுத்தியிருந்தது.

சர்வேயின் முடிவில் 70% ஸ்டாலினே கருணாநிதிக்கு அடுத்து வர வேண்டியவர் என்று வாக்குப் பதிவாகியிருந்ததாகச் சொல்லப்பட்டது. 2% மட்டுமே அழகிரிக்கும் 2% கனிமொழிக்கும் பதிவாகியிருந்தது. ஸ்டாலினுக்குப் பிறகு தயாநிதி மாறனே தகுதியானவர் என்று மறைமுகமாகத் தெரிவித்தது. தமிழ்நாட்டில் துண்டுப்பிரசுரத்துக்கும் புயல் வீசும். இப்போது பூகம்பமே வெடித்தது. கட்சித் தகவல்படி, அந்த சர்வேயை வெளியிட வேண்டாம் என்று கருணாநிதி சொன்னதாகவும் ஆனால் பத்திரிகை ஏற்கெனவே அறிவித்திருந்ததால் பிரசுரித்ததாகவும் தெரிகிறது. மே 9, 2007, 'தென்மாவட்ட முதல்வர்' என்று அழைக்கப்பட்ட அழகிரியின் விசுவாசிகள் மதுரையில் இருந்த தினகரன் அலுவலகத்தைத் தீயிட்டுக் கொளுத்தினர். அலுவலகம் சூறையாடப்பட்டது. கண்ணாடி ஜன்னல்கள் உடைக்கப்பட்டன. பெட்ரோல் குண்டுகள் வீசப்பட்டன. போலீஸ் செய்வதறியாமல் திகைத்தது. முதல்வரின் அலுவலகத்திலிருந்து அதிகாரபூர்வ அனுமதிக்குக் காத்திருந்து பிறகே கலகக்காரர்களைக் காவல் துறை அடக்கப் புறப்பட்டது. அதிர்ச்சி அடைந்த கருணாநிதி கட்டளையிடுவதற்குள் விஷயம் கைமீறிப்போயிருந்தது. இரண்டு ஊழியர்களும் ஒரு செக்யூரிட்டியும் இறந்துபோனார்கள். தன்னுடைய செய்தி நேரத்தில் சன் டிவி அழகிரியை நேரிடையாகக் குற்றம் சாட்டிற்று. உடனடியாக அழகிரி கைது செய்யப்பட வேண்டும் என்றதோடு அழகிரியின் பழைய அட்டகாசச் செயல்களைப் பட்டியலிட்டது. அழகிரி ஒரு கொலையில் – திமுக முன்னாள் அமைச்சர், தா. கிருட்டிணன் கொலை – சம்பந்தப்பட்ட வழக்கு இன்னும் நீதிமன்றத்தில் இருப்பதைச் சுட்டிக்காட்டிற்று. அழகிரியை அரசியல் ரீதியாகக் கட்சி புறக்கணித்தபோது அவருடைய ஆட்கள் தென் மாவட்டங்களில் வன்முறையைத் தூண்டிவிட்டதையும் நினைவுபடுத்தியது. தமிழ்நாட்டில் அதிகபட்ச மக்கள் சன் டிவி பார்வையாளர்கள். அவர்கள் இந்தச் செய்தியை அதிர்ச்சியுடன் பார்த்தார்கள். அதன் தாக்கம் எத்தகையது, கட்சிக்குப் பாதகமாக எப்படிப்பட்ட அவப்பெயர் கொடுக்கக்கூடியது என்று திமுக உணர்ந்தது. கருணாநிதி கைதானபோது சன் டிவி விடாமல் ஒளிபரப்பிய படச்சுருள் ஒரே நாளில் மக்களை ஜெயலலிதாவுக்கு எதிராகத் திருப்பியதை அதனால் மறக்க முடியாது. மாநில மின்சாரத்துறை அமைச்சரும் கருணாநிதிக்கு நெருக்கமானவருமான ஆர்காடு வீராசாமி, பொதுமக்கள் பார்வைக்கு ஒரு சேதி அளித்தார். உள்துறை செயலர் எஸ். மாலதியை தயாநிதி மாறன் 'அழகிரியை உடனடியாக கைது செய்யுங்கள், செய்யாவிட்டால் அதன் விளைவை நீங்கள் அனுபவிக்க வேண்டும்' என்று மிரட்டியதாக சேதி சொன்னது. கட்சி கூடியது நிலவரத்தை ஆராய. கூட்டத்துக்கு

வாஸந்தி

வந்தவர்கள் தயாநிதியின் கட்சி விரோத நடத்தைக்குக் கண்டனம் தெரிவித்தார்கள். தயாநிதிக்கு எதிராக எடுக்க வேண்டிய நடவடிக்கைக்கு கட்சித்தலைவரான கருணாநிதிக்குப் பூரண அதிகாரம் அளித்தார்கள். மத்திய அரசில் தகவல் தொழில் நுட்பத்துறை அமைச்சராக வெகு குறுகிய காலத்துக்குள் தன் திறமையைக் காண்பித்திருந்த தயாநிதி தனது ராஜினாமாவை அனுப்பினார்.

கட்சியின் தீர்மானம், ஜனநாயக முடிவு அது, பிள்ளைப்பாசத்தினால் தன்னிச்சையாக எடுத்ததல்ல என்று கருணாநிதி காண்பித்துக்கொண்டார். கூட்டத்துக்கு வந்தவர்கள், மதுரையில் அழகிரியின் ஆட்களின் கட்டவிழ்க்கப்பட்ட அராஜகத்தையோ, மூன்று பேர் மாண்டதையோ, மதுரையில் சட்டம் ஒழுங்கு குலைந்ததையோ ஊடகத்துச் சுதந்திரம் பாதிக்கப்பட்டதையோ கேள்வி கேட்கவில்லை. மதுரை போலீஸ் ஏன் குண்டர்கள் பத்திரிகை அலுவலகத்தைத் தாக்கியபோது பேசாமல் பார்த்துக்கொண்டு நின்றது என்று உள்துறை அமைச்சரான முதல்வரை அவர்கள் கேட்கப் பயந்தார்கள். பொதுமக்களுக்கு சம்பந்தமில்லாத குடும்பச்சண்டையினால் உயிரிழந்த அந்த மூன்று அப்பாவிகளின் இறப்புக்குப் பொறுப்பேற்கப்போவது யார் என்று அவர்கள் கேட்கத் தயங்கினார்கள். கலவரத்துக்குக் காரணம் தினகரன் வெளியிட்ட அந்தச் சர்ச்சைக்குரிய சர்வே என்று கட்சி முடிவுக்கு வந்ததுபோலிருந்தது. தவறான நேரத்தில் வேறு செய்தி வெளியாகியிருந்தது. கருணாநிதி சட்டசபைக்குள் நுழைந்த ஐம்பதாவது ஆண்டு நிறைவைக் கொண்டாடும் பொன்விழா தயாரிப்பில் கட்சி இருந்தது. தவிர கட்சி ஸ்டாலின்தான் கருணாநிதியின் வாரிசு, அழகிரி தென் மாவட்டங்களுக்குத் தலைவன் என்கிற சமாதானத்துக்கு வந்திருந்தது.

பொன்விழாவுக்கு சென்னை வந்த அழகிரி சென்னை விமான நிலையத்தில் மிகுந்த மரியாதையுடன் வரவேற்கப்பட்டு வி.வி.ஐ.பி பாதை வழியாக அழைத்துச் செல்லப்பட்டார். தன் மகனின் பேரில் தவறு இல்லை என்று கருணாநிதி தெளிவுபடுத்தினார். மனித உரிமை மீறல் பற்றிக் கேள்வி எழுப்பியவர்களின் வாயையும் சாமர்த்தியமாக அடக்கினார். தன் மகன் சம்பந்தப்பட்ட வழக்கு என்பதால் மாநிலப் புலனாய்வுத்துறை விசாரிக்காது என்றும் வழக்கு மத்திய புலனாய்வுக்கு அனுப்பப்படுகிறது என்றும் தெரிவித்தார். இதற்குப் பிறகு, சம்பவம் நடந்தபோது மிக வன்மையாகக் கண்டித்திருந்த *தி ஹிந்து* நாளிதழ் மௌனமாயிற்று. சன் டிவியும் மௌனமாயிற்று. கட்சியும் குடும்பமும் தலைவரின் கட்டுக்குள் இருந்தன என்பது அனைவருக்கும் விளங்கிற்று.

தயாநிதி மாறன் தான் நிரபராதி என்றும் தனது தலைவர் கருணாநிதியென்றும், திமுகவின் விசுவாசத் தொண்டனாக வாழ்நாள் முழுவதும் தான் இருப்பதாகவும் பத்திரிகை கூட்டத்தில் சொன்னார். சிரித்துக்கொண்டே பேசினாலும் தன்னம்பிக்கை குறைந்திருப்பது தெரிந்தது.

கருணாநிதி தனது சகோதரியின் மகன் முரசொலி மாறனிடம் தனது சொந்த மகன்களுக்கும் மேலாக அன்புவைத்திருந்தார். முன்பின் அரசியலுக்குப் பரிச்சயமில்லாதிருந்த மாறனின் இரண்டாவது மகன் தயாநிதியை மக்களவைத்தேர்தலுக்கு நிற்கவைத்ததும் பிறகு தகவல் தொழில்நுட்பத்துறை அமைச்சர் பதவிபெற்று கொடுத்ததும் அதன் வெளிப்பாடு. மத்திய அமைச்சராகப் பல ஆண்டுகள் பதவி வகித்த முரசொலிமாறன் தமக்கு உதவியாக இருந்ததுபோல தயாநிதியும் ஸ்டாலினுக்கு உதவியாக இருக்கலாம் என்கிற எண்ணம் கருணாநிதிக்கு. அதில் ஏதும் சிக்கல் வராது என்று அவர் நினைத்திருக்கலாம்.

புத்திசாலியான, ஊடகங்களுடன் நட்புடன் பழகத் தெரிந்த வசீகரம் கொண்ட தயாநிதியும், மிகக் கூர்மையான வியாபார நுணுக்கம் அறிந்த கலாநிதியும் ஒரு அதிசாமர்த்திய சகோதர ஜோடி. தங்கள் பணிகளில் பெரும் வெற்றி பெற்று நாட்டின் பார்வையைக் கவர்ந்தவர்கள். நன்றாகப் படித்தவர்கள், ஆங்கிலக்கல்வி பயின்றதால் சரளமாகக் கச்சிதமான ஆங்கிலம் பேசத் தெரிந்தவர்கள். ஸ்டாலினும் அழகிரியும் அதிகமாகப் படிக்காதவர்கள், ஆங்கிலம் பேசத் தெரியாதவர்கள். மாறன் சகோதரர்களின் வளர்ச்சி அவர்களுக்கு ஒரு தாழ்வுமனப்பான்மையை ஏற்படுத்தியிருந்தால் ஆச்சரியப்படுவதற்கில்லை. மற்றவர்களுக்கு, திமுக கட்சி, தலைவரின் எண்ணத்தின்படி தயாநிதியை மட்டுமே கண்டித்ததும் அழகிரியின் ஆட்களின் அராஜகத்தைக் கண்டு அதிராமலும் இருந்ததும் அதிர்ச்சியைத் தந்தது. ஆனால் மாறன் சகோதரர்களுக்காக யாரும் அனுதாபப்படவில்லை என்பது யதார்த்தம். கட்சி அவர்களின் வளர்ச்சியைக் கண்டு முகம் சுளித்தது. மாபெரும் ஊடக சாம்ராஜ்யத்துக்கும் செல்வத்துக்கும் அதிபதிகளாகிவிட்ட மாறன் சகோதரர்கள் விரோதிகளாயிருந்தார்கள், முக்கியமாகக் கருணாநிதியின் குடும்பங்களுக்கு.

கலாநிதி மாறன் சன் குழுமத்துக்கு முழு உரிமையாளராகும் எண்ணத்துடன் காய் நகர்த்த ஆரம்பித்தபோது விரிசல் ஏற்படத் தொடங்கியது. கருணாநிதியுடைய மனைவி தயாளு அம்மாளின் பங்குகளை அதன் சந்தை மதிப்பைவிட 15%க்கும் குறைவான

விலைக்கு கலாநிதி வாங்கிக்கொண்டதாகச் சொல்லப்பட்டது. இது அப்பட்ட துரோகம் என்றார்கள் திமுகவினர். கலைஞர் கொடுத்த ஒரு கோடி அன்பளிப்பை வைத்து மாறன் சகோதரர்கள் 1993இல் சன் தொலைக்காட்சியை ஆரம்பித்தார்கள் என்பதைச் சுட்டிக்காட்டினார்கள்.

பண விஷயத்தில் இருந்த உரசல் தவிர அரசியல் வட்டத்தில் தயாநிதி ஆணவத்துடன் நடப்பதாகவும் ஸ்டாலினின் திறமையைப் பொது இடங்களில் விமர்சிப்பதாகவும் பேச்சு இருந்தது. ஆனால் குடும்பத்துக்குள் ஒரு தீவிர கவலை இருந்தது. தயாநிதி அதிக ஜனரஞ்சகமாக, சன் டிவியின் உதவியினால் அதிக வெளிச்சத்தில் இருப்பதாக உணர ஆரம்பித்தது.

ஒன்றை மறுக்க முடியாது. தயாநிதி மூன்று ஆண்டுகள் வகித்த அமைச்சர் பதவியின்போது பல பாராட்டும்படியான விஷயங்கள் செய்தார். 51 வயது மாறன் அமைச்சரவையில் நிறைய அரசியல் யுத்தங்களைத் திறம்பட வென்றார். அதேபோல அதிகமாக வசூலித்த டெலிகாம் கம்பெனிகளை வழிக்குக் கொண்டுவந்தார். உலகளாவிய முதலீட்டாளர்கள் மடிக்கணினி சகிதம் தங்களுடன் சரள ஆங்கிலத்தில் வாதம் செய்யும் அமைச்சரின் வசீகரத்தில் கவரப்பட்டார்கள். இரண்டு ஆண்டுகளுக்குள் நோக்கியா, மோட்டோரோலா, மைக்ரோஸாஃப்ட், ஐபிஎம் போன்ற மாபெரும் கம்பெனிகளை நாட்டுக்கு வரவழைத்தார். ஆனால் திமுகவினர் தயாநிதியின் வேறு முகத்தை விவரித்தனர். ஆணவம், ஊழல், அவமானப்படுத்தல் என்கிற விரும்பத்தகாத இயல்புகளெல்லாம் உள்ளவர் என்றார்கள். அவரைக் கட்டுப்படுத்த நல்லவேளையாக தினகரன் சம்பவம் நடந்தது என்றார்கள். கருணாநிதி தயாநிதி வகித்த அமைச்சர் பொறுப்பை ஆ. ராசாவுக்குக் கொடுக்கும்படி பிரதமரைக் கேட்டுக்கொண்டார். தயாநிதியின் மேலவை இருக்கை திருச்செந்தூர் தொகுதி திமுக எம்.பி. ராதிகா செல்விக்குக் கொடுக்கப்பட்டது. அத்துடன் அந்த விவகாரம் முடிவுக்கு வந்தது.

மாறன்களுக்குக் கிடைத்த குட்டு தமிழ் ஊடகங்களுக்கு மிகுந்த மகிழ்ச்சியை ஏற்படுத்தியது. ஊடக சாம்ராஜ்யத்தை, தயாநிதியின் அரசியல் செல்வாக்கும் சேர்ந்ததால், சன் குழுமம் தனது ஏகபோக உரிமையைப் போல நடத்தியது. அதனுடைய ஆணவத்தை எல்லோரும் வெறுத்தார்கள். அவர்களுடைய சுமங்கலி கேபிள் நிறுவனம் தமிழ்நாடு முழுவதும் இருந்த கேபிள் ஆபரேட்டர்களை 'எங்களுடைய சேனல்கள் இல்லாமல் நீங்கள் தொழில் செய்ய முடியாது' என்று மிரட்டுவதாக கேபிள் ஆபரேட்டர்களுக்கு மிகுந்த அச்சமும் கோபமும் இருந்தது.

மற்ற சேனல்களான ஜெயா டிவி ராஜ் டிவி போன்றவற்றின் வளர்ச்சியைத் தடுத்தது. கேபிள் ஆபரேட்டர்கள் சன் குழுமத்தை விரோதித்துக்கொள்ளப் பயந்தார்கள். ஜெயலலிதா ஆட்சியில் இருந்தபோது கேபிள் வினியோகத்தை அரசுடமையாக்க ஒரு மசோதா கொண்டுவர முயன்றார். அப்போது கருணாநிதியின் நண்பர் சுர்ஜித் சிங் பர்னாலா ஆளுனராக இருந்தார். கருணாநிதி அவரை நேரில் சந்தித்து அந்த மசோதாவில் கையெழுத்திட வேண்டாம் என்று கேட்டுக்கொண்டதாகச் சொல்லப்படுகிறது. இப்போது அவரது கட்சியினர், சகோதரர்களுக்கு மண்டைக்கனம் ஏறிவிட்டது என்றார்கள். சன் டிவி செய்தியில் தயாநிதி மாறனுக்கு மட்டுமே முக்கியத்துவம் கொடுத்தது என்று எண்ணம் வேறு அவர்களுக்கு. தினகரன் சம்பவம் துரிதமாகச் செயல்படவைத்தது.

அந்த சம்பவத்திற்கு ஆக்கபூர்வமான விளைவும் இருந்தது. குழந்தைகளை ஒன்றுசேர்த்தது. கருணாநிதியின் மூன்றாவது மனைவி ராஜாத்தியின் மகள் கனிமொழி, கோபாலபுரத்தில் வசித்த தயாளு அம்மாளின் குடும்பத்துடன் நெருக்கமாக இருந்ததை என்றும் பார்த்திராதவர்கள், இப்போது ஸ்டாலின் அழகிரியுடன் புகைப்படத்தில் சேர்ந்து நிற்கும் புகைப்படங்களைத் தினசரிகளில் பார்த்தார்கள். கனிமொழி ராஜ்ய சபை உறுப்பினரானபோது சகோதரர்கள் எதிர்க்கவில்லை. ‘அழகிரிக்கும் ஸ்டாலினுக்கும் இடையே எந்தப் போட்டியும் இல்லை’ என்று திமுக நிர்வாகச் செயலர் இளங்கோவன் தொடர்ந்து சொன்னார். “எங்களுடைய அடுத்த தலைவர் ஸ்டாலினாக இருப்பார், எல்லோரும், அழகிரி உள்பட அவரை ஏற்றுக்கொண்டிருக்கிறார்கள்.” தெற்கில் அழகிரியின் அதிகாரம் தொடரும் என்பது அவர் சொல்லாமல் விட்ட ஒன்று.

கருணாநிதி இப்போது கேபிள் வினியோகத்தை அரசு நிறுவனமாக்க முனைந்தார். அந்த அறிவிப்புக்குப் பிறகு கலைஞர் டிவி என்ற சொந்த சானல் செப்டம்பர் 15, 2007 அன்று ஆரம்பித்தார். பல திறமையான டெக்னீஷியன்களும் தொகுப்பாளர்களும் சன் டிவியிலிருந்து வெளியேறி அதிக சம்பள ஆசையில் அதில் சேர்ந்தார்கள். சன் குழுமத்தின் வீச்சுடன் போட்டிபோட முடியாவிட்டாலும் சொந்த சானல் இருந்தது புதிய பலம் கிடைத்ததுபோல இருந்தது கருணாநிதிக்கு. கேபிள் வினியோகம் கடைசியில் அரசுடமை ஆக்கப்படவில்லை.

ஆனால் வெகு விரைவில் பணமும் அரசியல் அதிகாரமுமே குடும்பச் சண்டைக்கு காரணம் என்று தெளிவாயிற்று. தினகரன் சம்பவத்தால் திடுக்கிட்ட மக்கள், மாறன் சகோதரர்கள் மீண்டும் கலைஞர் தாத்தாவுடன் ஒன்று சேர்ந்தபோதும் திகைத்தார்கள்.

ஒன்றுசேர்ந்த குடும்பத்தின் பெரிய கலர் புகைப்படங்கள் செய்திப் பத்திரிகைகளின் முதல் பக்கத்தை அலங்கரித்தன. ராஜாத்தியும் கனிமொழியும் மட்டுமே அவற்றில் இருக்கவில்லை. கருணாநிதியின் விட்டுப்போகாத பாசத்தினாலோ அல்லது தொழிலுக்கும் அரசியலுக்கும் குடும்பம் ஒன்றுபட்டு இருந்தாலே எல்லோருக்கும் லாபம் என்று மாறன் சகோதரர்களும் உணர்ந்ததாலோ குடும்பம் இணைந்தது. கருணாநிதியை ஆதரிக்க, அவர் புகழ் பாட, இப்போது இரண்டு தொலைக்காட்சி சானல்கள் கிடைத்தன. நடந்துபோன விஷயங்களெல்லாம் நிச்சயமாகக் கருணாநிதியை துக்கப்படுத்தியிருக்கும். ஆனால் இந்தக் குடும்பச் சண்டையை ஊடகங்கள் மிகப்பெரிதாக, முக்கியமாகத் தமிழ் ஊடகங்கள் வெளிச்சம் போட்டும் விமர்சித்தும் எழுதின. விமர்சனத்தை நியாயப்படுத்துவதுபோல அதையடுத்த நிகழ்வுகள் இருந்தன.

2009 நாடாளுமன்றத் தேர்தலிலும் திமுக ஐக்கிய முற்போக்குக் கூட்டணியில் இருந்தது. பதினெட்டு சீட்களை வென்றது. ஆட்சிக்கு வந்த காங்கிரஸிடம் கூட்டணியில் தயாநிதிக்கு மீண்டும் அமைச்சரவைப் பதவியைப் பெற்றுக் கொடுத்தார் கருணாநிதி ஆனால் தகவல் தொழில்நுட்பத்துறை அ. ராசாவுக்கே சென்றது. யாரும் எதிர்பாராமல் முன்பின் தமிழ் நாட்டு எல்லைக்கப்பால் சென்றிராத, ஆங்கிலமோ ஹிந்தியோ அறியாத–நாடாமன்றத் தேர்தலில் நின்று வென்றிருந்த அழகிரிக்கும் கருணாநிதி அமைச்சர் பதவி வாங்கிப்பெற்றார். அழகிரி வடக்கே இருந்தால் ஸ்டாலினுக்குத் தொல்லை ஓயும் என்று நினைத்தாரோ என்னவோ. தலைவரின் செய்கைகள் கட்சியினருக்குக் குழப்பத்தை அளித்தது.

“தலைவர் ஏன் அப்படி செஞ்சார்னு புரியல்லே” என்கிறார் கருணாநிதிக்கு மிகவும் நெருக்கமாக இருந்த துரைமுருகன். கருணாநிதியின் செயல் மூத்த கட்சிக்காரர்களுக்கு நிச்சயமாக சங்கடத்தை ஏற்படுத்திருந்தது. ஆனால் தலைவரின் மேல் இருந்த மரியாதையினாலும் கட்சியின் கட்டுப்பாட்டுக்காகவும் அவர்கள் மௌனமாக இருந்திருக்க வேண்டும். அவர்கள் தங்கள் எதிர்ப்பைத் தெரிவித்திருந்தால் ஒருவேளை கருணாநிதி தான் செய்வது கட்சிக்கு நல்லதில்லை என்று உணர்ந்திருக்கலாம்.

2000ஆம் ஆண்டு திமுக பொதுச் செயலாளர் க. அன்பழகன் கட்சியின் கட்டுப்பாட்டை அழகிரி மீறியதால் அவருடன் கட்சியினர் எவரும் தொடர்புகொள்ளக் கூடாது என்று அறிக்கை விட்டிருந்தார். அதே அழகிரிக்குப் பிறகு தென் மாவட்டங்களின் பொறுப்பாளர் பதவி கொடுக்கப்பட்டது.

உண்மையிலேயே மதுரையை ஆள்பவர்கள்போல அவரும் அவருடைய ஆட்களும் நடந்துகொண்ட ஹோதாவைக் கண்டு மதுரை மக்கள் அரண்டிருந்தார்கள்.

அழகிரிக்குத் தென்மண்டல அதிகாரம் கொடுக்கப்பட்டது ஒரு காரணத்துக்காக, அதனால் கட்சிக்குப் பலனும் கிடைத்தது என்கிறார் கே.பி. ராமலிங்கம். வைகோ கட்சியிலிருந்து நீக்கப்பட்டபோது திமுக தென்மாவட்டங்களில் பலவீனப்பட்டுப்போயிற்று. தென்மாவட்டங்களைச் சேர்ந்த தொண்டர்கள் வைகோவுடன் சென்றார்கள். அழகிரியின் திறமையை உணர்ந்தவர் கருணாநிதி. அவரால்தான் தெற்கில் கட்சியை பலப்படுத்த முடியும் என்று உணர்ந்தார். அப்படித்தான் ஆயிற்று. அழகிரி எடுத்த தடாலடி நடவடிக்கையில் தென்மாவட்டங்களில் வந்த மூன்று இடைத்தேர்தல்களில் திமுக வென்றது. காசுக்கு ஓட்டு என்ற திருமங்கலம் ஃபார்முலாவும் அப்போதுதான் வந்தது. அவரது கும்பல் அடாவடி ரௌடிக்கும்பல் என்று பெயர் வந்ததற்கு அவரைச் சுற்றியிருந்த ஆட்கள் அப்படி என்கிறார் ராமலிங்கம்.

ஆனால் அவருடைய ஆதரவாளர்களுக்கும் ஸ்டாலினின் ஆதரவாளர்களுக்கும் மதுரையிலும் அதைச் சுற்றியும் அடிக்கடி நடந்த மோதல்கள் திமுக முன்னாள் அமைச்சரும் சிவகங்கை மண்டலப் பொறுப்பாளரும் ஸ்டாலின் ஆதரவாளருமான தா. கிருட்டிணன் கொலைசெய்யப்பட்டபோது உச்சத்தைத் தொட்டது. தா. கிருட்டிணன், மிகத் தீவிரமான திமுக விசுவாசி. சிவகங்கை மாவட்டத்தில் மண்டலப் பொறுப்பாளராக மிகச் செல்வாக்கான ஆள். அவருடன் அழகிரிக்கு ஒத்துப்போகவில்லை. அவர் ஸ்டாலினின் நண்பர் வேறு. அவருடைய இடத்தில் தன்னுடை ஆளைப் போட வேண்டும் என்று அழகிரிக்கு விருப்பம் என்று சொல்லப்பட்டது. தா. கிருட்டிணன் மதுரையில் வசித்துவந்தார். காலையில் நடைப்பயிற்சி முடித்துக்கொண்டு வீடு திரும்பும் சமயத்தில் குண்டர்கள் நாலு பேர் அரிவாளால் நடுத்தெருவில் வெட்டிப்போட்டுச் சென்றார்கள்.

கொலை செய்தவர்கள் அழகிரியின் அடி ஆட்கள் என்று நம்பப்பட்டது – அழகிரிதான் கொலைக்குக் காரணம் என்றும் கொலையைச் செய்யச் சொன்னவர் என்றும் தா. கிருட்டிணின் மனைவி குற்றம்சாட்டிய காரணத்தால்(பிரேதப்பரிசோதனை செய்வதற்கு முன்பே) 2003, மே 21 அன்று போலீஸ் அழகிரியை கைது செய்து சிறையில் அடைத்தது. கொலையாளிகள் – பி.எம். மன்னன், எஸ்.ஆர். கோபி, முபாரக் மந்த்ரி ஆகியோர் கைது செய்யப்பட்டார்கள். ஜெயலலிதாவின் ஆட்சிகாலத்தில் நடந்த கைது, பழிவாங்கும் நடவடிக்கை, நான் குற்றமற்றவன் என்றார்

அழகிரி. 2006இல் திமுக பதவிக்கு வந்ததும் உச்சநீதிமன்ற ஆணைப்படி வழக்கு ஆந்திராவில் உள்ள சித்தூர் நீதிமன்றத்திற்கு மாற்றப்பட்டது. அங்கு மே 2008ஆம் ஆண்டு அழகிரி நிரபராதி என்று விடுவிக்கப்பட்டார். அவர் நிரபராதி என்று மதுரைக்காரர்கள் நம்பவில்லை.

அழகிரிக்கு தில்லி வாசம் அலுத்தது. நாடாளுமன்றத்தில் பேச வேண்டியிருக்குமோ என்று பயந்து அவைக்குச் செல்வதில்லை என்று விமர்சிக்கப்பட்டது. மொழி தெரியாமல் தாழ்வு மனப்பான்மை அவருக்கு என்றார்கள். மதுரையிலோ அவரே முடிசூடா மன்னன். விசுவாசிகளுடன் அவருக்கு நல்ல உறவு இருந்தது. பரோபகாரி என்றார்கள். தொண்டர்கள் அவரை தெய்வமாகப் போற்றினார்கள். அஞ்சாநெஞ்சன் என்றார்கள். தில்லியில் அவர் பலமிழந்துவிட்டதுபோல இருந்தது.

மாறன் சகோதரர்களின் பண பலமும் அதிகார பலமும் அதிகரித்தன. கருணாநிதியின் பேரன்கள், ஸ்டாலின் மகன் உதயநிதியும், அழகிரியின் மகன் தயாநிதியும் பெரிய அளவில் படத்தயாரிப்பாளர்களானார்கள். தமிழ் சினிமா உலகம் முழுவதும் அவர்களுடைய, குடும்பத்தின் அதிகாரத்துக்குக் கட்டுப்பட வேண்டிய நிலைமைக்கு வந்தது. 90% திரை அரங்குகள் கலாநிதி, உதயநிதி, தயாநிதி ஆகியோரின் கட்டுப்பாட்டுக்குள் இருந்ததாக இந்தியா டுடே எழுதியது. அவர்கள் தயாரித்த படங்களையே அரங்குகள் திரையிட வேண்டும் என்கிற கட்டாயம் ஏற்பட்டது. வசூல் ஆகிறதோ இல்லையோ 20 நாட்களுக்குப் படம் திரையிட வேண்டும். மற்ற தயாரிப்பாளர்கள் எடுத்த படங்களுக்கு திரையரங்கம் கிடைப்பதே கடினமாயிற்று. ஒரு தயாரிப்பாளரும் தானாக வியாபாரம் செய்ய முடியாத நிலை ஏற்பட்டது. இவற்றைப் பட்டவர்த்தனமாகப் பத்திரிகைகள் எழுதின.

திமுக கட்சிக்குள்ளே முணுமுணுப்புகள் கேட்க ஆரம்பித்தன. தலைவரின் குடும்ப உறுப்பினர்கள் வெளிப்படையாகக் காண்பித்த அடாவடித்தனம் அவர்களைச் சங்கடப்படுத்தியது. கருணாநிதி முன்பு எப்போதும் சொல்வார் – கட்சிதான் தனது குடும்பம் என்று. எல்லா உறுப்பினர்களும் அவருடைய உடன்பிறப்புகள். இப்போது அவரது குடும்பமே கட்சியின் அடையாளம்போலத் தெரிந்தது. 'என் உயிரினும் மேலான உடன்பிறப்புகளே' என்று அவர் சொல்வதெல்லாம் வெறும் வார்த்தை ஜாலம் என்று அடிமட்டத் தொண்டர்கள் நினைக்க ஆரம்பிக்கலாம் என்று கவலை எழுந்தது. கனிமொழி, அரசியலில் அரிச்சுவடி அறியாதவர், அவர் எம்.பி. ஆக்கப்பட்டபோது

கட்சியின் தார்மீக பலம் வெகுவாகக் குறைந்துபோனதாகத் தலைவர்கள் கவலைப்பட்டார்கள்.

கருணாநிதியின் பண்புகளை, முக்கியமாக அவர் தன் சகாக்களை மட்டுமல்ல, மற்ற கட்சியினரின் நல்ல அம்சங்களை யும் பாராட்டி மனநிறைவாக வைத்திருந்த பண்பை காங்கிரஸ் தலைவரும் அதன் செய்தித்தொடர்பாளருமான கோபண்ணா புகழ்கிறார். 'அவர் ஓய்வா இருக்கிற சமயத்திலே பத்திரிகைத்துறையோடு சம்பந்தப்பட்ட என் போன்றவர் களை, மற்ற கட்சிக்காரங்களை அழைத்துப் பொதுவா பேசிக்கிட்டிருப்பார். மற்றவர்கள் கருத்தைக் கவனமா கேட்பார். பேராசிரியர் அன்பழகனுக்கும் அவருக்கும் ஐம்பது ஆண்டுகளுக்கு மேலாக இருந்த நெருக்கத்தை வேறு எங்கேயும் நீங்கள் பார்க்க முடியாது. கட்சியிலே ஆற்காடு வீராசாமி போன்ற இரண்டாம்கட்ட தலைவர்கள் நான்கைந்து பேர்களை வைத்துக்கொண்டு அவர்களோடு மாலைப்பொழுதில் விவாதிப்பது, பிரச்சினைகளை அலசுவது போன்றவற்றை செய்வார் கலைஞர். அந்த அளவுக்கு வாதப் பிரதிவாதங்களை அவர் அனுமதித்தார். தன்னைச் சுற்றி ஒரு ஜனநாயகத்தைக் கட்சிக்குள் அவர் வளர்த்தார், அதிலே சந்தேகமில்லே. தனது மகனைக்கூட, ஜனநாயகரீதியில் முன்னேறத் தான் அனுமதி அளித்தார். ஒரு துணை முதல்வராக ஸ்டாலின் வர்றதுக்கே நாற்பது வருஷத்துக்குமேல் ஆயிற்று. மகன் என்கிற காரணத்தாலே உடனே தூக்கிக்கொடுத்துடல்லே.

கருணாநிதி கொண்டுவந்த திட்டங்கள் எல்லாமே சமூக நீதி, சமூகப் பார்வையை ஒட்டித்தான் இருந்தன. எத்தனையோ தமிழ் சமூகத்து நலனுக்காக அவர் செய்திருந்தாலும் அவர் மீது நிரந்தரமா விமர்சனம் கொண்ட பார்வையே ஏற்பட்டுப்போச்சு. ஆரம்பத்திலிருந்து திமுகவுடைய – குறிப்பா கலைஞருடைய பிராமண எதிர்ப்புப் பேச்சும் அந்த ஜாதியை வைத்து அவர்களுடைய குண இயல்பு இப்படித்தான் இருக்கும் என்பது போன்ற கருத்துகளை முன்வைத்தபோதும் சமூகத்தில் ஒரு பகுதியினருக்கு எரிச்சல் ஏற்படுத்திற்று. அப்போது ஊடகத்துறை பெரும்பாலும் பிராமணர்கள் கையில் இருந்தது. *தி இந்து* போன்ற நாளேடுகள் அவருக்கு ஆதரவாக இருந்தாலும் ஒரு பகுதியிலிருந்து நிரந்தரமா அவருக்கு எதிர்ப்பு வந்துகொண்டே இருக்கிறது. பின்னாட்கள்லே அவருடைய குடும்ப அரசியல் மிகப்பெரிய விமர்சனத்தை சந்திச்சது. ஸ்டாலின் மட்டும்தான் அரசியல்லே இருக்கணும்னு அவர் கண்டிப்பா இருந்திருக்கணும். குடும்பத்தில் மற்றவர்களை தூர வெச்சிருந்தார்னா ஜோதிபாசு மாதிரி ஒரு அரசியல் தலைவராகப் பெரும் புகழ் அவருக்குக்

கிடைச்சிருக்கும். அழகிரியை அரசியலுக்குக் கொண்டுவந்தது பெரிய தவறுன்னுதான் சொல்லணும். அவர் அதைத் தடுத்திருந்தார்னா பல பிரச்சினைகள் தவிர்க்கப்பட்டிருக்கும். கடைசி காலத்திலே ஒரு சம்பவத்தாலே அழகிரியைக் கட்சியை விட்டு நீக்கினது நல்ல முடிவு. ஒரு அரசியல்வாதியா இருக்கிற தகுதி கொஞ்சமும் அழகிரிக்கு இல்லை. அது கலைஞருக்கும் தெரியும். அப்படியும் அழகிரியை ஸ்டாலினுக்கு செக் வைக்கிறமாதிரி அரசியலுக்குக் கொண்டுவந்தார், ஏன் அத்தனை பதவிகளைக் கொடுத்தார் என்கிறது விளங்காத புதிர்."

அழகிரிக்கு பதவி கொடுத்தால் சற்று சமாதானமாவார் என்று கருணாநிதி நினைத்தாரா? வைகோ சென்ற பிறகு தென் மாவட்டங்களில் திமுக மீண்டும் தலை தூக்கியது அழகிரியால்தான் என்ற நிதர்சனம் தந்த நம்பிக்கையா? எதுவாக இருந்தாலும் அவர் போட்ட கணக்கு தப்பாயிற்று. ஒரு அண்ணனுக்கு, தம்பியின் மீது இத்தகைய வெறுப்பு இருக்க முடியுமா என்று அவர் அதிரும் நாளும் வந்தது. கட்சிக்கு விரோதமான நடவடிக்கைகளுக்காகக் அழகிரியின் ஆட்கள் கட்சியிலிருந்து நீக்கப்பட்டிருந்தார்கள். வெளிநாட்டுக்குச் சென்றிருந்த அழகிரி திரும்பிய அன்று விடியற்காலை விமான நிலையத்திலிருந்து நேராக கோபாலபுரம் வந்து கருணாநிதியின் படுக்கை அறைக்குள் நுழைந்து (2014 ஜனவரி) ஒரு தந்தை கேட்கக் கூடாத வார்த்தைகளைக் கக்கினார். அன்றைய மதியமே கட்சியிலிருந்து அவர் சஸ்பெண்ட் செய்யப்பட்டார். அடுத்த சில நாட்களில் கட்சியிலிருந்து வெளியேற்றப்பட்டார். செய்தியாளர்களிடம் கருணாநிதி எதையும் மறைக்கவில்லை. "என் அறைக்குள் நுழைந்து ஸ்டாலின் இன்னும் மூன்று நான்கு மாதங்களில் செத்துப்போகப்போகிறான் என்றான் அழகிரி. என் இதயத்தைப் பிளக்க இதைவிட வேறு என்ன வார்த்தைகள் வேணும்? நீங்களே சொல்லுங்கள் யாராவது கட்சித்தலைவர் அறைக்குள் காலை ஆறு மணிக்கு முரட்டுத்தனமா எழுப்பி இன்னொரு தொண்டரைப் பத்திப் புகார் செய்வாங்களா?'

அன்றைக்கு உண்மையிலேயே எல்லோர் மீதும் நம்பிக்கை அற்றுப்போயிருக்கும் அவருக்கு. தனது வீடே குருசேத்திரக்களமானது யார் செய்த வினை என்கிற கேள்வி குடைந்திருக்கும்.

பதவியில் இருந்தபோதும் இவையெல்லாம் கருணாநிதிக்கு வெளியில் சொல்ல முடியாத கவலையையும் பீதியையும் அளித்திருக்க வேண்டும். மகனை அடக்க முடியவில்லை. கட்சியின் பெயரில் திருச்சி, சேலம், விழுப்புரம் திருவண்ணாமலை

ஆகிய பல மாவட்டத் தலைவர்கள் குறுநில மன்னர்கள்போல் செயல்படுவதாக, நில அபகரிப்பு, மணல் கொள்ளை சகஜமாக நடப்பதாகச் செய்திகள் வந்தன. கட்சியே அவர் கையைவிட்டு நழுவுவதுபோல் இருந்தது.

ஜெயலலிதா ஆட்சியில் கிடைக்காத எழுத்துச் சுதந்திரம் பத்திரிகைகளுக்கு இருந்த காரணத்தால் சகட்டு மேனிக்கு அதீதமான விமர்சனங்கள் வந்ததாக கருணாநிதிக்கு நெருக்க மானவர்கள் சொன்னார்கள். திமுக ஆட்சியிலும் கிட்டத்தட்ட 50 மானநஷ்ட வழக்குகள் பத்திரிகையின் மீது தொடரப்பட்டன. வேறுவேறு வழக்குகளில் சிக்கவைக்கப்பட்டு *தினமலர்*, *குமுதம்* ஆசிரியர்கள் கைது செய்யப்பட்டார்கள். திமுகவைக் கடுமையாக விமர்சித்த சோவின் *துக்ளக்* பத்திரிகை மீது வழக்கு தொடுக்கப்பட்டது. வழக்கில் சோ வெற்றி பெற்றார். சோ தொடர்ந்து மேடைப் பேச்சுகளிலும் விமர்சனம் செய்தார். அவரது சொற்பொழிவு நிகழ்ச்சிக்கு இடையில் முன்பு பாம்புகள் வீசப்பட்டன என்று சோ சொல்லியிருக்கிறார்.

இந்தியா டுடே பத்திரிகை கருணாநிதியைப் பல சந்தர்ப்பங்களில் மிகக் காட்டமாக விமர்சித்தது. ஜெயின் கமிஷன் விவரங்களை முதலில் அம்பலப்படுத்திற்று. அவை அவருக்குக் கோபம் ஏற்படுத்திற்று. ஆனால் அவதூறு வழக்கு போடவில்லை. தன்னிலை விளக்கம் அளித்து சமாதானமாகிவிடுவார். ஊடகங்கள் விமர்சிப்பதையும் காது கொடுத்துக் கேட்பார் என்கிற பெயர் அவருக்கு இருந்தது.

இப்போது எதுவுமே காதில் விழாமல் இருந்தால் தேவலைபோலிருந்தது. அதை மறைக்கத் திரைப்பட விழாக்களில் கலந்துகொண்டார். அங்கு நல்ல வேளையாக எல்லோரும் அவரது புகழையே பாடினார்கள்.

2010 ஜூலை மாதம் கோயம்புத்தூரில் நடந்த உலகச் செம்மொழி தமிழ் மாநாட்டில் அந்தப் புகழ்பாடல் அபத்தத்தின் உச்சத்தைத் தொட்டது. அங்கு தமிழ் மொழியைப் பற்றின அரங்குகளைவிட கருணாநிதியைப் போற்றும் அமர்வுகள் அதிகம் இருந்தன. விவாதப் பொருள்களாகக் கலைஞரின் உரைநடையும் கனிமொழியின் கவிதையும் ஏற்கப்பட்டன. கருணாநிதியின் மங்கும் செல்வாக்கை உயர்த்திப்பிடிக்கவே அந்த மாநாடு என்று பட்டது. புலவர்கள் அவர் புகழ்பாட கருணாநிதி சோழர் கால மன்னன்போல தன் குடும்ப பரிவாரம் முழுவதும் சூழ அமர்ந்திருந்தார். அவரது குடும்ப உறுப்பினர்களே முதல் வரிசைகளை நிரப்பியிருந்தார்கள் – தமிழறிஞர்கள் பின் வரிசைகளில் அமர்ந்தார்கள். பள்ளிகளும்

கல்லூரிகளும் மாநிலம் முழுவதும் ஐந்து நாட்களுக்கு மூடப்பட்டன. வாகனங்களில் நூற்றுக்கணக்கானோர் அழைத்து வரப்பட்டனர் கலைஞரின், அவரது குடும்பத்தின் உன்னதத்தைக் கண்டுகளிக்க. ஜெயலலிதாவை முன்பு விமர்சித்திருந்த கருணாநிதி இப்படிப்பட்டக் கோமாளித்தனத்துக்கு எப்படி இணங்கினார்? மனசு கலங்கியிருந்த நிலையில் அவரது யோசிக்கும் திறன் தனது வழக்கமான கூர்மையை இழந்துவிட்டிருந்ததா?

இரையைத் தாக்கும் தருணத்துக்குக் காத்திருந்த ஜெயலலிதா அது வந்துவிட்டதை உணர்ந்தார். தமிழ் செம்மொழி மாநாடு முடிந்த கையோடு மிகத் துணிச்சலாக அதே கோவையில் ஜூலை 13ஆம் தேதி, அரசுக்குக் கண்டனம் தெரிவிக்க ஆர்ப்பாட்டம் நடத்தப்போவதாக, திமுகவைப் பல கேள்விகள் கேட்கப்போவதாக அறிவித்தார். எவ்வளவோ இருந்தன கேட்க முறையில்லா மின்வெட்டு, அதிகரிக்கும் விலைவாசி, முல்லைப்பெரியார் அணை விவகாரத்தில் கருணாநிதி செயல்படாமல் இருப்பது, கருணாநிதி குடும்பம் அதிகார மையமாகிப்போனது – இப்படிப் பல கேள்விகள் கேட்கப்பட்டபோதும் திமுகவினர் அலட்சியமாக சிரித்தனர். ஆனால் கருணாநிதி கூட்டத்துக்கு வரும் மக்களைத் தடுக்கும்படி போலீஸுக்குச் சொன்னார். ஆனால் வெள்ளம்போல் வந்த ஜனக்கூட்டத்தைத் தடுத்து நிறுத்த முடியவில்லை. கருணாநிதியின் மேல் மக்கள் ஏவும் ஏவுகணையாகப் படையெடுத்தது போலத் தோன்றிற்று. தொலைக்காட்சியில் அதைப் பார்த்தபோது கருணாநிதிக்கு சப்த நாடியும் ஒடுங்கிவிடும்போல் இருந்தது. தொலைக்காட்சி சஞ்சயனாக மாறிப்போயிருந்தது. திரையில் தெரிந்தது குருட்சேத்திரப்போரின் ஒரு காட்சி. அவர் திருதராட்டிரனைப் போலத் தொகுப்பாளர் சொல்வதைக் கேட்டுப் பேச்சிழந்து போனார்.

ஜெயலலிதா ஆடத் துணிந்த சூதாட்டம் அது.

2011இல் வந்த தேர்தல் தெளிவாக்கியது. சூதாட்டத்தில் ஜெயலலிதாவுக்குத்தான் வெற்றி என்று. கருணாநிதி தோற்றுப் போனார் என்று – இனி நிமிர முடியாத அளவுக்கு.

14

கருணாநிதியின் குரலில் கவலையும் இனம் புரியாத பீதியும் தொனித்தது. *இந்து* ராம் சொல்றார் "ஸ்பெக்ட்ரம் அலைக்கற்றை வினியோகத்திலே பெரிய மோசடி நடந்திருக்கிறதா பேசிக்கிறாங்களாம். ஏலத்துக்கு விடாம முதல்லே வந்தவங்களுக்கு முன்னுரிமைன்னு போனது ஏன்னு கேக்கறாங்களாம். வேணுங்கறவங்களுக்குக் கொடுக்கப்பட்டது, பெரிய ஊழல்னு சொல்றாங்களேப்பா?"

கைப்பேசி அழைப்பின் மறுபுறம் மத்திய தகவல் தொழில்நுட்பத்துறை அமைச்சர் ஆ. ராசா இருந்தார். ராசாவுக்குத் தலைவர் கலைஞரிடம் அசாத்திய அன்பும் மரியாதையும் உண்டு. தன்னுடைய செயல்பாட்டின் நேர்மையைப் பற்றின சந்தேகம் தலைவருக்கும் ஏற்பட்டிருப்பது இவருக்கு மிகுந்த விசனத்தை ஏற்படுத்திற்று. கருணாநிதியிடம் ஸ்பெக்ட்ரம் அலைக்கற்றை விவகாரத்தையும் ஏன் ஏலத்துக்குச் செல்லவில்லை என்பதையும் விளக்கினார். அலைக்கற்றை வினியோகத்தைப் பற்றின முடிவை எடுக்கும் முன்கூட தலைவரிடம் சொல்லியிருந்தார். அதிகாரிகள் உனக்கு அழுத்தம் கொடுப்பாங்க என்று அப்போதே கருணாநிதி சொன்னார். இப்போது கருணாநிதி கவலையுடன் இருப்பது நன்றாகத் தெரிந்தது.

"நீ எதுக்கும் ராமை சந்திச்சு எங்கிட்ட விளக்கமா சொன்ன மாதிரி அவர்கிட்டச் சொல்லு. நீ மத்திய அமைச்சரா இருக்கலாம். ஆனாலும் அவர் ரொம்ப செல்வாக்கு உள்ளவர்."

தலைவர் சொன்னபடி *இந்து* ஆசிரியர் என். ராமை சந்தித்துப் பல மணி நேரம் அமர்ந்து ராசா விளக்கினார். ஆனால் ராமுக்கு எத்தனை செல்வாக்கு இருந்தாலும் 2 ஜி அலைக்கற்றை என்ற பூதம் யாருக்கும் அடங்காத ஒன்றாக விசுவரூபமெடுத்து

கருணாநிதியின், அவரது மகளின், கட்சியின் தலையெழுத்தை மட்டும் புரட்டிப்போடவில்லை, நாட்டின் அரசியல் வானின் வண்ணத்தையே மாற்றும் வல்லமை கொண்டதாயிற்று.

'2 ஜி அலைக்கற்றை வரலாறு உண்மையிலேயே சுவாரஸ்யமானது. மைய அரசின் பல கண்காணிப்பு அமைப்புகள் - CVC, CAG, CBI, Supreme Court ஆகியவை ஒருங்கிணைந்து செயல்படாமல், ஒரு சர்ச்சைக்குரியதாகிப்போன விஷயத்தைத் தனித்தனியே அவரவரது மனமாச்சரியங்களுக்கு ஏற்ப ஆராயும் போது எப்படி உண்மைகள் சிதைந்து உருமாறிப்போகும் என்பதன் உதாரணம்.' ஒரு யானையை ஐந்து பார்வையற்றவர்கள் விவரிப்பதுபோல. அப்படித்தான் அது பூதாகரமாக்கப்பட்டு தன் மீது பழி சுமத்தப்பட்டது, சிறைவாசம் செய்யவைத்தது என்று அ. ராசா விவரிக்கிறார் அவரது '2ஜி ஸாகா' (2G SAGA Unfolds) என்ற புத்தகத்தில்.

என்னதான் பிரச்சினை? 2 ஜி என்பது 2G, (second generation) இந்தியாவின் தொலைத்தொடர்பு இரண்டாம்/அடுத்த தலைமுறை நிலைக்கு நகர வேண்டியிருந்தது. இதற்குப் பாதுகாப்புத் துறை தன்னிடம் உபரியாக உள்ள ஸ்பெக்ட்ரம் அல்லது அலைக்கற்றைகளைப் பொதுமக்களின் பயன்பாட்டிற்கு உபயோகிக்க இடத்தை விட்டுக்கொடுக்கும். இந்த அலைக்கற்றைகள் தகவல் தொழில்நுட்ப நிறுவனங்களுக்கு வினியோகிக்கப்படும். அ. ராசா மே மாதம் (2007) அமைச்சரானதும் அலைக்கற்றைகளை ஒதுக்கீடு செய்யும் பணி அவருடைய பொறுப்புக்கு வந்தது. 2ஜி தொலைத்தொடர்பில் பெரும் புரட்சியை ஏற்படுத்தும் என்று சொல்லப்பட்டது. தொலைபேசி கட்டணம் மலிவாகும், அனைத்து இந்திய மக்களுக்கும் கைப்பேசி வைத்துக்கொள்ளும் சாத்தியம் ஆகும், தேசத்தை முன்னெப்போதும் இல்லாத வகையில் இணைக்கும் சாதனமாக இருக்கும். . .

2007 ஆகஸ்ட் மாதம் ஆர்வம் காட்டிய நிறுவனங்களுக்கு ஸ்பெக்ட்ரம் ஒதுக்கீடு நடைமுறை தொடங்கியது. உரிமத்துக்கு விண்ணப்பிக்கக் கடைசி நாள் அக்டோபர் ஒன்று என்று அறிவிக்கப்பட்டது.

மிகுந்த ஆர்வம் காட்டிய நிறுவனங்களிடமிருந்து 575 விண்ணப்பங்கள் வந்தன. The Telecom Regulatory Authority of India (TRAI) மற்றும் The Department of Telecom (DoT) தொலைத்தொடர்புத்துறை அமைச்சருடன் கலந்து ஏலம் விடுவதற்கு பதில் முதலில் விண்ணப்பிப்பவர்களுக்கு முன்னுரிமை என்ற வழிமுறையைப் பின்பற்ற முடிவு செய்தன.

நவம்பர் மாதம், வெளிப்படையாக உரிமம் வழங்குமாறு பிரதமரிடமிருந்து ராசாவுக்குக் கடிதம் வந்ததாக செய்தி வெளியாயிற்று.

ஜனவரி 10, 2008 அன்று முதலில் வருவோருக்கு முன்னுரிமை அடிப்படையிலேயே உரிமம் வழங்க முடிவு எடுக்கப்பட்டு DoT திடீரென்று விண்ணப்பக் கடைசி நாளை செப்டெம்பர் 25ஆக இறுதி செய்தது.

தேதி மாறினவுடன்தான் பல நிறுவனங்கள் இதில் மோசடி இருப்பதாகக் குரல் எழுப்ப ஆரம்பித்தன. அப்போதுதான் ராம் கருணாநிதியிடம் வந்து எச்சரிக்க, ராசாவுடன் கருணாநிதி தொடர்பு கொண்டார். ஏற்கெனவே பல உரிமங்களைப் பெற்றிருந்த ஏர்செல் நிறுவனர் சி. சிவசங்கரன் போன்றோர் ஏல முறை வேண்டும் என்றார்கள். அதைவிட தொலைத்தொடர்புத்துறை பின்பற்றிய முறை வெளிப்படையானது என்று ராசா வாதிட்டார். அக்டோபர் மாதம் விண்ணப்பங்களைப் பரிசீலித்தபோது செப்டம்பர் 25 க்குள்ளேயே வந்த விண்ணப்பங்கள் உரிமம் பெற தகுதி பெற்றிருந்ததனால் முதலில் வருவோருக்கு முன்னுரிமை என்னும் அடிப்படையில் வழங்கப்பட்டதே தவிர தேதியில் குழப்பம் ஏதும் இருக்கவில்லை என்கிறார் ராசா. ஊடகங்களுக்குக் கொடுக்கப்பட்ட அறிவிப்பு சரியாக எழுதப்படாததன் தவறு அது என்று விளக்கப்பட்டது. அது ஊழலுக்கான சால்ஜாப்பு என்று ஊடகங்களும் எதிர்க்கட்சியினரும் கூப்பாடு போட்டார்கள். தவிர மிக முக்கியமாக, இங்கு உரிமம் பெற்ற ஸ்வான் டெலிகாம், யுனிடெக், டாடா போன்ற நிறுவனங்கள் வேறு நிறுவனங்களுக்கு அவற்றை மிக அதிக விலையில் விற்ற செய்தி பரபரப்பை ஏற்படுத்தியது.

ஆனால் அதற்குப் பிறகு கண்காணிப்பு அமைப்புகள் வெளியிட்ட விவரங்கள்தான் பூகம்பத்தைக் கிளப்பிற்று.

பாஜக தலைவர்களில் ஒருவரான சுப்பிரமணியம் சுவாமி பிரதமர் மன்மோகன் சிங்கிற்கு ஊழல் விசாரிக்கப்பட வேண்டும் என்று கடிதம் எழுதினார். பிரதமரிடமிருந்து மறுமொழி வராததால் உச்சநீதிமன்றத்தில் வழக்கு தொடர்ந்தார். உச்ச நீதிமன்றத்திற்கு விஷயம் சென்ற பின் அது மத்திய அரசின் அதிகாரத்திற்கு அப்பால் சென்ற ஒன்றாகிப்போனது. உச்சநீதிமன்றக் கண்காணிப்புக்கு உட்பட்ட பிறகு அதன் உத்தரவின்படி 2009இல் சிவிசி–மத்திய கண்காணிப்புத்துறை குற்றச்சாட்டுகளை விசாரிக்கத் தொடங்கியது. அக்டோபர் மாதம் சிபிஐ, – மத்தியப் புலனாய்வுத்துறையும் நுழைந்தது. உச்ச

நீதிமன்றத்தின் உத்தரவுப்படி பெயர் குறிப்பிடாத அதிகாரிகள், தனியார் நிறுவனங்கள் மீது முதல் தகவல் அறிக்கை பதிவு செய்தது. ரூ 70,000 கோடி அளவுக்கு ஊழல் நடந்திருப்பதாக உச்சநீதிமன்றம் செப்டம்பர் 2009இல் கணக்கு சொன்னது.

ஒரு மாதம் கழித்து நாடு முழுவதையும் அசத்தும் வகையில் ஊழல் புகார் வெடித்தது. Comptroller Auditor General (CAG) – தலைமை கணக்குத் தணிக்கையாளர் விநோத் ராய் 2ஜி அலைக்கற்றை ஒதுக்கீடு ஊழல் விவகாரத்தைப் பற்றி நாடாளுமன்றத்தின் பார்வைக்குத் தயாரித்திருந்த அறிக்கை, அவையில் வைப்பதற்கு முன் ஊடகங்களுக்குக் கசியவிடப்பட்டது. விநோத் ராய் 2ஜி அலைக்கற்று ஒதுக்கீடு முறைக்கேடினால் ஒரு லட்சத்தி எழுபத்தி ஆறாயிரம் கோடி ரூபாய் அரசுக்கு இழப்பு என்றிருந்தார். 2010, நவம்பர் 11 தேதியிட்ட *தி நியூ இந்தியன் எக்ஸ்பிரெஸ்* தலைப்புச் செய்தியாக எழுதியது–

நாட்டுக்கு இழப்பு

ஒரு லட்சத்து எழுபத்தாறாயிரம் கோடி

"2ஜி அலைக்கற்றை ஒதுக்கீடு மூலமாக ராசா அரசுக்கு ஏற்படுத்திய இழப்பு: ஸி.ஏ.ஜி அறிக்கை."

நாட்டின் எல்லா மொழி நாளேடுகளும் இதே ரீதியான தலைப்புச் செய்தியாக எழுதின முதல் பக்கத்தில்.

அந்தத் தொகை நம்ப முடியாததாக இருந்தாலும் அலட்சியப் படுத்த முடியாததாக இருந்தது. எதிர்க்கட்சிகளுக்கு, முக்கியமாக பாஜகவுக்கு பலம் பொருந்திய ஆயுதமாயிற்று. நாடாளுமன்றத்தை பாஜக பல வாரங்களுக்கு முடக்கிற்று. விநோத் ராய் பாஜகவுக்கு வேண்டியவர் என்று பாஜக ஆட்சிக்கு வந்த பிறகு தெரியவந்தது. 2ஜி வழக்கை மேடைக்கு மேடை விமர்சித்து ஐக்கிய முன்னணி அரசை பாஜகவினர் பழித்தது நாடு முழுவதிலும் அனைத்து தரப்பு மக்களிடையே பெரும் தாக்கத்தை ஏற்படுத்தியது. ராசா என்பவர் யார் என்று சாமான்ய மனிதனுக்குத் தெரிந்திராது. அவர் தென்னகத்து திராவிடக் கட்சி ஒன்றின் உறுப்பினர் என்றும் தெரியாது. ஆனால் ஆட்சியில் இருந்த மத்திய அரசின் அமைச்சர், பெரும் ஊழல் செய்தார் என்று விளங்கிற்று. அடுத்து வந்த 2014 நாடாளுமன்றத் தேர்தலில் பாஜக பெரும்பான்மை பலத்துடன் ஆட்சிக்கு வந்தது. காங்கிரஸ் அவமானகரமாகத் தோற்றது. சுதந்திர இந்திய வரலாற்றில் அது கண்டிராத அளவுக்கு மாநில அவையில் அதன் எண்ணிக்கை 48க்குச் சுருங்கியது.

ஊடகங்கள், தொலைக்காட்சி நிகழ்ச்சிகளில் ராஜாவை நாராய்க் கிழித்தன. விசாரணை நடத்தி தீர்ப்பு வழங்கின. இந்திய துணைக்கண்டத்தில் நடந்த ஆகப் பெரிய ஊழல் என்றன. ராசா சென்ற இடமெல்லாம் காமிராவுடன் செய்தியாளர்கள் துரத்தினார்கள். அவற்றை தொலைக்காட்சியில் பார்த்தபோது தன்னையே அவர்கள் துரத்துவதுபோல் இருந்தது கருணாநிதிக்கு. தப்பு செஞ்சுட்டோம் என்று மனசு பதைத்தது.

மன்மோகன் சிங்கின் ஐக்கிய முன்னேற்றக் கூட்டணி (2) அழுத்தம் தாங்க முடியாமல் ராசாவை ராஜினாமா செய்யச் சொன்னது. தன் மேல் குற்றமில்லை என்று ராசா மறுத்தாலும் கடைசியில் கருணாநிதி சொன்னதன் பேரில் நவம்பர் 14 அன்று ராஜினாமா செய்தார். ஆனால் கருணாநிதி ராசாவுக்கு ஆதரவாகவே பேசிவந்தார். ராசா தலித் என்பதால் இல்லாததைச் சொல்லிப் பழிக்கிறார்கள் என்றார். அந்த வாதத்தை யாரும் ரசிக்கவில்லை. 2011 பிப்ரவரி 2, ராஜாவும் அவரது இரண்டு உதவியாளர்களும் கைது செய்யப்பட்டார்கள். கருணாநிதியால் எதுவும் செய்ய முடியவில்லை மத்தியில் ஆட்சியில் இருந்த காங்கிரஸின் தோழமைக் கட்சியாக மட்டுமல்லாமல் அமைச்சரவையில் திமுக பங்கு பெற்றிருந்தும்.

பொதுவாக தில்லி வட்டாரத்தில் கருணாநிதி பேரம் செய்வதுபோல தன்னுடைய ஆட்களுக்கு அமைச்சரவைப் பதவிகளை மென்மையான பிரதமர் மன்மோகன் சிங்கிடமிருந்து வாங்கிப் பெற்றதிலிருந்து அவரது மதிப்பு இறங்கியிருந்தது. ‘மன்மோகன் சிங் திமுக அமைச்சர்களின் அடாவடித்தனத்தை மிகவும் பொறுமையாக சகித்துவந்தார்’ என்று *இந்துஸ்தான்* நாளேட்டின் அரசியல் ஆசிரியர் விநோத் சர்மா காட்டமாக விமர்சித்தார். “டி.ஆர். பாலு அகம்பாவம் பிடித்தவர்; ராசா ஊழல்காரர்; அழகிரி அவர் வகித்த வேலைக்கு லாயக்கற்றவர். அவர் ஊரில் இருப்பதே இல்லை. இருக்கும் சமயத்தில் பணியைப் புரிந்துகொள்ளும் சூட்சுமம் இல்லை” என்று சாடினார்.

2011 மே மாதம் சட்டசபைத் தேர்தலில் திமுக படுதோல்வி அடைந்தது. ஜெயலலிதா பெரும்பான்மை பலத்துடன் ஆட்சிக்கு வந்தார். தேர்தல் பரப்புரையில் ஒவ்வொரு மாவட்டத்திலும் திமுக செய்த 2ஜி ஊழலைப் பற்றி காட்டமாக விமர்சித்தார். மக்களுக்கு 2ஜி விவகாரம் புரியாவிட்டாலும் அது மாபெரும் ஊழல் என்று புரிந்தது. திமுக நாட்டையே சுரண்டிய கட்சி என்று ஜெயலலிதா சொன்னதை ஏற்று அவர்களும் அந்த முடிவிற்கு வந்தார்கள். இந்த ஊழலுக்கு முன் ஜெயலலிதாவின் ஊழல் ஒன்றுமே இல்லை, வெறும் கட்டுக்கதை என்று

நினைக்க ஆரம்பித்தார்களோ என்னவோ, ஜெயலலிதாவுக்கே தங்கள் வாக்கு என்று தீர்மானித்தார்கள். ஜெயலலிதாவின் தன்னம்பிக்கையும் மிதப்பும் திமுகவினருக்கு பீதியை அளித்தது.

'திமுக இப்போது முடிந்துபோன கதை' என்றார் ஜெயலலிதா, வெற்றிக்குப் பின் ராயபேட்டை அவ்வை சண்முகம் சாலையில் இருக்கும் அதிமுக தலைமையகத்து அரங்கத்தில் தனது கட்சிக்காரர்களை சந்தித்தபோது. கட்சியினரின் கைத்தட்டல் வானைப் பிளந்து கோபாலபுரத்தில் அதிர்வலைகளை எழுப்பிற்று. திமுக உண்மையிலேயே துவண்டு போயிருந்தது.

அதைவிட பெரிய அவமானம் வர இருந்ததை கருணாநிதி அப்போது அறியவில்லை. தேர்தல் முடிவு வந்து ஒரு வாரமே ஆகியிருந்தது. இடிபோல அந்தச் செய்தி வந்தது. நேராக அவரது மார்பைப் பிளந்தது.

திமுகவிற்கு சொந்தமான கலைஞர் டிவிக்கு ரூ 200 கோடி கடன், 2ஜி அலைக்கற்றை உரிமம் பெற்ற நிறுவனத்தின் மூலம் கிடைத்ததாக கலைஞர் டிவியின் இயக்குனர் என்று சொல்லப்பட்ட ராஜ்ய சபை உறுப்பினர் கனிமொழி அதைப் பெற்றுகொண்டதாகக் குற்றம் சாட்டப்பட்டு (மே 20, 2011 அன்று) கைது செய்யப்பட்டார்.

87 வயது தந்தைக்கு அது தாங்க முடியாததாக இருந்தது. சேதி வந்தபோது அழகிரியும் ஸ்டாலினும் சில மூத்த திமுக தலைவர்களும் கருணாநிதியுடன் கோபாலபுரம் வீட்டில் இருந்தார்கள். சுதாரித்துக்கொண்டு கருணாநிதி ராஜாத்தி அம்மாள் இருந்த சி.ஐ.டி காலனிக்குச் சென்றார். நிருபர்கள் அவரை மொய்த்துக்கொண்டார்கள். 'என்ன நினைக்கிறீர்கள்? அவர் அவர்களைப் பார்த்துப் பரிதாபமாகக் கேட்டார். "உங்களுக்கு ஒரு மகள் இருந்து அவள் கைது செய்யப்பட்டால் உங்களுக்கு எப்படி இருக்கும்?" 'அவர் செய்யாத தப்புக்குக் கைது செய்யப்பட்டிருக்கிறார்' என்றார்.

அதை அவர் சொல்லும்போது நிருபர்களின் பார்வையில் சந்தேகம் நிழலாடியதுபோல இருந்தது. என்ன செய்யப்போகிறோம் இனி என்கிற பரிதவிப்பு அவரை ஆட்கொண்டது. விஷயம் அவரது கட்டுக்குள் இல்லை. தங்களது கட்டுக்குள்ளும் இல்லை என்கிறது மத்திய அரசு. யாரிடம் சென்று முறையிடுவது?

தில்லி நீதிமன்றத்தில் கனிமொழிக்கு ஆதரவாக அவருடைய கணவர் அரவிந்தனுடன் அமர்ந்திருந்த திமுகவினர், தீர்ப்பைக் கேட்டு உணர்ச்சிப்பெருக்கில் கண்ணீர் மல்க அமர்ந்திருந்தார்கள்.

அந்த வெள்ளிக்கிழமை, தனது உணர்ச்சிகளை வெளிப் படுத்தாத அமைதியுடன் காணப்பட்ட 43 வயது கனிமொழி, கருணாநிதியின் செல்ல மகள், திஹார் சிறைச்சாலைக்கு அழைத்துச்செல்லப்பட்டார். சப்–ஜெயில் நெ: 6இல் பத்தடிக்கு பதினைந்து அடி தனி அறையில் வைக்கப்பட்டார். அவருடைய துணிமணிகளுடன் நிறையப் புத்தகங்கள் இருந்தன துணைக்கு.

ஐமுகூ அரசுக்கு அவருடைய கைதைத் தடுக்கவோ உதவவோ முடிந்திருக்காது – 2ஜி விசாரணை உச்சநீதிமன்றக் கண்காணிப்பின் கீழ் இருந்ததால். காங்கிரஸ் செய்தித் தொடர்பாளர் அபிஷேக் மனு சிங்க்வி சொன்னார்: "இது நீதிமன்றம், குற்றம் சாட்டப்பட்டவர் மற்றும் புலன் விசாரிக்கும் அமைப்பு ஆகியவற்றுக்கு இடையே ஆனது" என்றார் அரசுக்கும் கைதுக்கும் சம்பந்தமில்லை என்பதை விளக்குவதுபோல.

ராசா ஓராண்டுக்கு மேல் சிறையில் இருந்தார். கனிமொழி 190 நாட்கள் இருந்தார். கருணாநிதியின் மனைவி, நோய்வாய்பட்டிருந்த தயாளு அம்மாளும் மற்றொரு இயக்குனர் என்று கையெழுத்திட்டிருந்ததாகக் குற்றப்பத்திரிகையில் சேர்க்கப்பட்டார். கோபாலபுரம் வீடு சோதனை செய்யப்பட்டது.

"அப்போது காங்கிரஸ் அரசுக்கு எதிர்க்கட்சிகள் கொடுத்த அழுத்தத்திலே கட்சிக்காரங்க எல்லாரும் பயந்துபோயிட்டாங்க" என்கிறார் பீட்டர் அல்ஃபோன்ஸ். நிஜம்மாவே ஊடகங்களும் பிஜேபியும் வரிசையா தொடுத்த குற்றச்சாட்டிலே அதுவும் அந்த விநோத் ராய் 170 ஆயிரம் கோடி அரசுக்கு நஷ்டம் ஏற்பட்டிருக்குன்னு சொன்னதும் மிரண்டுபோயிட்டோம் எல்லாரும். அத்தனை பெரிய ஊழல் நடந்திருக்குமான்னு. எங்களாலே ஒண்ணுமே செய்ய முடியல்லே, எங்களை டிஃபெண்ட் பண்ணிக்க முடியல்லே. எல்லாம் மன்மோகன் சிங்குக்குத் தெரிஞ்சுதான் நடந்திருக்குன்னு வேற சொல்றாங்க."

கருணாநிதிக்கு வாய் திறக்கவே தெம்பில்லாமல் போயிருந்தது. இப்போது அவர் ஆட்சியில் இல்லை. திமுக மோசமாகத் தோல்வி அடைந்து பலவீன நிலையில் இருந்தது. மத்திய அமைச்சரவையிலிருந்து விலகக்கூட அவருக்குத் திராணி இருக்கவில்லை. எங்கேயாவது கொஞ்சமாவது அதிகாரம் தேவை. இப்போது யதார்த்தம் அவரது இயலாமையைத் துல்லியமாக விளக்கிற்று.

கனிமொழி பத்திரிகையாளர் சந்தியா ரவிசங்கருக்கு (கருணாநிதியின் வாழ்க்கை வரலாறு – A Life in Politics – ஆங்கிலத்தில் எழுதியவர்) அளித்த பேட்டியில் சொல்கிறார்:

“என்னை சிறையிலே பார்க்க வந்தபோது அப்பாவுக்குக் கண்ணுலே நீர் வந்தது. அவரைப் பார்க்க எனக்கு ரொம்பக் கஷ்டமா இருந்தது. ஏன்னா நான் கலைஞர் டி.வி.யோட என்னை சம்பந்தப்படுத்திக்க விரும்பவே இல்லே. அதை அவர் வெளியிலேயும் சொல்லியிருக்கார். அவர் எப்படியோ என்னை சம்மதிக்கவெச்சார். நான்தான் உன்னை வற்புறுத்தினேன். என்ன ஆச்சு பார்னு ரொம்ப வருத்தப்பட்டார். அந்தக் குற்றஉணர்வு அவரை ரொம்ப பாதிச்சிருக்கும். நான் கலைஞர் டிவி விவகாரத்திலே அக்கறையே காண்பிச்சதில்லே. அங்கே என்ன நடந்ததுன்னு எனக்கு எதுவுமே தெரியாது. அவருக்குத் தெரியும் கலைஞர் டிவிலே எந்த முடிவும் நான் எடுத்ததே இல்லைன்னு.

அதுதான் அவருக்கு ரொம்ப வருத்தமா இருந்தது. சிறைக்கு அடிக்கடி வந்து பார்ப்பார். ஒவ்வொரு முறையும் கலங்கிடுவார். நான் அவரிடம் சொல்வேன், இது எனக்கு ஒரு அனுபவம். ஒரு பாடம். நிறையப் படிக்கிறேன். கவலைப்படாதீங்கப்பாம்பேன்”.

சாதாரண அனுபவமில்லை அது. பாதுகாப்பாக வளர்ந்திருந்த கனிமொழிக்கு பொதுவெளியில் ஏற்பட்ட அவமானமும், சுமத்தப்பட்ட அபாண்ட பழியும் சிறைவாசமும் மிகப்பெரிய சோதனையாக இருந்திருக்க வேண்டும்.

“கலைஞர் இடிஞ்சுபோனார்” என்கிறார் துரை முருகன். “அப்படி அவர் துவண்டுபோய் நான் பார்த்ததேயில்லை. ரொம்பவும் கலங்கிப்போனார், எத்தனை பெரிய பழி இதுன்னு நினைச்சு. ஒருவேளை இந்தக்குற்றச்சாட்டு, 2ஜி முறைகேடு, உண்மையா இருக்கலாமோங்கற பயம்தான் அதிகமா அவரைத் துன்புறுத்திடுச்சுன்னு நினைக்கிறேன். நாலா பக்கமும் ஊழல் ஊழல்னு பத்திரிகைகளும் எதிர்க்கட்சிகளும் மேடைக்கு மேடை முழங்கும்போது நிஜம்தானோன்னு தோணிரும். ஆடிப்போயிட்டார். அதுவும் கனிமொழியைச் சிறையிலே பார்த்துட்டு வந்த அன்னைக்கு ரொம்பவும் கலங்கிட்டார் இதையும் நான் பார்க்க வேண்டியதாச்சேன்னு கண்ணீர்விட்டார். நான்தான் அவளை – கவிதை இலக்கியம்னு இருந்த பெண்ணை எல்லாத்துக்கும் இழுத்துவிட்டேன்னு புலம்புவார்”.

... சக்கர நாற்காலியிலே உட்கார்ந்தபடி தில்லியிலே மந்திரிகளைப் போய் பார்ப்பார். கோர்ட்டு வழக்குங்கறதினாலே ஒண்ணும் செய்ய முடியல்லே. இத்தனைக்கும் சி.பி.ஐ. போட்ட வழக்கு. ஏன் போட வெச்சாங்களோ.”

ஒருமுறை திமுக தேர்தலில் தோற்ற சமயம் (2001) அவரைச் சந்தித்தபோது, ‘நான் இதையும் இதுக்கு மேலயும் பார்த்திருக்கேன்.

உணர்ச்சிவசப்பட்ட காலமெல்லாம் போச்சு' என்றார். ஆனால் கனிமொழி சிறையில் இருந்தபோது அவருடைய வைராக்கியம் தவிடுபொடியானது. குற்றஉணர்விலும் பாசத்திலும் மனசு குலுங்கி அழுதவண்ணம் இருந்தது.

ராசாவை மத்தியில் அமைச்சர் ஆக்கி கருணாநிதி அவருக்கு முக்கியத்துவம் கொடுத்தது, பல ஆண்டுகள் அனுபவம் உள்ள கட்சிக்காரர்கள் பலருக்கு, கடுப்பை ஏற்படுத்தியிருந்தது. அத்துடன், பல திறமை வாய்ந்தவர்கள், சரளமாக ஆங்கிலம் பேசத் தெரிந்தவர்கள் கட்சியில் இருக்கையில் அரசியலில் அனுபவமில்லாத, தயங்கியபடி அதில் கால்வைத்த கனிமொழியை ராஜ்ய சபா உறுப்பினராக்கியது பெரும் அதிருப்தியை ஏற்படுத்தியிருந்தது. 2ஜி அலைக்கற்றை ஊழல் புகாருக்குப் பிறகு இருவருமே சிறையில் அடைபட்டதும், தலைவருக்கு இயற்கை கொடுத்த தண்டனை என்று தங்களுக்குள் பேசிக்கொண்டார்கள். தன் தலையில் தானே மண்ணை வாரிப் போட்டுக்கொண்டார் என்றார்கள். அதற்கான பழியைக் கட்சி சுமக்கிறது என்று புலம்பினார்கள். முதிய வயதில் கருணாநிதி பட்ட வேதனைக்காகப் பச்சாதாபப்பட்டவர்கள் அவருக்கு மிக மிக நெருக்கமாக இருந்த ஒரு சிறிய வட்டம் மட்டுமே.

அந்த இடைப்பட்ட காலங்களில் அரசியல் ரீதியாக முடிவெடுக்கும் விஷயங்களில் தனது கொள்கைப்பிடிப்பில் கருணாநிதி உறுதியாக இருந்தார். ஜெயலலிதா 2011 தேர்தலில் வென்று ஆட்சிக்கு வந்தபோது திமுக 2ஜி பிரச்சினையின் தாக்கத்தினால் தார்மீக பலத்தை இழந்திருந்தது. கட்சியில் பிளவை ஏற்படுத்த சில குண்டர்கள் முயற்சிப்பதாகத் தோன்றிற்று. சிலருக்கு அவருடைய தலைமையின் மீது நம்பிக்கை போய்விட்டதோ என்று அவருக்கு இப்போதெல்லாம் ஐயம் ஏற்பட்டது. பிப்ரவரி 3, 2012இல் நடந்த பொதுக்கூட்டத்தில் அவர் விரக்தி மேலீட்டு சொல்வதுபோலிருந்தது. “நான் தலைவனாக நீடிப்பதற்குத் தமிழகத்தில் வாக்குப் பிச்சையெடுத்து நீடிக்க வேண்டிய அவசியம் இல்லை” என்றார். “அடுத்த பொதுக்குழுவில் வேண்டுமானால் தேர்தல் வைத்து யார் தலைவர் என்று அறுதியிட்டு முடிவு செய்யலாம்” என்றார்.

கூட்டத்தின் மௌனம் அவருக்கு நல்ல சமிக்ஞையாகத் தெரியவில்லை. ஆனால் அவர் தளராமல் அடுத்த விஷயத்துக்குப் பதில் அளித்தார். காங்கிரஸோடு கூட்டணி தொடர வேண்டுமா என்று பலர் ஆத்திரத்துடன் கேட்டிருந்தார்கள். ஏற்கெனவே உள்ளாட்சித் தேர்தலில் திமுக தனித்து போட்டியிட்டிருந்தது. மக்களவைத் தேர்தலிலும் அந்த முடிவு எடுக்க வேண்டும் என்று

எல்லோரும் சொன்னார்கள். அவர் சொன்னார்: "வன்முறை அரசியலோ, மதவாத அரசியலோ ஆட்சிக்கு வந்துவிடக் கூடாது என்பதில் திமுக தனியான கவனம் செலுத்தும் கட்சி. பாஜக வந்தால் மீண்டும் பாபர் மசூதி தகராறு வரும் என்பதை மறந்துவிடக் கூடாது . . . இருக்கும் கட்சிகளில் பகுத்தறிவுக்கு இடம் தரும் கட்சியாக காங்கிரஸ் இருக்கிறது என்பதை மறந்துவிடக்கூடாது. இதனால் கனிமொழியையும், ராசாவையும் சிறையில் பூட்டி மகிழ்ந்தார்களே, அந்தக் காங்கிரஸுக்கா உங்கள் ஆதரவு என்றுகூட கேட்கலாம். என்னைப் பொருத்தவரை கனிமொழி வேதனையைவிட இந்தியாவை மதவாதிகள் கூடாரமாக ஆக்கிட நான் விரும்பவில்லை. சிறுபான்மை சமுதாயத்தை வேட்டையாட நான் ஒப்புக்கொள்ள மாட்டேன்.

ஏதோ நான் காங்கிரஸுக்கு வக்காலத்து வாங்குகிறேன் என்று அர்த்தமில்லை. வேறு வழியென்ன என்பதை ஒரு வாரம் சிந்தித்து முடிவுசெய்து சொல்லுங்கள்".

சோதனை மிக்க காலம் அது. மனமும் உடலும் சோர்ந்திருந்த காலம். தான் கோட்டையாகக் கட்டிய கோட்டை என்று இறுமாந்திருந்த கட்சியின் கூரைநைந்து போனதோ என்று மனசு கண்ணீர் விட்ட வேளை அது. அதன் தள்ளாடும் தூண்களை இழுத்துப்பிடித்து நிறுத்தும் மனோ பலமும் உற்சாகமும் அவரை விட்டுப்போயிருந்தது. அவர் செய்த தவறுகள் அவரையே சாட்டையாகத் திருப்பி அடித்தன. அவர் மகாத்மா இல்லை. பலவீனங்கள் நிறைந்த சாமான்யர். ஆனால் இந்த சாமான்யர் பல மேன்மைகளையும் அடைந்தவர். அவரை விமர்சிப்பவர்களுக்கு அவையெல்லாம் கண்ணில் படாமல் போனது அவரது ஊழ்வினையோ என்னவோ. அவர் நாத்திகர். இருந்தும் திரும்பத்திரும்ப காயம் ஏற்பட்டபோது, பிறந்ததிலிருந்து இழிவு துரத்தியபோது, போராடிப் போராடி நீச்சலடித்து மாநிலத்தின் ஆகச் சிறந்த அரசியல் அரியணையில் ஐந்து முறை மக்கள் அவரை அமர்த்தியபோதும் அவர் மீது சேறுகள் அப்பிய வண்ணம் இருந்தபோது, நெஞ்சு திகைத்திருக்கிறது – ஏன்? இவ்வளவு வலிகள் மிகுந்த வாழ்க்கை ஏன்?

அவருக்கு தெய்வத்தின் மேல் கோபம் இல்லை. தனக்கு ஏற்பட்ட துன்பங்களுக்குக் கடவுளைக் காரணமாக்க அவர் விரும்பவில்லை. அவர் பகுத்தறிவுப் பாசறையில் பயின்றவர். சமூக அமைப்பும் சக மனித மனமாச்சரியங்களும் அவர் செய்த பிழைகளுமே அவரது 'போதாத வேளை'க்குக் காரணம்.

தமிழ் மொழியில் அவருக்கு இருந்த ஆழமான பற்று புனிதமானது. அவர் தமிழில் கோர்த்த வரிகள், எழுதிய உரைகள்

ஒரு வாழ்வில் சாத்தியப்பட முடியாதவை. சங்கத்தமிழிலிருந்து அவர் படிக்காத காவியமோ காப்பியமோ, தொன்மங்களோ இல்லை. திருவாசகமும் திருவாய்மொழியும் படிக்காதவர் இல்லை. "நான் நாத்திகன்தான்" என்றார் அவரை ஒருமுறை சந்தித்தபோது. "ஆனா தேவாரமும் திருவாசகமும் ஆழ்வார்ப் பாசுரங்களும் கேட்கும்போது மனசு என்னவோ செய்யுது உருகறமாதிரி" என்றார். "தமிழ் மொழி ஏற்படுத்தற நெகிழ்ச்சி அது" என்றார் கண்கள் மினுமினுக்க. "நீங்க நம்பிக்கை உள்ளவர் என்கிறதனாலே சொல்றேன்" என்று சிரித்தார்.

பராசக்தியில் தீவிர நாத்திக வசனங்கள் எழுதியவர், வயது முதிர்ந்த நிலையில் அவரைச் சுற்றிப் பல கட்சி/ குடும்ப/ அரசியல் பிரச்சினைகள் வளைத்திருக்கையில், பதினோராம் நூற்றாண்டு வைணவப் புரட்சித் துறவி ராமானுஜரின் சித்தாந்தத்தை ஆராயும் பணியில் ஆழ்ந்து தொலைக்காட்சி நாடகம் எழுதினார்.

அவருக்கு அந்தப் பணி ஏதோ ஒரு வகையில் ஆன்மீகப் பலத்தை அளித்தது.

ஏழு ஆண்டுகள் விசாரணைக்குப் பிறகு சி.பி.ஐ நீதிமன்றம் தில்லி பாட்டியாலா ஹவுஸில் 21 டிசம்பர் 2017இல் நீதிபதி ஓ.பி.சாய்னி, 2ஜி அலைக்கற்றை முறைகேடு விஷயமாகக் குற்றம்சாட்டப்பட்டவர்கள் அனைவரையும் விடுவித்தார். "அரசு தரப்பு வக்கீல் எந்தக் குற்றச்சாட்டையும் சந்தேகத்திற்கு இடமில்லாமல் நிரூபிக்கத் தவறிவிட்டார்" என்றார். வழக்கறிஞரான அ. ராசா மிகத் துணிச்சலுடன் தன்னுடைய தரப்பிற்கு அவரே வாதாடி வழக்கில் வெற்றி பெற்றார். தில்லி அரசியல் வளாகத்தில் இருக்கும் எண்ணற்ற திமிங்கலங்களையும் முதலைகளையும் சமாளித்து மீள்வதற்கு அசகாய சூரத்தனம் வேண்டும். இப்போதும் எதிர்ப்பவர்கள் மேல் முறையீடு செய்வார்கள்தான். 'அதிலும் நிச்சயமாக வெல்வேன்' என்கிற நம்பிக்கை அவருக்கு இருக்கிறது.

பிறப்பில் தாழ்த்தப்பட்டவர் என்ற முத்திரையுடன் வளர்ந்த அந்த தலித் அமைச்சர் மிகுந்த தன்னம்பிக்கையுடன் வாதாடியது நீதிபதி சாய்னியைக் கவர்ந்திருக்கும். ஆண்டிமுத்து ராசா ஜனவரி 2018இல் 2G Saga என்ற தனது புத்தகத்தை வெளியிட்டார். முன்னாள் சிஏஜி வினோத் ராய் சொன்ன கணக்கில் இருந்த அரசியல் நோக்கத்தை சுட்டிக்காட்டினார். தன்னைக் குற்றம்சாட்டி முறைகேடே நடக்காத ஒரு விஷயத்தில் தன்னை மையமாக வைத்து சிபிஐ தாக்கியதை விளக்கினார். மன்மோகன் சிங்கை மரியாதை யுடன் குறிப்பிடும் வேளையில் சில ஐமுகூ (2) உறுப்பினர்கள் தன்னை கைவிட்டதாகச் சொல்கிறார்.

பழியிலிருந்து விடுபட்டோம் என்ற நினைப்பே திகைப்பைத் தந்திருக்க வேண்டும் கனிமொழிக்கு. ராசாவுக்கு அத்தனை சோதனையிலும் ஆச்சரியமாகத் தன்னம்பிக்கை இருந்ததுபோல இருந்தது. கிட்டத்தட்ட பத்து ஆண்டுகள் பட்ட மௌன வேதனையின் முடிவில் கருணாநிதியின் உடல் நிலை மிகவும் தளர்ந்திருந்தது. சக்கர நாற்காலியில் ஒருவர் அவரை உட்கார்த்தி வைக்க வேண்டியிருந்தது. தொண்டைக்குள் டிராக்கியோஸ் டமி குழாய் பொருத்தப்பட்டிருந்தது. பேச்சினால் தொண்டர்களைக் கட்டிப்போட்ட குரல் அந்தக் குழாய்க்குள் புதைந்துகொண்டது. ஒரு பேட்டியில், 'ரொம்ப கஷ்டம் வரும் காலத்தில் மௌனமாகிவிடுவேன்' என்று சொல்லியிருந்தார்.

மனசு தாங்க முடியாத வேதனைகளை சந்தித்தபோது உடலுறுப்பு தானாகவே மௌனித்துப்போயிருந்தது.

ஆனால் மூளை சுறுசுறுப்பாக இருந்தது. கனிமொழியும் ராசாவும் வழக்கில் ஜெயித்த விவரத்தைச் சொன்னபோது, புன்னகைத்தார். மகிழ்ச்சி என்றார் மழலையாக.

பார்த்தவர்களுக்குக் கண்களை நீர் மறைத்தது.

15

'எனக்கு ஆங்கிலம் பேச வராது'. அப்படித்தான் அவர் சொல்லிக்கொள்வார், ஆங்கில ஏடுகளில் எழுதும் நிருபர்கள் பேட்டி காணச் செல்லும்போது. திருவாரூர் பள்ளியில் தமிழில் படித்தவர். அரசியலில் கவனம் போனதால் பள்ளிப்படிப்பை முடிக்காமல் திரை உலகுக்கு வசனமும் கதையும் எழுதச்சென்றவர். இந்தி திணிப்பை எதிர்த்தே அவரது அரசியல் வாழ்வு ஆரம்பித்ததால் இந்தி மொழி சுத்தமாகத் தெரியாது. அப்படிப்பட்டவர் முதல்வர் பதவிக்கு வந்த நாளிலிருந்து (1969) மத்தியில் இருந்த ஆங்கிலமும் இந்தியையுமே பேசும் அமைச்சர்கள் கொண்ட அரசுகளுடன் தொய்வில்லாத தொடர்பில் இருந்தார். மாநிலத்துக்குத் தேவையான உதவிகளைப் பெற்றார். பல்வேறு மொழிகளைப் பேசிய, ஆங்கிலமும் இந்தியுமே இணைப்பு மொழியாக இருந்த மற்ற மாநிலத் தலைவர்களுடன் நட்பு வைத்திருந்தார். மாநிலத்தில் சுயாட்சி, மத்தியில் கூட்டாட்சி என்ற திமுகவின் கொள்கையை மற்ற மாநிலங்களிலும் பரவச்செய்தார்.

தமிழ் மட்டுமே பேசிய கருணாநிதியால் அப்படி ஒரு வீச்சை ஏற்படுத்திக்கொள்ள எப்படிச் சாத்திய மாயிற்று? டெல்லி அரசியலில் நேரடியாகப் பங்கேற்க ஜெயலலிதாவுக்கு இருந்த ஆர்வம் கருணாநிதிக்கு இல்லாமல்போனதற்கு மொழி அவருக்குப் பிரச்சினையாக இருந்தது ஒரு காரணமாக இருந்திருக்குமா?

"அப்படிச் சொல்ல முடியாது" என்கிறார் கருணாநிதியின் ஆட்சிகாலம் நெடுகிலும் அவருக்கு மிக நெருக்கமாக இருந்த அதிகாரிகள் வட்டத்தில் இருந்த ராஜமாணிக்கம் ஐ.ஏ.எஸ். "அவருக்கு இந்தி தெரியாது. ஆனால் ஆங்கிலம் பேசுவார். என்ன நினைக்கிறாரோ அதை ஆங்கிலத்தில் அவரால் வெளிப்படுத்த முடியும். பிரதமரே ஒரு

விஷயத்தைச் சொன்னாலும், தனக்கு உடன்பாடு இல்லை என்பதை முகத்துக்கு நேரே சொல்லிவிடுவார். ரொம்ப விரிவாகப் பேச வேண்டியிருந்தால் மட்டும்தான் 'நீ பேசுய்யா' என்பார். டெல்லிக்குச் செல்வதை விடவும் டெல்லிக்கு இணையான அதிகாரத்தை சென்னைக்குப் பெற வேண்டும் என்று செயல்பட்டவர் அவர்!

'தமிழகத்தின் முன்னேற்றமே அவரது இலக்கு. தமிழ் மண்ணே அவரது ஈர்ப்பு.'

கருணாநிதி 1969 முதல்வர் ஆனதிலிருந்து மத்தியுடன் தமக்கு ஏற்பட்ட உறவை மிக விரிவாக தனது 'நெஞ்சுக்கு நீதி' சுயசரிதையில் இரண்டாம் பாகத்திலிருந்து அடுத்த பல பாகங்களில் விவரிக்கிறார்.

ஆட்சிக்கு வந்ததுமே சட்ட அமைச்சர் செ. மாதவனுடன் தில்லிக்குப் பயணமானார், இந்திரா காந்தியையும் அவரது அமைச்சர்களையும் சந்திக்க. 'இந்திரா காந்தியுடன் 40 நிமிடங்களான சந்திப்பு இனிமையானது.' வெளியுறவுத்துறை அமைச்சர் தினேஷ் சிங், உள்துறை அமைச்சர் ஒய். சவான் எல்லோருடனான சந்திப்புக்குப் பிறகு உணவுத்துறை அமைச்சர் பாபு ஜெகஜீவன் ராம் அவரைப் பிரியமாக அணைத்து வரவேற்றது நெகிழ்ச்சியாக இருந்தது. அது மட்டுமல்ல, கருணாநிதி கேட்டுக்கொண்டபடி 10,000 டன் அரிசியை முதல் தவணையாகத் தமிழகத்துக்கு அனுப்ப உடனடியாக உத்தரவிட்டார். தமிழகத்தில் மூன்று சர்க்கரை ஆலைகள் நிறுவுவதற்கும் சம்மதம் தந்து நிதிக்கும் ஏற்பாடு செய்தார்.

அந்தச் சமயத்தில் காங்கிரஸ் கட்சியில் விரிசல் தொடங்கி யிருந்தது அவருக்குத் தெரிந்தது. துணைப் பிரதமராகவும் நிதி அமைச்சராகவும் இருந்த மொரார்ஜி தேசாயுடனான முதல் சந்திப்பே சரியில்லை. அவரைச் சந்திக்கக் கிளம்பிய கருணாநிதியின் குழு போக்குவரத்து நெரிசலில் மாட்டிக்கொண்டதால் சற்று தாமதமாகிவிட்டது போய்ச் சேர.

தேசாய் கோபக்காரர். "எவ்வளவு நேரம் உங்களுக்காக நான் காத்திருப்பது? எனக்கு வேறு வேலை இல்லை என்று நினைத்தீர்களா?" என்று சத்தம் போட்டார். கருணாநிதிக்கு அப்படிப்பட்ட பேச்சைக் கேட்டுப் பழக்கமில்லை. முள்ளின்மேல் அமர்ந்திருப்பதுபோல அமர்ந்திருந்தார். மாநிலத்துக்கு ஐந்து கோடி ரூபாய் ஒதுக்கீடு செய்யும்படி கேட்டதும் தேசாய்க்கு முகம் சிவந்துபோயிற்று. "என் தோட்டத்திலே பணம் காய்க்கும் மரமில்லை" என்றார்.

"பணம் காய்க்கிற மரமே இல்லே. அது உங்க தோட்டத்திலே எப்படி இருக்க முடியும்?" என்றார் கருணாநிதி. உடனடியாகத் தமிழ்நாட்டுக் குழு எழுந்து வெளியேறிற்று.

காங்கிரஸில் பிரச்சினையிருந்தது வெளிப்படையாயிற்று. கம்யூனிஸ்ட் தலைவர் புபேஷ் குப்தாவும் காங்கிரஸ் உறுப்பினர் சந்திர சேகரும் நாடாளுமன்றத்தில் தேசாயின் பட்ஜெட் அறிக்கையில் சொல்லப்பட்ட சலுகைகள் பிர்லா குழுமத்துக்கு ஆதரவளிப்பதாக இருக்கிறது என்று குற்றம் சாட்டினார்கள். பிர்லா நிறுவனங்களில் தேசாயின் மருமகளும் பேரன்களும் பங்குதாரர்கள் என்று சுட்டிக்காட்டினார்கள். தேசாயிக்கு ரொம்பக் கோபம் வந்தது. சந்திரசேகரின்மேல் நடவடிக்கை எடுக்கும்படி இந்திரா காந்தியிடம் சொன்னார். தேசாயுடன் காமராஜ் போன்ற மூத்த காங்கிரஸ் ஒரு அணியில் சேர, இந்திராவுடன் இளையவர்கள் சேர்ந்தார்கள். கருணாநிதி இந்திராவுடன் சேர்ந்தார்.

அப்போதுதான் (1969) குடியரசுத் தலைவர் ஜாக்கிர் ஹுசேன் இறந்ததால் ஜனாதிபதி தேர்தல் நடக்கவிருந்தது. துணைக் குடியரசுத் தலைவராக இருந்த வி.வி. கிரி தற்காலிக குடியரசுத் தலைவர் பதவி ஏற்றார். மூத்த காங்கிரஸ்காரர்கள் இந்திரா காந்தியுடன் ஒத்துப்போகாத ஒருவரை குடியரசுத் தலைவராக்க வேண்டும் என்று திட்டம் போட்டார்கள் என்கிறார் கருணாநிதி.

பஞ்சாப் முதல்வர் குர்னாம் சிங் கருணாநிதியிடம் கலந்தாலோசித்தார். பரிந்துரையில் மூன்று பெயர்கள் இருந்தன— வி.வி.கிரி, நீலம் சஞ்சீவ ரெட்டி, மற்றும் ஜெகஜீவன் ராம். நிஜலிங்கப்பாவின் தலைமையில் இருந்த மூத்தவர்கள் கோஷ்டி, சஞ்சீவ ரெட்டி வர வேண்டும் என்றது. இந்திரா காந்தி தரப்பு முதலில் 'கிரி' என்றது, பிறகு ஜெகஜீவன் ராம் என்றது. மூத்தவர்கள் அதை நிராகரித்தார்கள். ரெட்டியைத் தேர்ந்தெடுத்தார்கள். கருணாநிதி அப்போது தஞ்சாவூர் மாவட்டத்தில் சுற்றுப்பயணத்தில் இருந்தார். நிருபர் ஒருவர், சஞ்சீவ ரெட்டி ஜனாதிபதி ஆவதைப் பற்றி என்ன நினைக்கிறீர்கள் என்று கேட்டார். கருணாநிதி சமயத்தைப் பயன்படுத்திக்கொண்டார் தனது நிலைப்பாட்டை விளக்க. "அது பெரிய ஏமாற்றமாக இருக்கிறது. மகாத்மா காந்தி பிறந்த நூற்றாண்டு விழா காணும் ஆண்டு இது. ஒரு தலித்தை ஜனாதிபதியாக்கியிருக்க வேண்டும். காந்தி அதைத்தான் விரும்பியிருப்பார்" என்றார். "பாபு ஜெகஜீவன் ராமை ஜனாதிபதியாக ஆக்கியிருக்க வேண்டும்". இந்திரா காந்தியின் தரப்பு அவர் சொன்னதில் இருந்த சூட்சுமத்தைப் புரிந்து கொண்டது.

கருணாநிதி எல்லா மாநிலத்து எதிர்க்கட்சித் தலைவர் களுக்கும் கடிதம் எழுதினார் சென்னையிலோ தில்லியிலோ சந்தித்து குடியரசுத்தலைவர் தேர்தலைப் பற்றிப் பேசுவோம் என்று. எல்லோரும் தில்லியில் சந்திப்பது என்று முடிவாயிற்று. ஜூலை 16, இந்திரா காந்தி மொரார்ஜி தேசாயை நிதித்துறை யிலிருந்து நீக்கினார். (தேசாய் துணைப் பிரதமராகத் தொடர்ந்தார்). 19 ஜூலை ஒரு ஆணையின் மூலம், வங்கிகள் அனைத்தும் தேசியமயமாக்கப்பட்டன. வி.வி. கிரிதான் அதற்குக் கையெழுத்திட்டார். ஜூலை 21 கருணாநிதி தில்லிக்குச் சென்றார். அடுத்த இரண்டு நாட்களில் முக்கியமான அத்தனை எதிர்க்கட்சியினரையும் சி.பி.ஐ. புபேஷ் குப்தா, அடல் பிஹாரி வாஜ்பாயி, மது லிமாயே. ஜார்ஜ் ஃபெர்னாண்டஸ், ஜோதி பாசு, குர்நாம் சிங், காய்தே மில்லத் – ஆகியோரை – கிருஷ்ண மேனனைக்கூட – சந்தித்துப் பேசினார். – இந்திரா காந்தி கிரியை ஆதரிப்பார் என்று நினைத்து கிரியின் பெயரை முன்மொழிந்தார்கள்.

ஆனால் காங்கிரஸ்காரர்கள் ரெட்டியின் பெயரை முன்மொழிய இந்திராவை நிர்பந்தித்தார்கள். கருணாநிதியும் அவரது அணியும் தமக்கு சாதகமாக இருப்பார்கள் என்ற நம்பிக்கையில் காங்கிரஸ் கோரிக்கையை ஏற்று இந்திரா காந்தி ரெட்டியின் பெயரை முன்மொழிந்தார். காங்கிரஸ் எம்பிக்களுக்கு கடிதம் எழுதுங்கள் ரெட்டிக்கு வாக்கு கொடுக்கும்படி, என்று வேறு நிர்பந்தித்தார்கள். அதற்கு இந்திரா மறுத்துவிட்டார்.

அடுத்து நடந்த குடியரசுத்தலைவர் தேர்தலில் வி.வி.கிரி வெற்றி பெற்றார். “வி.வி. கிரி தோற்றிருந்தால் மூத்த காங்கிரஸ்காரர்களின் கை ஓங்கியிருக்கும். இந்திரா பிரதமர் பதவியை ராஜினாமா செய்திருக்க வேண்டியிருந்திருக்கும்” அதைத் தவிர்க்கவே இந்திரா காந்தி அப்படிப்பட்ட நாடகத்தை நடத்த வேண்டியிருந்தது’ என்கிறார் கருணாநிதி. ‘தமிழ் நாட்டு வாக்குகள் இல்லாமலிருந்தால் ரெட்டி வெற்றி பெற்றிருப்பார். இந்திரா அம்மையார் மண்ணைக் கவ்வியிருப்பார்’.

‘கருணாநிதியின் செயல்பாடுகளே இந்திராவைப் பிரதமராகத் தொடர உதவிற்று’ என்கிறார் கே.எஸ். ராதாகிருஷ்ணன்.

“இதுவரை நடந்த பெரும்பாலான நாடாளுமன்றத் தேர்தல்களில் திமுக தோழமை கொண்ட கட்சிகள்தான் மத்தியில் ஆட்சி அமைத்துள்ளன” என்கிறார் ராதாகிருஷ்ணன். “இந்திரா காந்தி காலத்திலும், ஜனதா கட்சி ஆட்சியில் மொரார்ஜி தேசாய் பிரதமரானபோதும், அதன் பின் 1980இல் இந்திரா காந்தி மீண்டும் பிரதமரானபோதும் 1989இல்

வி.பி. சிங் பொறுப்பேற்றபோதும், தேவ கௌடா, குஜரால் ஆட்சி காலத்திலும் 1999இல் வாஜ்பாயி பிரதமரானபோதும் 2004 தொடங்கி 10 ஆண்டுகள் மன்மோகன் சிங் பிரதமராக நீடிப்பதற்கு கலைஞரின் பங்களிப்பும் தோழமையும் இதில் பிரதானமாகும். நாட்டில் நிலையான ஆட்சி அமைத்திட வேண்டிய முன்முயற்சிக்குக் கலைஞருடைய அணுகுமுறையே காரணம்."

மாநில சுயாட்சிக்கான கோரிக்கையின் அவசியம் கருணாநிதிக்கு ஆட்சிக்கு வந்த சிறிது காலத்திலேயே தெரிந்தது. தலைமைச் செயலகத்தைப் பழுதுபார்க்க முயன்றபோது அதற்குரிய அனுமதியை மத்திய அரசின் பாதுகாப்பு அமைச்சகத்திடமிருந்து பெற வேண்டும் என்று தெரிய வந்தது. இதற்குக்கூட மாநில அரசுக்கு அதிகாரமில்லாமல்போவது அபத்தமான நிலை என்றதன் தாக்கத்தின் விளைவாக மாநில சுயாட்சிக் கோரிக்கை வந்தது. அதைப் பரிசீலிக்க நீதிபதி ராஜமன்னார் தலைமையில் டாக்டர் ஏ. லட்சுமணசாமி முதலியார், பி. சந்திரா ரெட்டி ஆகியோரை உறுப்பினர்களாகக் கொண்ட குழு அமைக்கப்பட்டது. மத்திய மாநில உறவுகளும் அதனிடையே உள்ள அதிகாரப் பகிர்வும் குறித்து ஆராய்ந்து, மிக விரிவான கருத்துப் பரிமாறலுக்குப் பிறகு 27.5.71இல் அறிக்கை வெளியிடப்பட்டது. "383 பக்கங்கள் கொண்ட இந்த அறிக்கை இன்றைக்கும் அனைவராலும் ஏற்றுக்கொள்ளப்படுகின்ற அரிய ஆவணமாகும்" என்கிறார் ராதாகிருஷ்ணன். ஏப்ரல் 20, 1974 அன்று தமிழக சட்டசபை ராஜமன்னார் பரிந்துரைகளை ஏற்று மாநிலங்களுக்கு சுயாட்சிக்கான தீர்மானத்தை நிறைவேற்றிய முதல் மாநிலமாயிற்று.

மற்ற மாநிலங்கள் அதைத் தொடர இன்னும் எட்டு ஆண்டுகள் ஆயின. அதற்கு முன்னதாக பிப்ரவரி 12, 1975 அன்று காஷ்மீரின் சிங்கம் என்று அழைக்கப்பட்ட ஷேக் அப்துல்லா கருணாநிதியின் இல்லத்திற்கு காலை உணவுக்கு வந்தார். அவரும் கருணாநிதியும் மாநில சுயாட்சியைப் பற்றி மிகத் தீவிரமாகக் கலந்துரையாடினார்கள். 1983இல் கர்நாடக முதல்வர் ராமகிருஷ்ண ஹெக்டே (ஜனதா கட்சி) ராஜமன்னார் குழுவின் அறிக்கையை முன் வைத்து மாநில சுயாட்சையைப் பற்றிப் பேச தென்னிந்திய முதல்வர்களின் சந்திப்பிற்கு ஏற்பாடு செய்தார். அதே ஆண்டு ஜம்மு காஷ்மீர் முதல்வராகியிருந்த (ஷேக் அப்துல்லாவின் மகன்) ஃபரூக் அப்துல்லா அதே விஷயத்தை விவாதிக்க ஆந்திர முதல்வர் என்.டி.ராம ராவ், (தெலுங்கு தேசம் கட்சி) மேற்கு வங்க முதல்வர் (ஸிபிஎம்) ஜோதி பாசு முதலிய வேறு மாநில முதல்வர்களையும் அழைத்து ஒரு சந்திப்பை நடத்தினார்.

திமுக அரசையும் கருணாநிதியின் விடா முயற்சியையும் அனைவரும் வெகுவாகப் பாராட்டினார்கள்.

மெல்ல திமுகவின் செல்வாக்கு அதிகரித்தது அதன் தயவை மத்தியில் இருந்த அரசுகள் நாடும் அளவுக்கு.

இந்திரா காந்திக்கு நீதித்துறையுடன் பிரச்சினை முளைத்தது. தன்னிச்சையாக அவர் வங்கிகளைத் தேசியமாக்கியதும் மன்னர் மான்யத்தை நிறுத்தியதும் கேள்விக்குறியானது. துரிதமாகவே 1971இல் பொதுத்தேர்தல் வரவிருந்தது. ஏற்கெனவே காங்கிரஸ் பிளவுபட்டிருந்தது. நீதித்துறையுடனும் பிரச்சினை என்றானதும் இந்திரா கருணாநிதியை அழைத்தார் தில்லிக்கு. அவருக்கு மறுபடி ஆட்சிக்கு வரக்கூடிய நம்பகமான தோழமைக் கட்சிகள் தேவைப்பட்டார்கள். ஒரு மணி நேரம் சந்திப்பு நடந்தது. சென்னைக்குத் திரும்பிய கருணாநிதி திமுக செயற்குழுவைக் கூட்டினார். அவையைக் கலைத்துவிட்டுப் பொதுத்தேர்தலுடன் மீண்டும் மாநில அவைத் தேர்தலை சந்திப்பது என்று முடிவாயிற்று. 1970, ஜனவரி 5ஆம் தேதி கருணாநிதி ஆளுநரிடம் தம் கடிதத்தை சமர்ப்பித்தார். 'பொதுமக்களின் நலன் கருதி இந்த முடிவை எடுத்ததாக' நிருபர்களிடம் சொன்னார்.

ஆனால் தொகுதிப்பங்கீட்டில் தமிழ்நாடு காங்கிரஸ் கமிட்டியின் தலையீட்டினால் பிரச்சினை ஏற்பட்டது. 1967இல் ஆட்சியை இழந்ததிலிருந்து தமிழ்நாடு காங்கிரஸ் ஆட்சிக்குத் திரும்பத் துடித்தது. அவர்கள் கேட்ட (80) சீட்களை கருணாநிதி கொடுக்க மறுத்தார். பத்திலிருந்து பதினைந்து சீட் மட்டுமே மாநில அவைக்கும், மக்களவைக்கு 5, 6 சீட்டுகள் கொடுக்க முடியும் என்றார். மத்தியில் இந்திரா தலைமையிலான காங்கிரஸுக்கு திமுகவின் உதவி தேவை என்று கருணாநிதி நன்றாக உணர்ந்திருந்தார். தமிழ்நாடு காங்கிரஸ் கோபத்துடன் கூட்டணி முடிந்தது என்று கிளம்பிற்று. கருணாநிதி தாமதிக்காமல் திமுக வேட்பாளர் பட்டியலை வெளியிட்டதும் இந்திரா பதைத்து நள்ளிரவு கருணாநிதியைத் தொலைபேசியில் அழைத்தார். தமிழ்நாடு காங்கிரஸின் போக்கைப்பற்றி கருணாநிதிச் சொன்னார். இவர்கள் இப்படி இருக்கும்போது கூட்டணி எப்படி செய்துகொள்வது என்றார். இந்திரா காந்தி மறுபரிசீலனை செய்யுங்கள் என்றார். 'இனி மாநில அவைக்கு சீட் கொடுப்பதற்கு இல்லை. வேண்டுமானால் மக்களவைக்குக் கொஞ்சம் கொடுக்கலாம்' என்றார் கருணாநிதி.

இந்திரா காந்தி கிட்டத்தட்ட மண்டி இட்டார் என்கிறார் கருணாநிதி. அவருக்கு அது பெரிய தார்மீக வெற்றி. அடுத்து வந்த

தேர்தலில் (மார்ச் 1971) திமுக 234 சட்டமன்றத் தொகுதிகளில் 180 தொகுதிகளில் வென்று ஆட்சிக்கு வந்தது.

தேர்தல் முடிவுகள் வந்தபோது எம்ஜிஆர் காஷ்மீரில் படப்பிடிப்பில் இருந்தார். உடனடியாக டெல்லிக்கு வந்து கருணாநிதியுடன் தொடர்புகொண்டு வாழ்த்து தெரிவித்தார். கூடவே தன்னை அமைச்சராக்க வேண்டும், சுகாதாரத் துறை அமைச்சகம் வேண்டும் என்றார் கருணாநிதி. (ஒருமுறை ஆர்.எம்.வியை நான் பேட்டி கண்டபோது, ஜெயலலிதாவின் தீவிர எதிர்ப்பாளரான அவர் 'ஜெயலலிதாதான் எம்ஜிஆரை அமைச்சர் பதவி கேட்கத் தூண்டினார்' என்று சொன்னார். 'எம்ஜிஆரால் தான் கருணாநிதி முதல்வர் ஆக முடிந்தது. ஒரு கிங் மேக்கர் அமைச்சர் பதவி வேணும்னு கேக்கற அளவுக்குத் தன்னைத் தாழ்த்திப்பாரா?')

எம்ஜிஆரிடமிருந்து ஃபோன் வந்ததும், நீங்கள் உடனே வாருங்கள். நேரில் பேசுவோம் என்றார் கருணாநிதி. எம்ஜிஆர் தனி விமானம் பிடித்து வந்தார். சட்டத்துறை அமைச்சர் மாதவன், நெடுஞ்செழியன் ஆகியோருடன் கருணாநிதி எம்ஜிஆரிடம் 'நடிப்பதை நிறுத்திவிட்டு வாருங்கள். அமைச்சர் பதவியில் பணி செய்யுங்கள்' என்றார். எம்ஜிஆர் பிடிவாதமாக அதற்கு மறுத்துவிட்டார் என்கிறார் கருணாநிதி. ஆனால் எம்ஜிஆர் தனது கோபத்தை வெளிப்படுத்தவில்லை. பிறகு அமைச்சர் பதவியைப் பற்றிப் பேசவில்லை.

தில்லியில் இந்திரா காந்தி கருணாநிதியை ஏற்கெனவே பழிவாங்கக் காத்திருந்தார். இப்போது எம்ஜிஆரின் கோபமும் சேர்ந்தது. 'ஆழப்புதைந்திருந்த வஞ்சகம் தில்லியால் ஊதப்பட்டு செப்டம்பர் 1972இல் முழு பரிமாணம் பெற்றது' என்று கருணாநிதி வர்ணிக்கிறார். 1972இல் இன்னொரு விஷயத்துக்கும் எம்ஜிஆருக்கு அவர் மேல் கோபம் ஏற்பட்டதாகச் சொல்கிறார். ஆகஸ்ட் மாதம் நடக்கவிருந்த மதுரை மாநாட்டில் ஜெயலலிதா அழைக்கப்பட வேண்டும், முன் இருக்கையில் அமர்த்தப்பட வேண்டும் என்று எம்ஜிஆர் கேட்க கருணாநிதி அதை மறுத்துவிட்டதாகச் சொல்கிறார். ஆனால் அதையும் எம்ஜிஆர் மதுரையில் வெளிக்காட்டிக்கொள்ளவில்லை. மாறாக கருணாநிதியின் தலைமையை வெகுவாகப் புகழ்ந்தார். ஆனால் செப்டம்பர் மாதம் அதற்கு நேர் விரோதமாக கருணாநிதியை எதிர்த்துப்பேச ஆரம்பித்தார். அதற்குப் பிறகு அவர் கட்சியை விட்டு நீக்கப்பட்டதும் எம்ஜிஆர் புதிய கட்சி ஆரம்பித்ததும் ஏற்கெனவே சொல்லப்பட்ட வரலாறு. எம்ஜிஆரின் எதிர்ப்புக்குக் காரணம் காங்கிரஸின் சூழ்ச்சி என்று கருணாநிதி நம்பும்படியாகப்

பிறகு விஷயங்கள் நடந்தன. இந்திரா அவசரநிலைப் பிரகடனம் செய்தது, கருணாநிதி அதை எதிர்த்ததும் அரசைக் கவிழ்த்தது, பிறகு வந்த தேர்தலில் எம்ஜிஆர் ஜெயித்து முதல்வரானது – பத்து ஆண்டுகளுக்கு மேல் கருணாநிதி எதிர்க்கட்சித் தலைவராக இருந்து, எம்ஜிஆர் இறந்த பிறகே பதவிக்கு வந்தது – எல்லாம் ஏற்கெனவே சொல்லப்பட்ட விவரங்கள்.

"தேசிய அரசியலுக்கு என்னுடைய மிகச் சிறந்த பங்களிப்பு 1989இல் தேசிய முன்னணி ஏற்பட உதவியதுதான்" என்கிறார் கருணாநிதி. "வி.பி.சிங் தலைமையிலான அந்த அரசு மிகச் சிறிய காலமே பதவி வகித்தாலும், தேசிய அளவில் பிற்படுத்தப்பட்ட சமூகத்தவருக்கு இடஒதுக்கீடு வழங்கும் மண்டல் கமிஷன் பரிந்துரைகளை அமல்படுத்திற்று."

வி.பி.சிங் அரசுக்கு நெருக்கடி ஏற்பட்டபோது கருணாநிதியைத் தான் அவர் பார்க்க விரும்பினார். துணைப்பிரதமராக இருந்த தேவிலால் ஒரு பத்திரிகைக்குக் கொடுத்த பேட்டியில் வி.பி.சிங் அமைச்சரவையில் இருந்த அநேக அமைச்சர்கள் ஊழல்வாதிகள் என்றிருந்தார். யார் அவர்கள் பெயரைச் சொல்லுங்கள் என்றார் சிங். தேவிலால் வாயைத் திறக்கவில்லை. அதனால் வி.பி. சிங் அவரைத் துணை பிரதமர் பதவியிலிருந்து நீக்கினார். (ஆகஸ்ட் 1, 1990) கருணாநிதி அதை நினைவுகூறுகிறார். ஆந்திர முதல்வர் என்.டி. ராமராவிடமிருந்து ஒரு அவசர ஃபோன் கால் வந்தது. உடனடியாக ஹைதராபாத்துக்கு வாருங்கள் என்று. மறு நாள் காலை ஹைதராபாத் சென்று அவருடன் டெல்லிக்குப் பயணமானார் கருணாநிதி. சென்ற உடனேயே பிரதமர் அவர்களைப் பார்க்க விரும்புவதாகச் செய்தி. வி.பி. சிங்குடன் ஆகஸ்ட் 2ஆம் தேதி இரவு அமர்ந்து நள்ளிரவுக்குமேல் பேசினார்கள். தேவிலாலுக்கு மாற்று யாரும் தேவை இல்லை என்று முடிவு செய்தார்கள்.

ஆனால் புதிய பிரச்சினை பாஜகவின் எல்.கே அத்வானியின் ரத யாத்திரை பயணத்தால் உருவானது. பாஜக தேசிய முன்னணிக்கு வெளியிலிருந்து ஆதரவு கொடுத்துக்கொண்டிருந்தது. அயோத்தியில் சர்ச்சையில் இருந்த பாபர் மசூதி வளாகத்தில் ராமர் கோவில் கட்ட வேண்டும் என்ற கோரிக்கையுடன் பாஜக ரத யாத்திரையைத் திட்டமிட்டிருந்தது. தேசிய முன்னணியின் எதிர்ப்பையும் வி.பி.சிங் விடுத்த எச்சரிக்கையையும் அது கேட்பதாக இல்லை. ரத யாத்திரை மதக்கலவரத்தை ஏற்படுத்தும், அதை ரத்து செய்யுங்கள் என்று சிங் சொன்னார். ரத யாத்திரை போவது தடுக்கப்பட்டால், மத்திய அரசுக்குக் கொடுக்கும் ஆதரவை விலக்கிக்கொள்வோம் என்றது பாஜக.

அக்டோபர் 22 (1990) அன்று பீஹாரில் சமஸ்திபூரில் ரத யாத்திரை வந்தபோது அத்வானி கைது செய்யப்பட்டார். பாஜக உடனடியாக தேசிய முன்னணி அரசுக்குக் கொடுத்து வந்த ஆதரவை விலக்கிக்கொண்டது. ஜனதா தளத்தில் இருந்த சந்திர சேகர் வி.பி.சிங்கின் தீவிர விமர்சகராக இருந்தவர். இதை சாக்கிட்டு கட்சியைப் பிளந்தார். 68 எம்பிக்கள் அவர் பக்கமும் சிங்கின் பக்கம் 83 எம்பிக்களுமாகப் பிரிந்தார்கள். சந்திரசேகர் ராஜீவ் காங்கிரஸ்ஸுடன் உடன்படிக்கை வைத்து பிரதமர் பதவிக்கு வந்தார். தேவி லால் துணைப் பிரதமர் ஆனார். கருணாநிதி நம்பிக்கை வாக்கு எடுப்பில் வி.பி.சிங்குக்கு வாக்களித்தார். வாக்கெடுப்பில் சிங் தோற்றார்.

"தில்லியில் பதவிக்கு வந்த எல்லா பிரதமர்களுடனும் கலைஞருக்கு நட்பும் மரியாதையும் இருந்தாலும், எல்லாரையும் தாண்டி உணர்வுரீதியான உறவில் இருந்தவர் வி.பி.சிங்" என்கிறார் ராஜமாணிக்கம் ஐ.ஏ.எஸ். "அவர் ஒரு ராஜ பரம்பரையைச் சேர்ந்தவராக இருந்தாலும், சமூக நீதிக் கொள்கையில், இடஒதுக்கீடு விவகாரத்தில் அவர் காட்டிய பிடிமானம் இருவர் மத்தியிலும் உணர்வுபூர்வமாக ஒரு நட்பை வளர்த்திருந்தது."

1973 லேயே அலஹாபாதில் தாழ்த்தப்பட்டவர்களின் பொதுக்கூட்டம் ஒன்றில் கருணாநிதி மண்டல் கமிஷன் சொன்ன கருத்துக்களை சொல்லியிருந்தார். சந்திரசேகர் கருணாநிதி தனக்கு எதிராக வாக்களித்தார் என்பதை மறக்கவில்லை.

சூழ்ச்சிகளும் துரோகங்களும் நிறைந்த காலகட்டமாக அது இருந்தது. ஜெயலலிதா அடிக்கடி டெல்லிக்குச் சென்று ராஜீவ் காந்தியை சந்திப்பதாகத் தகவல் வந்தது. திமுக அரசு கவிழ்க்கப்படும் என்ற வதந்தி காற்றில் மிதந்தது. நிருபர்கள் அதைப் பற்றிக் கேட்டுத் துளைத்தார்கள். கருணாநிதி அதை விரிவாக எழுதுகிறார். ஜனவரி 28, 1991, அன்று வெளியுறவுத்துறை அமைச்சர் வி.சி. சுக்லாவிடமிருந்து ஃபோன் வந்தது. தாம் இலங்கைக்குப் போவதாகவும் அதற்கு முன் அது விஷயமாக கருணாநிதியுடன் பேச விரும்புவதாகவும் சொன்னார். இருவரும் மதுரையில் சந்தித்தார்கள். வெகு நேரம் பேசினார்கள். மிக இணக்கமாகத்தான் இருந்தது சந்திப்பு.

கருணாநிதியின் விவரப்படி, மறுநாளே தமிழ்நாடு ஆளுநர் சுர்ஜித் சிங் பர்னாலா தில்லிக்கு அழைக்கப்பட்டார். திமுக அரசை டிஸ்மிஸ் செய்ய வேண்டும் என்று கேட்டுக்கொள்ளப்பட்டார். பர்னாலா மறுத்தார். விவரம் அறிந்த வி.பி. சிங் தனது சகாக்களுடன் ஜனாதிபதியை சந்தித்து, மக்களால் தேர்ந்தெடுக்கப்பட்ட அரசைக் கவிழ்க்கக் கூடாது என்றார். ஆனால் எதுவும் உதவவில்லை.

சந்திரசேகர் பிடிவாதமாக இருந்தார். பர்னாலா மறுத்ததால், ஜனாதிபதியே திமுக அரசை ஜனவரி 30, 1991 அன்று டிஸ்மிஸ் செய்து ஜனாதிபதி ஆட்சியைப் பிரகடனப்படுத்தினார்.

இலங்கைத் தமிழ் போராளிகளான, தீவிரவாதிகள் என்று கருதப்பட்ட விடுதலைப் புலிகள் இயக்கத்தினருக்கு தேசத்தின் பாதுகாப்புக்கு அச்சுறுத்தல் ஏற்படும் வகையில் இடம் கொடுத்திருந்ததான குற்றச்சாட்டில் அரசு கவிழ்ந்தது.

சந்திரசேகர் அரசும் அதிக நாள் இருக்கவில்லை. ராஜீவ் காந்தியின் வீடு இரண்டு ஹரியானா போலீஸ் காரர்களால் கண்காணிக்கப்படுகிறது என்று காங்கிரஸ் காரர்கள் கோபத்துடன் நாடாளுமன்றத்திலிருந்து வெளிநடப்பு செய்தார்கள்.

காங்கிரஸ் வெளிநடப்புக்குப் பின் முரசொலிமாறன் சந்திரசேகர் அரசு காங்கிரஸின் கைப்பாவையாக ஆகிவிட்டது என்று பரிகசித்தார். ‘காங்கிரஸ் ஹரியானா அரசை டிஸ்மிஸ் செய்யுங்கள் என்றால் பிரதமர் செய்வார். உங்கள் தாடியை மழியுங்கள் என்று காங்கிரஸ் சொன்னால் தாடியை மழிப்பார் என்று மக்கள் சொல்கிறார்கள். இத்தனை அவமானத்தை தாங்கிக்கொண்டு நீங்கள் எப்படி இருக்கிறீர்கள். நான் உங்களுக்கு ஒரு வேண்டுகோள் விடுக்கிறேன். தயவு செய்து உங்கள் நாற்காலி யிலிருந்து இறங்குங்கள். ஏனென்றால் இதுவரை காங்கிரஸ் சொல்படி நீங்கள் செய்ததெல்லாம் உங்கள் மனசாட்சிக்கு விரோதமானது.”

மறுநாள் சந்திரசேகர், நான் ஒன்றும் காங்கிரஸின் கைப்பாவை இல்லை என்று ரோசத்துடன் ராஜினாமா செய்தார்.

மறுபடியும் தேர்தல் வந்தது. தேர்தல் பிரச்சாரத்தின் போது ஸ்ரீ பெரும்புதூரில் எல்டிடியினரால் ராஜிவ் காந்தி படுகொலை செய்யப்பட்டார். ஜெயலலிதா பெரும்பான்மை பலத்துடன் ஆட்சிக்கு வந்தார்.

1992இல் கரசேவகர்கள் பாபர் மசூதியை நோக்கி நடக்கையில் திமுக பல இடங்களில் பொதுக்கூட்டம் நடத்தி எதிர்ப்பையும் கண்டனத்தையும் தெரிவித்தது. ஜெயலலிதா கரசேவகர்களுக்கு ஆதரவு தெரிவித்திருந்தார்.

டிசம்பர் 5ஆம் தேதி முரசொலியில் கருணாநிதி கண்டித்து எழுதினார். “20 லட்சம் ஆண்டுகளுக்கு முன் ராமன் அங்கு பிறந்தார் என்கிறார்கள். யார் பார்த்தது? யார் எழுதியது?

அங்குதான் ராமன் பிறந்தார் என்று வலியுறுத்தி இஸ்லாமிய வரலாற்றை அழிப்போம் என்பதில் என்ன நியாயம் இருக்கிறது?

அயோத்தி நகரத்தில் ராமனுக்குக் கோவில் கட்டுங்கள். நாங்கள் ஏற்றுக்கொள்கிறோம். ஆனால் அதைச் செய்ய பாபர் மசூதியை இடிப்போம் என்றால் ஏற்க மாட்டோம்!"

அதற்கு மறுநாள் கரசேவகர்கள் பாபர் மசூதிக்குள் நுழைந்து அதைத் தரமட்டமாக்கினார்கள். "இத்தகைய ஈனச் செயல் நடப்பதைத் தடுக்க முடியாமல் போன மத்திய அரசு அதனால் ஏற்படப்போகும் விளைவுகளுக்குப் பொறுப்பேற்க வேண்டும்" என்று கருணாநிதி அறிக்கை விட்டார்.

1996இல் திமுக ஆட்சிக்கு வந்தது. பொதுத் தேர்தலின் முடிவாக மத்தியில் தொங்கு அவையாக அமைந்தது. அத்தகைய தருணங்களில் திமுக போன்ற மாநிலக் கட்சிகளின் ஆதரவு மத்தியில் ஆட்சி அமைக்கத் தேவைப்பட்டது. தெலுங்கு தேசம் கட்சியின் தலைவரும் ஆந்திர மாநில முதல்வருமான சந்திர பாபு நாயுடுவின் அவசர அழைப்பை ஏற்று கருணாநிதி தில்லிக்குக் கிளம்பிச்சென்றார். தமிழ்நாடு ஹவுசில் நடந்த கூட்டத்தில் மேற்குவங்க முதல்வர் ஜோதி பாசு, சிபிஎம் பொதுச் செயலாளர் ஹர்கிசன் சிங், சிபிஐ பொதுச் செயலாளர் இந்திரஜித் குப்தா, பிஹார் முதல்வர் லாலு பிரசாத் யாதவ், முன்னாள் உத்தரப் பிரதேச முதல்வர் முலாயம் சிங் யாதவ், முன்னாள் மத்திய அமைச்சர் மாதவராவ் சிந்தியா, மூப்பனார், சந்திர பாபு நாயுடு ப. சிதம்பரம், கர்நாடக முதல்வர் தேவ கௌடா ஆகியோர் கலந்துகொண்ட முக்கியமான கூட்டம். வி.பி. சிங்கின் வீட்டிற்கு எல்லோரும் சென்று அவர் பிரதமராக சம்மதம் தெரிவித்தால் அவருக்கு ஆதரவு அளிப்பதாகச் சொன்னார்கள். அவர் மறுத்துவிட்டார். எல்லோரும் தமிழ்நாடு ஹவுசுக்குத் திரும்பிவந்து விவாதித்தார்கள். தேவ கௌடாவின் பெயரை பிரதமர் வேட்பாளராக முன்னிருத்த முடிவு செய்தார்கள். அது தான் முதல் பாஜக அல்லாத காங்கிரஸ் அல்லாத மாநிலக் கட்சிகளின் கலவை கொண்ட அணியாக, 'ஐக்கிய முன்னணி'யாக உருவானது. பாஜக கூட்டணிக்கு அதிகபட்ச எண்ணிக்கை இருந்ததால் ஜனாதிபதி சங்கர் தயாள் சர்மா அடல் பிஹாரி வாஜ்பாயியை அரசு அமைக்கச் சொன்னார், இரண்டு வாரங்களில் நம்பிக்கை வாக்கெடுப்பின் மூலம் பலத்தை நிரூபிக்கவும் சொன்னார்.

மே 27, 1996இல் நடந்த நம்பிக்கையில்லா வாக்கெடுப்பிற்கு முன் முரசொலிமாறன் வாஜ்பாயியை அவராகவே ராஜினாமா செய்வதுதான் அவருக்கு கௌரவம் என்று நாடாளுமன்றத்தில் பேசினார். 'நீங்கள் நல்ல மனிதர். எனக்கு உங்கள் மேல் தனிப்பட்ட மரியாதை உண்டு. ஆனால் நீங்கள் தவறான கட்சியில்

இருக்கிறீர்கள்.' கருணாநிதியின் எண்ணத்தைதான் மாறன் பிரதிபலித்தார். பாஜகவைப் பற்றி பல மாநிலக் கட்சிகளுக்கு அப்படிப்பட்ட எண்ணம்தான் இருந்தது. வாக்கெடுப்பில் தோற்றுவிடுவோம் என்று வாஜ்பாயி உணர்ந்து அதற்கு முன்பாகவே ராஜினாமா செய்தார். அதே இரவு தேவ கௌடா ஜனாதிபதியை சந்தித்து தமக்கு பலம் இருப்பதாகச் சொல்லி, ஜுன் 1, 1996 அன்று தேவ கௌடா பிரதமரானார். காங்கிரஸ் ஐக்கிய முன்னணிக்கு வெளியிலிருந்து ஆதரவு கொடுப்பதாக அறிவித்தது. ஆனால் ஏப்ரல் 1997 காங்கிரஸ் அவருடைய காலை வாரிவிட்டது. ஐக்கிய முன்னணி அவருடைய இடத்தில் ஐ.கே. குஜராலைப் பிரதமர் பதவியில் அமர வைத்தது.

தேவே கௌடாவைப் பிரதமர் பதவி நோக்கி நகர வைத்தவர்களில் கருணாநிதி மிக முக்கியமானவர். தேவ கௌடாவே சொல்கிறார்: "ஐக்கிய முன்னணியைக் கையில் எடுத்தபோது எல்லோருடைய தேர்வாகவும் இருந்தவர் வி.பி.சிங். ஆனால் அவர் பிடிவாதமாக மறுத்துவிட்டார். அடுத்ததாக உச்சரிக்கப்பட்ட பெயர் கருணாநிதி. 'என்னுடைய உயரம் எனக்குத் தெரியும்' என்று சொல்லி உடனே அவர் மறுத்தார். ஆனால் ஒரு விஷயத்தில் கருணாநிதி உறுதியாக இருந்தார். 'இந்த முறை தெற்கைச் சேர்ந்த ஒருவரே பிரதமர் ஆக வேண்டும் என்பதே அது. நான் பிரதமராகத் தேர்ந்தெடுக்கப்பட வேண்டும் என்பதற்காக கருணாநிதி, மூப்பனார், முரசொலிமாறன் மூன்று பேரும் கடுமையாகப் பணியாற்றினார்கள். மத்தியில் ஆட்சி அமைப்பது அவ்வளவு சுலபமாக இல்லை. கூட்டணித் தலைவர்கள் மத்தியிலும் சரி, வெளியே பத்திரிகையாளர் மத்தியிலும் சரி, 'இந்தி தெரியாது, ஆங்கிலம் தெரியாது' என்றெல்லாம் தெற்கிலிருந்து சென்ற எங்கள் மீது ஏளனப்பார்வைகளும் பேச்சுகளும் வீசப்பட்டது உண்டு. ஆனால் கருணாநிதி எப்படியோ சமயோசிதமாக அவர்களை அக்காலகட்டத்தில் சமாளித்தார். ஒருகட்டத்தில் வட இந்திய ஊடகங்கள் 'இந்தியாவின் தலை நகரம் தில்லி இல்லை, மெட்ராஸ்' என்று எழுதின.

என்னிடம் நான் பிரதமராக இருந்த பத்து மாதங்களில் அவரிடமிருந்து நான் அதிகம் கேட்ட வார்த்தைகள், தெற்கிலிருந்து போயிருக்கிறீர்கள், தெற்கிற்குக் கூடுதலாக நல்லது செய்யுங்கள் என்ற வார்த்தைதான்."

சந்திர பாபு நாயுடுவுடனான நல்ல உறவினாலேயே கருணாநிதியின் ஆட்சிகாலத்தில் ஆந்திரப் பிரதேசத்துடன் தெலுங்கு கங்கா திட்டமும் சென்னைக்குக் குடிநீருக்கான கிருஷ்ணா நதி நீர் வரத்துக்கும் ஒப்பந்தம் செய்ய முடிந்தது.

ஜெயின் கமிஷன் அறிக்கையினால் குஜரால் அரசும் கவிழ்ந்தது. அடுத்து வந்த தேர்தலில் திமுக ஐக்கிய முன்னணி யிலேயே இருந்தது. ஜெயலலிதா பாஜகவுடன் கூட்டணி வைத்ததும் 18 அதிமுக எம்பிக்கள் இருந்த தெம்பில் பெரும்பான்மை பலம் இல்லாத பாஜக அவருடைய தயவில் இருக்க வேண்டிய நிலையில் தனது அடாவடிக் கோரிக்கையையெல்லாம் வாஜ்பாயி நிறைவேற்றுவார் என்று பிரதமரை நிர்பந்தித்ததும் தில்லி பத்திரிகையாளர்களுக்குக் கிடைத்த சுவாரஸ்யமான செய்தித்துணுக்குகள். கருணாநிதியைக் கண்டுகொள்ளாத தில்லி பத்திரிகை உலகம் ஜெயலலிதாவைப் பற்றி மாய்ந்து மாய்ந்து எழுதிற்று. அவர் சென்ற இடமெல்லாம் காமிரா சகிதம் சென்றது. அவரது சிவந்த நிறமும், கான்வென்ட் ஆங்கிலமும், இந்தியிலும் பேசும் திறமையும் ஊடகத்தைக் கவர்ந்தது. தெற்கிலிருந்து வரும் அரசியல் தலைவர்கள் யாரும் அத்தனை நாசூக்கும் கச்சிதமும் கொண்ட ஆங்கிலம் பேசியதில்லை. தெற்கத்தியர்கள் ‘காலி’ கருப்பு என்கிற ஏளனம் அவர்களுக்கு இயல்பானதாகப் படிந்திருந்த ஒன்று. முன்னாள் நடிகை என்ற விஷயமும் அவர்களது ஆர்வத்தைத் தூண்டிற்று.

ஜெயலலிதாவைப் பற்றின எந்தச் செய்தியுமே அவர்களுக்கு முதல் பக்கச் செய்தி. அவர்தான் ஒரு நல்ல சிநேகிதர் இல்லை என்று தேசியக் கட்சிகளுக்கு நிரூபித்தவர். கருணாநிதி ஒரு நல்ல கூட்டாளி, நம்பகமானவர் என்று அவர் மனசார ஏற்காத கூட்டணியிலும் காண்பித்திருக்கிறார். பாஜக அரசை ஜெயலலிதா கவிழ்த்த பிறகு 1999இல் வந்த தேர்தலில் ஜெயலலிதாவை எதிர்க்கவே திமுகவுக்கு ஏற்காத சித்தாந்தம் கொண்ட பாஜக தலைமை தாங்கிய தேசிய ஜனநாயக் கூட்டணியில் திமுக சேர நேர்ந்தது, முரசொலிமாறன் செய்த ஆலோசனையினால். தேஜகூ ஆட்சிக்கு வந்ததும் அதன் அமைச்சரவையில் மூன்று அமைச்சர் பதவிகளைப் பெற்றாலும் அந்த ஐந்து ஆண்டுகளும் கருணாநிதி குற்றஉணர்வுடன் சங்கடப்பட்டார். சிறுபான்மையினரைப் பகைத்துக்கொண்டதும், அவர்களது வாக்கு வங்கியை இழந்ததும் மிகப்பெரிய இழப்பாக அவரை வருத்திற்று. ‘பாஜகவுடன் நாம் கூட்டணி வைத்தே இருக்கக் கூடாது, முக்கியமாக கோத்ரா கொலைகள், இனக்கலவரம் எல்லாம் நடந்த பிறகு’ என்று அவர் அடிக்கடி சொல்வார்’ என்றார் ராசா.

‘இந்துத்துவா என்பது ஒரு ஐதீகம். அதை மதம்சார்ந்த தேசியகீதமாக்கிவிட்டார்கள்’ என்பார். ஆனால் ஐந்து வருடங்கள் கூட்டணியில் இருப்பதாக வாக்குக் கொடுத்திருந்தார். அது ஒரு அரசியல் உறுதி மொழி. நான் அதைக் காக்க வேண்டும் என்பார்.’

ஆனால் வாஜ்பாயிடம் அவருக்குத் தனிப்பட்ட மதிப்பும் மரியாதையும் இருந்தது. வாஜ்பாயி அடிப்படையில் அவரைப் போல ஒரு மிதவாதி. கவிஞர். பாஜக உறுப்பினரானதால் கட்சியை இயக்கிய மதவாத ஆர்எஸ்எஸ்ஸின் கட்டுப்பாட்டுகளை அனுசரித்து அரசியல் நடத்த வேண்டியிருந்தது.

வாஜ்பாயி, வி.பி. சிங் ஆகியோருடன் இருந்த நெருக்கம் கருணாநிதிக்கு சோனியா காந்தியுடன் இல்லாவிட்டாலும் அரசியல் தலைவர்களைப் பற்றின அவரது தார்மீக மதிப்பீடுகள் பல தருணங்களில் வெளிப்படும். ஒருமுறை மேடையில் அவர் சோனியா காந்தியை 'தியாகத் திருவிளக்கு' என்று குறிப்பிட்டார். திமுகவினர் பலருக்கு அது சற்று மிகையாகத் தோன்றியிருக்கும். சில மூத்த தலைவர்கள், 'ஏன் அப்படிச் சொன்னீர்கள்?' என்று கேட்டார்கள். அதற்குக் கருணாநிதி சொன்னார்: வெளிநாட்டில் பிறந்து இங்கு வந்த பெண் நாற்பது வயதில் விதவை ஆகிறார். அவர் திரும்பித் தனது தாய்நாட்டிற்குச் சென்றிருக்கலாம். ஆனால் ஒரு கட்சிக்கு அவர் தேவையாக இருந்தார். அவர் எப்படி வேணும்னாலும் உடை உடுத்தியிருக்கலாம். எப்படி வேணும்னாலும் வாழ்ந்திருக்கலாம். ஆனால் நம்ம பண்பாட்டுக்கு ஏத்த மாதிரி தன்னை மாத்திக்கிட்டார். நம்ம உடை உடுத்தறார். நம்ம நாட்டுக்காக வேலை செய்யறார். மதச் சார்பின்மை மொழியைப் பேசறார். கணவனை வேறு இழந்துவிட்டார்."

கருணாநிதி வேறு விளக்கமும் கொடுத்தார். "ஆனி பெசென்ட் அயர்லாந்திலிருந்து வந்தார். இந்து மதத்தைத் தழுவினார். வர்ணாசிரமத்தை ஏத்துக்கிட்டார். தீண்டாமை கடவுளுடைய விருப்பம் அதனாலே தொடரணும்னார். தேசம் அவரை ஏற்றுக்கொண்டது. அவரைத் தியாகி என்றது. ஒரு பெண்மணி, வெளிநாட்டில் பிறந்தவர், எனக்கு மதம் இல்லை, ஜாதி இல்லை, என்னுடைய பூமி நான் பிறந்த இடத்திலே மட்டுமில்லே என்னுடைய கணவனுடையதுலேயும் இருக்குன்னு சொல்கிறார். நான் இந்தியப் பிரஜைன்னு கர்வமாகச் சொல்கிறார். ஆனி பெசென்டைப் புகழறவங்க ஏன் இவரைப் புகழத் தயங்கறாங்க? அதனாலெதான் நான் அவரைத் தியாகத் திருவிளக்குன்னு சொல்றேன். நான் அவரை காங்கிரஸ் தலைவர்னு பார்க்கல்லே. திராவிட இயக்கத்துப் பார்வையிலே அவரையும் ஆனி பெசென்டையும் ஒப்பிட்டுப்பார்க்கிறேன்."

சோனியா தன் பங்குக்குக் கருணாநிதியிடம் மிகுந்த மரியாதையுடன் இருந்தார். ராஜிவ் காந்தியைக் கொன்றவர்களுக்கு ஆதரவாக இருந்தவர் என்று ஜெயின் கமிஷன் கருணாநிதியை நேரிடையாகக் குற்றம் சாட்டியிருந்தாலும் அதைப்

பாராட்டாதவராக, திமுகவுடன் தோழமைகொள்ளக் கரம் நீட்டினார்.

கருணாநிதியுடைய பார்வையும் அணுகுமுறையும் ஜெயலலிதாவுக்கு நேர்விரோதமாக இருந்தது. ஜெயலலிதா காங்கிரஸுடன் கூட்டணியில் இருந்தபோதும் சோனியா காந்தியை மதிக்கவில்லை. அவருடன் பங்குகொள்ள வேண்டிய கூட்டத்துக்குச் செல்லாமல் அவமானப்படுத்தினார். பிறகு ஒரு சமயம் மிக மோசமாக சோனியாவை விமர்சித்தார். 'இந்தியரான ராஜிவ் காந்தியை திருமணம் செய்து கொண்ட சான்றிதழைத் தவிர சோனியா காந்தியிடம் வேறு என்ன இருக்கிறது?' என்றார். தன்னுடைய நண்பரான ஒட்டாவியோ க்வாத்தரோச்சிக்கு போஃபர்ஸ் பேரத்தில் உதவினார்; இந்தியப் புராதன பொருட்களை இத்தாலிக்கு ஏற்றுமதி செய்தார் என்றார். ஆனால் அவர் பேசியதை ஆமோதிக்கும் கும்பல் எப்போதும் இருந்தது.

பழியும் பாவமும் பூதங்களாய் கருணாநிதியைத் துரத்துவது போல இருந்தது. 2006இல் கருணாநிதி ஆட்சியைப் பிடித்தார். அவருக்கும் கட்சிக்கும் சரிவு தொடங்கியது. அவர் செய்த தவறுகள்; குடும்பத்தை முன்னிறுத்திய குற்றம்; அதனால் சங்கிலித் தொடராய் கிளம்பிய பிரச்சினைகளைச் சமாளிக்க முடியாமல் வர ஆரம்பித்த மூப்பு, 2ஜி அலைக்கற்றை ஊழல் என்று சரமாரியாகத் துரத்த உடம்பும் மனசும் ஒடிந்துபோயிற்று. 2011இல் மட்டுமல்ல, 2016லும் திமுக, ஸ்டாலினின் நமக்கு நாமே பயணங்களையும் உழைப்பையும் விழுங்கிக்கொண்டு தோற்றது. எந்த நிலையிலும் அவர் தோழமை கொண்ட காங்கிரஸை விட்டுக்கொடுக்கவில்லை. 2014இல்தான் இரண்டு தேசியக் கட்சியும் வேண்டாம் என்று மக்களவைத் தேர்தலை திமுக சந்தித்தது. அதிமுக 37 சீட்டுகளை வெல்ல திமுக சூன்யத்தைக் கண்டது. மத்தியில் முன்பு இருந்த செல்வாக்கு முழுவதும் போயிற்று, மோடி அலையில் இருந்தவையெல்லாம் அடித்துக் கொண்டு போன போது.

வாஸந்தி

16

எத்தனையோ போர்க்களங்களைக் கண்டவர். அனைத்திலும் வெற்றி கிடைக்கவில்லை. இடையில் பல இருண்ட காலங்கள் அவரது அரசியல் வாழ்வில் சொக்கட்டான் ஆடின. தோல்விகளுக்குக் காலச் சூழல் மட்டும் காரணம் இல்லை என்று அவர் அந்த இடைவெளிகளில் உணர்ந்திருக்கிறார். அவர் செய்த பிழைகளே காரணம் என்று அவர் புரிந்துகொள்வார். நல்லவேளை அவருக்குச் சிரிக்கத் தெரிந்திருந்தது. நகைச்சுவை உணர்வு எப்பவும் கை கொடுத்தது. முகத்தைத் தொங்கப்போட்டுக்கொண்டு கட்சித் தலைவர்கள் நின்றபோது வேறு விசயத்தைப் பேசி கலகலப்பை ஏற்படுத்த முடிந்தது. களத்தில் நின்றேன். தோல்வி கிடைத்தது. ஆனால் போர் தொடர்கிறது என்று மனசை உசுப்ப முடிந்தது. ஆட்சியில் இல்லாதபோதும் ஓய்வைக் கண்டதில்லை. எழுத்தும் வாசிப்புமே அவருக்கு ஓய்வு. கனிமொழிக்கு அப்பாவின் வாசிப்பை நினைத்துப்பார்க்கும்போது பிரமிப்பு ஏற்படுகிறது. 'நெஞ்சுக்கு நீதி'யை வாசிக்கும் போது ஆச்சரியமாக இருக்கிறது – சங்க இலக்கியத்திலிருந்து ருஷ்யப் புரட்சி ருஷ்ய இலக்கியம் அமெரிக்க வரலாறு என்று அவர் தொடாத விஷயம் இல்லை. அவர் எழுதிய காலத்தில் கூகுள் வசதி இல்லை!

சாகசம் நிறைந்தது அவருடைய வாழ்க்கை. ஆச்சரியமான திறமைகளை வெளிப்படுத்தி சகாக்களைத் திணற அடித்திருக்கிறது. லட்சக்கணக்கான மக்களை அவரது பேச்சு கிறங்கடித்திருக்கிறது. அவர் எழுதிய வசனங்களினாலேயே பல திரைப்படங்கள் வெற்றி பெற்றன. அதை உச்சரித்ததினாலேயே நடிகர்கள் பிரபலமானார்கள். திராவிடக் கொடியைப் பிடித்து 'தமிழ் எந்தன் மூச்சு' என்று அவர் முழங்கியதும் ஒரு தலைமுறை

உசுப்பப்பட்டதுபோல அவரைப் பின்பற்றியது. அவரைத் தலைவா என்று போற்றியது.

ஆனால் அந்தத் தலைவன் தானும் ஒரு சாமான்யன் என்று காட்டிக்கொண்டார். இப்போது நினைத்தால் சிரிப்பு வருகிறது. எத்தனை சிறு பிள்ளைத்தனமான செய்கை அது! நடிப்புத் திறமையோ முக வசீகரமோ இல்லாத அவரது மூத்த மகன் முத்துவை நடிக்கச் சொல்லி எம்ஜிஆருக்குப் போட்டியாக நிறுத்த முடியும் என்று நினைத்தது. முத்து எம்ஜிஆருடைய தீவிர ரசிகர். அவரே தயங்கினார். வற்புறுத்தியதால் எம்ஜிஆர் கையசைப்பதுபோல ஓடுவதுபோல நடித்தார். அவர் எம்ஜிஆர் இல்லை. மக்களே அந்தக் கோமாளித்தனத்தைப் பார்த்துச் சிரித்தார்கள். அவருக்காக எழுப்பப்பட்ட ரசிகர் மன்றங்களால் அவர்களது அடாவடித்தனங்களால் கெட்ட பெயரே வந்தது. எம்ஜிஆரைக் கோபப்படுத்தியது.

முத்துவுக்கும் விரக்தியும் கோபமும் வந்தது. என் புத்தி ஏன் அப்படிப்போச்சு?

ஒரு சாமான்யன் சறுக்கக்கூடிய எல்லா பலவீனங்களும் அவருக்கு இருந்தன. ஆனால் அவர் சறுக்கியபோது அதிகமாகக் காயம் பட்டது. தலைவர் என்ற பிம்பத்தில் விழுந்த கீறல்கள் அதிகத் துல்லியத்துடன் தெரிந்தன. சுயநலம், சூது, ஊழல், சந்தர்ப்பவாதம், குடும்ப வாரிசு அரசியல் என்று அவர் மீது எல்லா சேறுகளும் அப்பியிருந்தன. அவற்றுக்குப் பின்னால் உண்மையும் இருந்தது. அவர் செய்வதையெல்லாம் சமூகம் பூதக் கண் கொண்டு பார்த்தது. செய்த பிழைகளை மன்னிக்க மறுத்தது. இதற்கெல்லாம் காரணம் தான் பிறந்த சாதி என்பார் அவர். ‘நான் சூத்திரன்.’

அதுவே, அது ஏற்படுத்திய பாதுகாப்பற்ற உணர்வே, தனது ஆளுமையை நிரூபிக்கக் கடைசி வரை போராட வேண்டியிருந்தது. தாழ்த்தப்பட்ட ஜாதியில் பிறந்தும் நினைத்துப் பார்த்திராத உன்னத இடத்தைப் பிடித்ததே மற்றவர்களுக்கு அவர் ஒரு உந்து சக்தியின் அடையாளம் என்று அவர் பெருமைப்பட்டுக்கொள்ளாததற்கு காரணம் இருந்தது. அந்த உன்னதத்தை அடைய பல சமரசங்களைச் செய்ய வேண்டியிருந்தது. அது விமர்சிக்கப்பட்டபோது கோபம் வந்தது. சிறு பருவத்திலிருந்து அவர் மனத்தில் நிரந்தரமாகத் தங்கிவிட்ட காயங்களைப் பற்றி அவர்களுக்குத் தெரியாது. அவருக்குக் குறைகள் இருந்தன. நிறைய பயம் இருந்தது. தான் ஆரம்பித்த வேலை அரைகுறையாக நின்றுவிடுமோ என்கிற பயம் இருந்தது. ஆனால் கட்சியில் நிறையப் பேர் திறமைவாய்ந்தவர்களாக

இருந்தார்கள். அவருடைய மகன் ஸ்டாலினே அடுத்த தலைவர் என்று கட்சியே ஏற்றுக்கொண்டிருந்தது. அவர் இது நாள்வரை ஸ்டாலினுக்கு அதிக அதிகாரம் கொடுக்காமல் இருந்தது தவறாக இருக்கலாம். அது ஸ்டாலினுக்கு ஒரு பாதுகாப்பற்ற உணர்வை ஏற்படுத்தியிருக்கும். அவர் ஒத்திப்போட்டதே அது ஜனநாயக முறையில் வெளிப்பட வேண்டும் என்று அவர் விரும்பியதாலா அல்லது அழகிரியிடமிருந்து வரக்கூடிய எதிர்ப்புக்கு பயந்தா?

அவருக்கு அழகிரியைப் பற்றி நினைவு வரும்போதெல்லாம் வயிற்றைக் கலக்குகிறது. அன்றைக்கு அவரது அயர்ந்த நித்திரையைக் கலைத்து, தோளை உலுக்கிச் சொன்ன அந்தக் கொடிய வார்த்தைகள் நினைவுக்கு வரும்போதெல்லாம் நெஞ்சு குலுங்குகிறது. அது ஊழ்வினை அல்ல. அவர் செய்த தவறு. சகோதரர்கள் எல்லோரும் ராமன் லக்ஷ்மணனைப் போல இருப்பார்கள் என்று யார் சொன்னது? எத்தனைப் பேதமை அது! கட்சியைவிட்டு நீக்கியாகிவிட்டது. ஆனால் அந்த தொப்புள்கொடி உறவை அறுக்க முடியாது அவரால். ஸ்டாலின் எப்படி சமாளிக்கப்போகிறார் என்ற கவலை அடிக்கடி மனத்தை அரிப்பதை அவரால் யாரிடமும் சொல்ல முடியாது. அவர் அனுபவிக்கும் தனிமை எவருக்கும் புரியாது. அழகிரியைப் போல முரட்டுத்தனம் ஸ்டாலினுக்கு இல்லை. திமிங்கலங்கள் நிறைந்த அரசியலில் ஸ்டாலின் எதிர் நீச்சல்போட வேண்டியிருக்கும். அதற்குத் தனிப்பட்ட சாமர்த்தியம் வேண்டும். காலத்திற்கு ஏற்ப குயுக்தி புத்தி வேண்டும்.

அவர் அதைப் பற்றி சிந்திப்பதைத் தவிர்த்தார். அவர் எந்தவித முன்யோசனையும் இல்லாமல், அரசியல் பின்புலம் இல்லாமல் வந்தார். ஸ்டாலினுக்குக் கிடைத்த ஒரு வசதிகூட அவருக்குக் கிடைத்ததில்லை. சாப்பாடு இல்லாமல் தவித்த நாட்கள் உண்டு. கையில் காசில்லாமல் கட்சிப்பணிக்காகக் கண்ணதாசனுடன் ரயிலில் பசியுடன் பயணித்தது ஞாபகத்துக்கு வருகிறது. எதிரில், சக பிரயாணி ஆப்பிளை சாப்பிடுவதைப் பார்த்து அதில் ஒரு துண்டு நமக்குக் கிடைக்காதா என்று ஏங்கியது நினைவுக்கு வருகிறது.

பெரியார், அண்ணா என்ற ஆசிரியர்கள் அவருக்கு வாய்த்ததும், அவர்களுடைய பயிற்சி கிடைத்ததுமே அவர் செய்த அதிர்ஷ்டம். அத்துடன் அவருள் இருந்த வேகம் உந்தித்தள்ளியது. போராட்டமே வாழ்வாயிற்று. கீழ் ஜாதி என்றா பழித்தாய்? உன்னைவிட மேலானவன் என்று சாதித்துக் காண்பிக்கிறேன் பார்! அவர்கள் போட்ட பாதையிலிருந்து அவர் சந்தர்ப்பச் சூழ்நிலைக்கு ஏற்ப விலகினார். ஆனால் அண்ணாவே அவருக்கு

ஆதர்சம். 'யாரை உங்களுக்குப் பிடிக்கும்?' என்று தொண்டையில் டிராக்கியொஸ்டமி குழாய் பொருத்தும் சிகிச்சையின் இடையில் (நவம்பர் 2017) மருத்துவர் அவரைக் கேட்டபோது குழறியபடி அவர் சொன்ன வார்த்தை 'அறிஞர் அண்ணா'.

அண்ணா ஆரம்பித்த திமுக மீண்டு எழுமா என்கிற கவலை அவருக்கு உள்ளுக்குள் அரித்தவண்ணம் இருந்தது. 2011 தேர்தல் முடிவுக்குப் பிறகு 'திமுக ஒரு முடிந்துபோன கதை' என்று சொன்னார் ஜெயலலிதா. 'அதைப் பற்றி இனி கவலைப்பட வேண்டியதில்லை.' அந்த அம்மையாருக்கு எத்தனை ஆணவம் என்று அப்போது நினைத்தார். 2014 பொதுத்தேர்தலுக்கு முன் தெருவுக்குத் தெரு ஜெயலலிதாவே அடுத்த பிரதமர் என்பதுபோல கட் அவுட்டுகள் நின்றன. வருவாய்க்கு அதிகமான சொத்து சேர்த்த வழக்கில் குற்றம் சாட்டப்பட்டு சிறையில் இருந்தவர். பிறகு உடல்நிலைக் காரணமாக ஜாமீனில் வந்தவர். அவர் கதைதான் முடிந்தது என்று கருணாநிதி நினைத்திருந்த சமயத்தில் கர்நாடகா உயர் நீதிமன்றம் அதைத் தலை கீழாக மாற்றி, ஜெயலலிதாவும் அவருடைய தோழி சசிகலாவும் இளவரசியும் முழுவதுமாக வழக்கிலிருந்து விடுவிக்கப்பட்டதாகத் தெரிவித்தது. அந்த செய்தி மிகப்பெரிய அதிர்ச்சியை அளித்தது. எப்படி சாத்திய மாயிற்று அது?

ஜெயலலிதாவுடைய விடுதலைக்காக அவருடைய அமைச்சர்களும் தொண்டர்களும் செய்த பூஜையிலும் – மண்சோறு கூட உண்டார்களாம் – கோயில் தோறும் சென்று அங்கப்பிரதட்சணம் செய்ததும் வீண்போகவில்லை என்றார்கள் சிலர். ஜெயலலிதா உண்மையிலேயே ஆசிர்வதிக்கப்பட்டவர் என்று தோன்றிற்று. 2014 பொதுத் தேர்தலில் அதிமுகவுக்கு 37 சீட்டுகள் கிடைத்தன. திமுக ஒன்றுகூட இல்லாமல் மத்தியில் இருந்த செல்வாக்கை முழுவதுமாக இழந்தது. 2ஜி அலைக்கற்றை ஊழலைப் பற்றி நாடு தழுவி செய்த அழுத்தமான பிரச்சாரத்தினாலேயே மோடியும் அவரது பாஜகவும் பெரும்பான்மை பலத்துடன் ஆட்சியைப் பிடித்திருந்தது. மோடி சக்தி வாய்ந்த பிரதமர். ஜெயலலிதாவின் நண்பர். திமுகவுக்கு நல்ல சேதி இல்லை அது.

2016 தேர்தல் நெருங்கிற்று. முதுகுத் தண்டில் அறுவைசிகிச்சை மற்றும் மூப்பின் காரணமாக சக்கர நாற்காலியில் வலம் வந்தாலும் கருணாநிதியுடைய மூளை சுறுசுறுப்பாக இருந்தது. 2015இல் கூட்டணிகளைப் பற்றி யோசிக்க ஆரம்பித்தார். ஸ்டாலின் ஒரு மாவட்டம் விடாமல் ஓராண்டுக்கு மேலாக நமக்கு நாமே திட்டத்தில் சுற்றுப்பயணம் சென்று இளைஞர்களை

ஊக்குவித்து கட்சியைப் பலப்படுத்திவருவதாகச் கட்சிக்காரர்கள் செய்தி சொன்னவண்ணம் இருந்தார்கள். மக்களிடம் பெரும் வரவேற்பு இருப்பதாகப் பெருமைப்பட்டார்கள். 2011லிருந்து நடந்த ஜெயலலிதாவின் ஆட்சிக்கு நிறைய எதிர்ப்பு இருந்ததாக, அடுத்த தேர்தலில் திமுக கூட்டணி ஏதுமில்லாமலே ஜெயித்து ஆட்சியைப்பிடிக்கும் என்றார்கள். ஸ்டாலின் அதிக நம்பிக்கையுடன் இருப்பதை கருணாநிதி கவனித்தார். ஆனால் கருணாநிதி எதையும் லேசாக எடுத்துக்கொள்ள விரும்பவில்லை.

சென்ற மாநிலத் தேர்தலில் அதிமுகவுடன் விஜயகாந்தின் தேமுதிக கூட்டணியில் இருந்தது. விஜயகாந்தை எப்படியாவது திமுகவுடன் கூட்டணிக்கு அழைக்க வேண்டும் என்று முயன்றார். அரசியல் அரங்கில் இப்போது மற்ற சிறிய கட்சிகளில் பெரிய ஆசை ஏற்பட்டிருந்தது முதல்வர் பதவிக்கு. அவர்கள் கணக்கு என்ன என்று அவர் யூகிக்காமல் இல்லை. திமுக 2ஜி அலைக்கற்றை ஊழல் குற்றச்சாட்டிலிருந்து மீளவில்லை. அதன் தலைவர் முன்புபோல பேச்சால் மக்களைக் கவர முடியாது. வயதாகிவிட்ட நிலையில் முதல்வர் இருக்கைக்கு ஏற்றவர் இல்லை என்ற கருத்து பரவலாக இருந்தது. விஜயகாந்த் தான்தான் அடுத்த முதல்வர் என்று கனவுகண்டார். பாட்டாளி மக்கள் கட்சியின் அன்புமணி ராமதாஸ் யாருடனும் கூட்டு சேராமலே தானே முதல்வர் பதவிக்கு வந்துவிட்ட தோரணையில் பிரச்சாரம் செய்தார். விடுதலை சிறுத்தைகளுக்கும் கனவுகள் இருந்தன. அக்கட்சி திமுகவுடன் கூட்டணி சேர முயன்றது. இடது சாரிகளும் முயன்றார்கள். ஆனால் ஏதோ ஒரு அசாத்திய தன்னம்பிக்கையுடன் ஸ்டாலின் தரப்பு செயல்பட்டது. கடைசியில் காங்கிரஸுடன் மட்டும் கூட்டுச்சேர்ந்தது.

திமுகவின் முதல்வர் வேட்பாளர் கருணாநிதி என்று ஸ்டாலின் பிரச்சாரத்தில் சொல்லிக்கொண்டிருந்தாலும் மக்களுக்கே தெரியும் அது சாத்தியமில்லை என்று. முதல்வர் வேட்பாளர் சக்கர நாற்காலியில் அமர்ந்தபடி பேசும் பேச்சு குழறிற்று. என்ன பேசுகிறார் என்று புரியவில்லை. ஐயோ பாவம் ஏன் அவரைக் கஷ்டப்படுத்துகிறார்கள் என்று நினைத்தார்கள். ஒரு வேளை ஸ்டாலின்தான் முதல்வர் வேட்பாளர் என்று சொல்லியிருந்தால் முடிவு சாதகமாக இருந்திருக்கலாம். ஸ்டாலினை முன்னிறுத்த அப்போதும் கருணாநிதி தயங்கினார். அழகிரியின் நடவடிக்கைகளின் எதிர்வினைகளில் அவருக்கு எப்பவுமே ஒரு கவலை இருந்தது. பெற்ற மகனே அவரைக் குழிபறிக்கலாம், தம்பியைக் குழிப்பறிப்பதாக நினைத்து. தவிர அதிமுகவுக்கு ஜெயலலிதாவின் முகம் தேர்தல் வெற்றிக்குத்

தேவைப்பட்டதுபோல திமுகவிற்கு கருணாநிதி தேவைப்பட்டார் என்ற நினைப்பில் கட்சியும் அவரும் இருந்தார்கள்.

கருணாநிதி பயந்ததற்கு ஏற்றாற்போல், இடதுசாரிகள், விடுதலை சிறுத்தைகள், வைகோவின் மதிமுக ஆகியோர், விஜயகாந்த் தலைமையில் ஒரு அணி ‘மக்கள் நலக் கூட்டணி’ என்று ஏற்படுத்திக்கொண்டார்கள். திமுகவை எதிர்க்கவே அது முளைத்ததுபோல திக்கென்றது கருணாநிதிக்கு. அந்த அணி நிச்சயம் திமுகவின் வெற்றி வாய்ப்புக்கு பாதகத்தை ஏற்படுத்தக்கூடும் என்று பத்திரிகையாளர் நினைத்தார்கள். ஜெயலலிதாவுக்கும் தெரியும். அந்தக் கூட்டணிக்குப் பின்னணியில் இருந்தது அவர்தான் என்று பரவலாகச் சொல்லப்பட்டது.

இருந்தும் ஜெயலலிதாவின் தன்னம்பிக்கை ஆச்சரியமானதாக இருந்தது. யாருடனும் கூட்டணி இல்லாமல் அதிமுக போட்டியிட்டுப் பெரும்பான்மை பெறும் என்று சவால்விட்டார். அப்படியே நடந்தது. மே 19ஆம் தேதி (2016). மிக்க எதிர்பார்ப்புடன் காத்திருந்த நாள். எதிரணியினர் பிரிந்திருந்தாலும் ஆட்சிக்கு எதிரான போக்கு சென்னையிலிருந்து கன்னியாகுமரி வரை பரவியிருந்ததாக ஊடக நிருபர்கள் சொன்னார்கள். எப்போதுமே தமிழக மக்கள் தெளிவான முடிவைத் தருபவர்கள். இந்த முறை குழப்பத்தில் இருந்தார்கள். தொங்கு சபை வரலாம் என்று எதிர்பார்க்கப்பட்டது. 68 வயது ஜெயலலிதாவுக்கு எதிராக ஐந்து அணிகள். அபிமன்யுவை வளைத்த கௌரவர் அணியைப் போல. ஆனால் தொன்மத்தில் இருந்த அபிமன்யுவைவிட அவர் சாமர்த்தியசாலி. தன்னுடைய வாக்கு வங்கி உறுதியானது என்கிற தைரியத்தில் அமைதியாக இருந்தார். கட்சியின் மீது அவரது பிடியும் அதிசயமான பலம் பொருந்தியது.

முடிவுகள் வர ஆரம்பித்ததும் அவருக்குத்தான் பெரும்பான்மை பலம் என்று தெளிவாகத் தெரிந்தது. 232 தொகுதிகளில் – [அரவக்குறிச்சி தஞ்சாவூர் ஆகிய இரண்டு தொகுதிகளில் தேர்தல் (பணப்பட்டுவாடா நடந்தது என்று) ரத்து செய்யப்பட்டு மே 23க்கு ஒத்திவைக்கப்பட்டது.] அதிமுகவுக்கு 134 தொகுதிகளில் பெரும்பான்மை பலம் கிடைத்தது. மக்கள் இந்த முறையும் தீர்மானமான முடிவைத் தெரிவித்திருந்தார்கள் அத்தனைக் கட்சிகளின் ஆரவாரத்தையும் பொருட்படுத்தாமல். ஆனால் திமுகவின் எண்ணிக்கையும் மோசமாக இருக்கவில்லை. அதுவரை தமிழகச் சட்டமன்றத்தில் எதிர்க்கட்சி பெற்றிராத பலத்துடன் 89 + காங்கிரஸ்ஸின் 8 = 97 இடங்களுடன் வந்தது. மக்கள் நலக் கூட்டணிக்கு ஒரு தொகுதியும் கிடைக்காமல்போனது. பாமகவுக்கும் ஒரு இடமும்

கிடைக்கவில்லை. ஆனால் திமுகவின் வெற்றி சாத்தியங்களை இரண்டும் தடுத்தன. பல இடங்களில் திமுக மிகச் சில வாக்கு வித்தியாசத்திலேயே தோற்றது. மொத்தத்தில் அதிமுகவைவிட 2% க்கும் குறைவான வாக்கு வித்தியாசத்தில் தோற்றது. திமுக விசுவாசிகளுக்கு அது மிக அநியாயமானதாகத் தோன்றிற்று. 'விடுதலை சிறுத்தைகளுடன் கூட்டணி வைத்திருந்தால் திமுக இப்போது ஆட்சியில் இருந்திருக்கும்' என்கிறார் விடுதலை சிறுத்தைகள் செய்தித் தொடர்பாளர் ரவிக்குமார். தோல்வி அடைந்தவர்கள் தேர்தலில் மோசடி என்று கூக்குரலிட்டார்கள். அதிமுக பணத்தை வாக்காளர்களுக்கு வாரி இறைத்தது என்றார்கள். பத்திரிகையாளர்களும் வியந்தார்கள்.

கருணாநிதியின் உடலும் மனசும் சோர்ந்துபோயிருந்தன. மீண்டும் ஜெயலலிதா ஆட்சியைக் கைப்பற்றியது நம்ப முடியாததாக இருந்தது. ஸ்டாலினை நினைத்து வருத்தமேற்பட்டது. ஸ்டாலின் என்றால் உழைப்பு உழைப்பு உழைப்பு என்று ஒருமுறை அவரது கடுமையான உழைப்பைப் பாராட்டியிருக்கிறார். ஸ்டாலின் இப்போது சின்னப்பிள்ளை இல்லை. முதிர்ச்சியுடன் செயல்படுபவர். "நான்தான் ஸ்டாலினுடைய முன்னேற்றத்துக்கு முட்டுக்கட்டையாக இருந்தேன் என்று வெளிப்பேருக்குத் தெரியாது. என் மகனாகப் பிறந்தது ஸ்டாலினுடைய துரதிர்ஷ்டம். எனக்குப் பிறகு என்னுடன் அவனை ஒப்பிட்டுப்பார்ப்பார்கள், நான் வளர்ந்த காலம் வேறு என்பதை மறந்து." இப்போது முக்கியத்துவங்கள் மாறிவிட்டன. அரங்கில் இப்போது ஏக போட்டியாளர்கள். பல்வேறு விதமான நிராசைகள், கோபங்கள் கொண்ட சமூகம் இங்கு. கணினி யுகத்தில் தொற்றுநோய்போல அது அனைவரையும் பற்றிக்கொள்கிறது. கைப்பேசி மூலம் பொய்யெல்லாம் நிஜமாகிறது. சமூக வலைத்தளங்கள்தான் இப்போது நம்மை விழுங்கக் காத்திருக்கும் திமிங்கலங்கள். திராவிடக் கட்சிகளுக்கு மாற்று அரசியல் வேண்டும் என்று மக்கள் அலைகிறார்கள் என்று சேதி. இதையெல்லாம் மீறித்தான், அல்லது தாக்குபிடித்துத்தான் கழகங்கள் தங்களை மாற்றிக்கொள்ள வேண்டும். புதுப்பித்துக்கொள்ள வேண்டும். நடந்துபோன தவறுகளை மக்கள் மறக்கும் விதத்தில். ஆனால் மத சார்பின்மை என்னும் நிலையிலிருந்து விலகக் கூடாது. மத அடிப்படைவாதம் இங்கே நுழையாமல் இருக்க திமுக அரணாக இருக்க வேண்டும்.

நான் இன்னும் அவற்றைப் பிடித்துத் தொங்கிக் கொண்டிருக்கிறேன். எனது சுமைதாங்கிகள் அவை. என் உதிரத்தோடு கலந்துபோன ஒன்று என்ற பிரமை எனக்கு. நான் என் பிறப்பால் பட்ட சிறுமைகள் ஏற்படுத்திய காயத்தின் வடு

இன்னும் இருக்கிறது. அடுத்தடுத்து வந்தவர்களுக்கு அத்தகைய காயம் ஏற்படக் கூடாது.

சமூக நீதியைப் பற்றி முன்பு மணிக்கணக்காகப் பேசியவர் இப்போது வாயடைத்துப்போனார். அவருக்கு ஆயாசமாக இருந்தது. பேசுவதற்கு எதுவுமே இல்லை என்று தோன்றிற்று. அவரது அருமை மகள் கனிமொழி சிறைக்குச் செல்வார் என்று அவர் கனவிலும் நினைத்திருக்கவில்லை. தன்னுள் எழுந்த வேதனையை வெளியில் சொல்லிப் புலம்பும் தகுதிகூட தான் இழந்துவிட்டதாகத் தோன்றிற்று. காங்கிரஸ் கட்சிக்கு மாற்றாக, அதை எதிர்த்து வென்ற திராவிடக் கட்சியின் தலைவன் நான் என்று பெருமை அடித்துக்கொள்ள முடியாது. அதே காங்கிரஸின் செய்கைக்கு வாய்மூடிக்கொண்டு இருக்க நேர்ந்தது. தெரிந்தவர் தெரியாதவர் அனைவரின் சொல்லம்புகள் அவரைத் தாக்கின. மறுபடியும் அவரது வாழ்க்கையைப் புதிதாக வாழ முடிந்தால் செய்த தவறுகளை மறுபடி செய்யாமல் இருப்பார். நான் செய்த நல்ல விஷயங்களையெல்லாம் மறந்துவிட்டார்களா? சமூக நீதிக்காக நான் எடுத்த முன்னோடித் திட்டங்களெல்லாம் நினைவிலிருந்து நீக்கிவிட்டார்களா? எத்தனையோ தவறுகள் செய்து, நீதிமன்றத்தால் குற்றம்சாட்டப்பட்டவர் ஜெயலலிதா. சர்வாதிகாரியாக செயல்பட்டார். ஆனால் ஆச்சரியமாக அவர் குற்றமற்றவர், கருணாநிதியால் பொய்க் குற்றம்சாற்றப்பட்டு பழிவாங்கப்பட்டவர் என்று அதிமுக மட்டும் நினைக்கவில்லை – மக்கள்கூட நம்புவதுபோல இருக்கிறது. 'அம்மா' என்று தெய்வாம்சம் பொருந்தியவராகக் கொண்டாடப்படுகிறார். இதற்கெல்லாம் பின்னணியில் இருக்கும் காரணம் என்ன?

நீதிபதி சந்துரு சொன்னார்: 'எம்ஜிஆரும் ஜெயலலிதாவும் கருணாநிதியை விடாமல் 'தீய சக்தி' என்று பழித்துப் பிரச்சாரம் செய்தது மக்கள் மனசில் வெகு நாட்களுக்கு முன்பே அது ஆழப்பதிந்துபோயிற்று'. அவரது நல்ல காரியங்களை இருட்டடிப்பு செய்யும் அளவுக்கு அந்தப் பெயர் நிலைக்குமா?

சில தவறுகள் நடந்தன. அவர் மறுக்கவில்லை. கட்சியின் மாவட்டச் செயலாளர்களுக்கு அத்தனை அதிகாரம் கொடுத்தது தப்பு. அவர்களைப் பற்றி ஊழல் புகார்கள் வந்தவண்ணம் இருந்தபோது அவர்களைக் கண்டிக்காமல், கண்காணிக்காமல் இருந்தது தவறு. பாமரனுடைய கண்ணையும் உறுத்தும் அளவுக்குக் குடும்பத்துக்கு முக்கியத்துவம் கொடுத்தது அசட்டுத்தனம் மட்டுமல்ல, மாபெரும் தவறு. அவருடைய இலங்கைத் தமிழர் அணுகுமுறைக்காக மக்கள் அவரை தண்டிக்காமல் போகலாம். ஆனால் நடந்த ஊழல்கள் நில அபகரிப்பு போன்ற

வாஸந்தி

விஷயங்களை மக்கள் இப்பவும் மறக்க சித்தமாக இல்லை என்று பத்திரிகையாளர்கள் சொல்கிறார்கள். ஸ்டாலினுக்கு இப்படிப்பட்ட ஒரு நிலையை விட்டுச் செல்கிறோம் என்பது அவருக்கு மிகுந்த வருத்தத்தை ஏற்படுத்தியது. அதோடு அவர் மறைந்த பிறகும் அழகிரியின் கோபத்தை ஸ்டாலின் எதிர்கொள்ள வேண்டிய சோதனைகள் தொடரும். அதற்கும் நானே பொறுப்பு. ஸ்டாலினுக்கு நன்மை செய்ததைவிட நான் செய்த தீமைகளே அதிகம்.

உடல் நலக் குறைவினால் அவர் மருத்துவமனையில் சேர்க்கப் பட்டார். ஜெயலலிதாவும் என்ன கோளாறு என்று விளங்காத நோயினால் பாதிக்கப்பட்டு அப்பல்லோ மருத்துவமனையில் இருந்தார். ஆட்சிக்கு வந்த நான்கே மாதங்களில் அவர் மருத்துவமனையில் தீவிர சிகிச்சையில் அனுமதிக்கப்பட்டது கருணாநிதிக்கு வருத்தமாக இருந்தது. பல ஆண்டுகளாக இருவருக்கும் இடையே இருந்த பகை, இதிகாசப்போராக இருந்ததை நினைத்து சிரிப்பு வந்தது. கடைசியில் ஆறு அடி சவக் குழிக்குள் போகப்போகிற இந்த உடம்பு தனக்கு அழிவே இல்லை என்ற நினைப்பில் என்ன ஆட்டம் போடுகிறது! இப்போது மனசு தத்துவம் பேசிற்று. புரட்சித் துறவி ராமானுஜரைப் பற்றி எழுத ஆரம்பித்ததிலிருந்து சிந்தனையில் ஒரு அமைதி ஏற்பட்டிருந்தது. புதிய சாளரங்கள் திறந்து புதிய காற்றைச் சுவாசிக்க வைத்தது.

ஜெயலலிதா 75 நாட்கள் மருத்துவமனையில் இருந்து டிசம்பர் 5 மரணமடைந்ததாகச் செய்தி அதிகார பூர்வமாக வெளிவந்தபோது கருணாநிதி காவேரி மருத்துவமனையில் தீவிர சிகிச்சைப் பிரிவில் இருந்தார். தன்னைவிட இளையவரான ஜெயலலிதா தன்னை முந்திக்கொண்டது உண்மையிலேயே வருத்தமாக இருந்தது. "அவர் தேறிவருவதாக எல்லோரும் நம்பிவந்த வேளையில் அவர் இறந்தது எனக்கு துக்கத்தை அளிக்கிறது" என்று அறிக்கைவிட்டார். "சிறிய வயதிலேயே அவர் இறந்தாலும் அவர் புகழ் காலத்துக்கும் நிற்கும்."

எத்தகைய அசாதாரணமான பெண்மணி அவர் என்று நினைத்து மனசு மாய்ந்தது. தன்னந்தனியாக மாநிலத்தை ஆளும் ஆளுமை கொண்டிருந்த ராணி, கட்சியை இரும்புக்கரம் கொண்டு கட்டுக்குள் வைத்திருந்த தலைவி, உற்றம் சுற்றம் என்று யாருமில்லாமல் அநாதையாக இறந்தது கொடுமை என்று தோன்றிற்று.

கருணாநிதியைச் சுற்றி இரண்டு குடும்பம் என்னும் கூட்டமே இருந்தது. எல்லோரும் அன்பைப் பொழிபவர்கள். இருந்தும் அவரைத் தனிமை வாட்டிற்று. அவரும் பாசம் மிக்கவர்.

குடும்பம் மட்டுமில்லை நண்பர்கள் தொண்டர்கள் எல்லார் மீதும் பாசம் உண்டு.

ஒருமுறை துரைமுருகன் இதய அறுவை சிகிச்சைக்கு மருத்துவமனையில் சேர்க்கப்பட்டார். இரவு பத்து மணிக்கு 'எப்படியிருக்கேய்யா?' என்று தொலைபேசியில் அழைத்துக் கேட்டபோது 'நாளைக்கு அறுவைசிகிச்சை. சந்தோசமாவா இருப்பேன்? இருக்கேன்யா' என்றார் துரைமுருகன். கருணாநிதிக்கு துரைமுருகன் அச்சப்படுவதுபோல இருந்தது. 'நீ பயந்து போயிருக்கேய்யா. குரல்லே தெரியுது. பயப்படாதே. நான் வந்து உன்கூட படுத்துக்கறேன்' என்றார் கருணாநிதி. இதை நினைவுகூரும்போது துரைமுருகனுக்குக் கண்ணீர் வருகிறது.

"அத்தனை பாசமானவர் அவர்".

அவர் தன்னைச் சுற்றிப் பின்னியிருந்த பாச வலையைப் பற்றிச் சொல்ல பல நூறு பேர்கள் இருக்கிறார்கள். எதிர்பாராத தருணங்களில் அவர் காட்டிய கனிவையும் நெருக்கத்தையும் தங்கம் தென்னரசுக்கு நேர்ந்த நெகிழ்ச்சியான அனுபவத்தைப் போல நேரிடையாக அனுபவித்திருக்கிறார்கள். இக்கட்டான நெருக்கடிகளிலும் அவரது நகைச்சுவை உணர்வும் அயராத உழைப்பும் அவரை மற்ற தலைவர்களுடமிருந்து வேறுபடுத்திக் காட்டிற்று என்று சொல்ல ஆயிரம் பேர் இருக்கிறார்கள்.

கருணாநிதிக்குத் தூக்கம் குறைந்து வந்தது. எப்போதுமே அதிகம் தூங்காதவர். இப்போது மனசு விழித்த நிலையில் யோசனை குடைய ஆரம்பித்தது. தனது வாழ்க்கைப் பக்கங்களைப் புரட்டிப் புரட்டிப் பார்க்கையில் நான் சாதித்தது என்ன இழந்தது என்ன என்கிற கேள்வி துன்புறுத்தியது. இழந்தது அதிகம் என்று பட்டது. பாசத்தில் கரைந்த வாழ்க்கை அது கட்சியோ, நண்பர்களோ, குடும்பமோ, பணியாளர்களோ யாராக இருந்தாலும். அவருடைய பலவீனம் அது. அதை விலக்கி வாழ முடியவில்லை. அவர் ராமானுஜர் இல்லை. சாமான்ய மனிதர்.

மெல்லப் பேச்சு நின்றுபோவது அவருக்குத் தெரிந்தது. முதலில் அச்சமேற்பட்டது. என்ன இது, என்னைத் தமிழும் புறக்கணித்துவிட்டதா என்று துக்கம் ஏற்பட்டது. அவருள் இருந்த பரிதவிப்பை மற்றவர்கள் புரிந்துகொண்டார்கள். விசனப்பட்டார்கள். பாவம் சண்முகநாதனுக்குக் கண்ணீர் வருகிறது. கனிமொழி மௌனமாக அழுவது தெரிகிறது. அவரது மௌனத்தை சகிக்க முடியாமல் துக்கித்து எழுதிய கவிதையைக்கூடக் காட்டினார்.

வாஸந்தி

பேசுவதை நிறுத்திக்கொண்டாய்
உங்களிடம் பேசி என்ன ஆகப்போகிறது
என்று நினைத்துவிட்டாயா ?
சொல்வதற்கு இருந்ததையெல்லாம்
சொல்லிவிட்டேன் என்றா ?
உன் வார்த்தைகளின் எஜமானர்கள்
நாங்கள் என்று உனக்குத் தெரியாதா ?

அவருக்கு சாபத்தில் நம்பிக்கை இல்லை. எதிரிகள் அப்படி நினைக்கலாம். யார் யாரோ தலைவர்கள் பார்க்க வருகிறார்கள். கோபாலபுரத்து வீட்டின் குறுகிய படிகளை ஏறி மாடிக்கு வந்து அவரைப் பார்த்துக் கையைக் குலுக்கி வாழ்த்துச் சொல்கிறார்கள். யாருமே வராமல் இருந்தால் தேவலை போலிருக்கிறது. வெளி உலகில் என்ன நடக்கிறது என்று அறிந்துகொள்ளும் ஆர்வம் ஏதும் இல்லை இப்போது. பேச்சு நின்றதுமே வாழ்க்கையில் பிடிப்பு நின்றுபோனது. அதனாலேயே மரணத்தைப் பற்றின அச்சம் வெளியேறியது.

உண்மையில் அதை வரவேற்கும் ஆவல் மட்டுமே இப்போது எஞ்சியது.

○○○

2018 ஆகஸ்ட் முதல் வாரத்தின் இறுதி. சென்னை காவேரி மருத்துவமனைக்கு முன் குழுமியிருந்த அந்த ஜனக் கும்பலை சமாளிக்க காவல் துறையினர் மிகுந்த பாடுபட்டார்கள். "வா வா தலைவா எழுந்து வா !" என்று தொண்டர்கள் உயர்ந்த குரலில் அழைத்தார்கள். உள்ளே நினைவில்லாமல் படுத்திருந்த அந்த 94 வயதுக்காரர் அவர்களுடைய குரல் கேட்டு எழுந்து விடுவார் என்று நம்பியவர்கள்போல. பெரியவருக்கு சமீப காலமாக உடம்பு சரியாக இருக்கவில்லை. இப்போது மருத்துவமனையில் சேர்க்கும்படி ஆகிவிட்டது. பல முறை இப்படி ஆகி வீடு திரும்பியிருக்கிறார். இப்பவும் திரும்புவார் என்று அவர்கள் நம்பினார்கள். வெளியில் வந்து "என் உயிரினும் மேலான உடன்பிறப்புகளே" என்று சொல்வார். எத்தனை நாட்களாகிவிட்டன அவர் குரல் கேட்டு.

தேசத்தின் எல்லா முக்கிய அரசியல் தலைவர்களும் மருத்துவமனைக்கு வந்து தலைவரைப் பார்த்துவிட்டுப் போனார்கள். கருணாநிதியின் குடும்பத்தினர்கள், கட்சித் தலைவர்கள் எல்லோரும் வந்துபோகிறார்கள். கண்களைத் துடைத்தபடி அவர்கள் வரும்போதெல்லாம் வெளியில் நிற்பவர்களுக்குக் கண் கலங்குகிறது. தமிழ்நாட்டில் பல பகுதிகளில் பல தொண்டர்கள் தீக்குளித்ததாகச் செய்தி

பரவுகிறது. செயல் தலைவர் அவசரமாக அறிக்கைவிடுகிறார் – "தயவுசெய்து உணர்ச்சிவசப்பட்டு எந்த விபரீத முடிவையும் எடுக்காதீர்கள்."

வெறும் தொண்டர்களின் கூட்டம் இல்லை அது. கட்சியைச் சேராத பாமரர்களும் கொண்ட ஜன சமுத்திரம் அது. அலை அலையாகத் தமிழகத்தின் மூலை முடுக்கிலிருந்தெல்லாம் வந்து குழுமியிருக்கிறார்கள். ஆச்சரியமாக இருந்தது பத்திரிகையாளர் களுக்கு. ஜெயலலிதாவுக்கு இருந்த வசீகர அங்கீகாரம் 94 வயது திமுக தலைவருக்கு மக்களிடமில்லை என்று அவர்கள் நினைத்திருந்தார்கள். ஆனால் ஜெயலலிதாவின் மரணத்தின்போது வெளிப்படாத ஆத்மார்த்த துயரம் இப்போது மக்கள் தரப்பிலிருந்து வெளிப்பட்டது. ஒரு மிகப்பெரிய அரசியல் ஆளுமையின் மறைவைப் பற்றினதாக மட்டுமல்ல – ஒரு சகாப்தத்தின் முடிவை நினைத்து அவர்கள் வருந்துபவர்கள்போல இருந்தது. ஆகஸ்ட் ஏழாம் தேதி மாலை அதிகாரபூர்வமாக அந்தச் செய்தி மருத்துவமனையிலிருந்து வந்தது.

"நமது அன்பிற்குரிய கலைஞர் கருணாநிதி அவர்கள் இன்று (ஆகஸ்ட் 7, 2018) மாலை 6.10க்கு மறைந்தார் என்பதை மிகுந்த துயரத்துடன் தெரிவிக்கிறோம். மிகத் திறமை வாய்ந்த மருத்துவர் குழாம் அவரை உயிர்ப்பிக்க எடுத்த முயற்சி அவரது மூப்பின் காரணமாக பலனில்லாமல் போனது. நாட்டின் மிக உயர்ந்த தலைவர்களுள் ஒருவரான அவருடைய மறைவுக்காகக் காவேரி மருத்துவமனை துக்கிக்கிறது. அவரது குடும்பத்தினர், கட்சியினர் மற்றும் உலகத் தமிழர்களின் துயரத்தில் பங்குகொள்கிறது." என்றார் காவேரி மருத்துவமனையின் செயல் இயக்குநர் அரவிந்தன் செல்வராஜ்.

அந்தச் செய்தி வருவதற்கு முன்பு திமுக செயல் தலைவர் ஸ்டாலின் தமிழக முதல்வரை நேரில் சென்று பார்த்து மெரினா கடற்கரையில் அண்ணா சமாதியை ஒட்டிய நிலத்தில் கருணாநிதியை அடக்கம் செய்ய அனுமதி வேண்டும் என்று கேட்டுக்கொண்டார். மரணச் செய்தி உறுதிபடுத்தப்பட்ட பிறகு மெரினாவில் இடம் மறுக்கப்பட்டதாகச் செய்தி வந்தது தமிழக அரசின் தலைமைச் செயலாளரிடமிருந்து.

கட்சியினர் அதிர்ச்சி அடைந்தார்கள். தொண்டர்கள் உணர்ச்சிவசப்பட்டுப் பொங்கினார்கள். கலவரம் வெடிக்க ஆரம்பித்தது. நிலைமை திசைதிரும்பிப்போகும் அபாயத்தை உணர்ந்த ஸ்டாலின் அவர்களை அமைதி காக்கும்படி கேட்டுக் கொண்டார்.

இரவே நீதிமன்றத்தின் கதவைத் தட்டி அந்த மறுப்புக்கு எதிராக வழக்கு பதிவு செய்யப்பட்டது. தமிழக அரசு அநாவசிய மான ஒரு சிக்கலை அற்பத்தனமாக எழுப்பியதாகப் பாமர மக்களும் நினைத்த நிகழ்வு அது. இதற்கிடையில் நாட்டின் அனைத்து மாநிலத்திலிருந்தும் அரசியல் கட்சித் தலைவர்கள், வயது, மொழி, சித்தாந்த வேறுபாடு பாராமல் அஞ்சலி செலுத்த வந்தவண்ணம் இருந்தார்கள். வெள்ளம்போல மக்கள் வந்திருந்தது நம்ப முடியாத காட்சியாக இருந்தது. சவப்பெட்டியில் இருந்த கருணாநிதியின் முகம் அமைதியாக, மலர்ச்சியுடன் காணப்பட்டது – நடக்கும் நாடகத்தை ரசிப்பதுபோல. வாழ்நாள் முழுவதும் போராடிய வாழ்க்கைக்குப் பொருத்தமான கடைசிக் காட்சி என்று நினைப்பதுபோல. வசனகர்த்தாவாக இருந்த அவருக்கே அந்தக் கற்பனை உதித்திராது. க்ளைமாக்ஸ் காட்சியாக நீதிமன்றத்தின் ஆக்கபூர்வமான – மெரினாவில் அண்ணா சமாதிக்கு அருகில் அடக்கம் செய்ய – உத்தரவு வந்ததும் குடும்பத்தினர் தளை விடுபட்டதுபோலக் கண்ணீர்விட்டார்கள். கூட்டம் வெற்றிக் கொண்டாட்டத்தில் இறங்கியது.

இந்திய நாடாளுமன்றத்தின் இரு அவைகளும் தள்ளிவைக்கப்பட்டு, தேசியக்கொடி அரைக்கம்பத்தில் பறக்க விடப்பட்டது. தமிழ்நாடு அரசு புதன்கிழமை பொது விடுமுறை என்று அறிவித்தது. ஏழு நாட்கள் மாநிலம் துக்கம் அனுசரிக்கும் என்றது. முன்னாள் முதல்வர் மு. கருணாநிதியின் உடல் அரசு மரியாதையுடன் அடக்கம் செய்யப்பட்டது, அவர் விரும்பியபடி – அண்ணா சமாதியின் அருகில்.

காங்கிரஸ் தலைவர் பீட்டர் அல்ஃபோன்ஸ் சொல்கிறார்: “கலைஞருக்கு எப்பவுமே 75% ஆதரவாளர் இருந்தால் நிரந்தரமா ஒரு 25% அவருக்கு எதிர்ப்பாளராக இருப்பார்கள். அவருடைய பேச்சை ரசித்தால்கூட அவரை வெறுப்பவர்களாக இருப்பார்கள். அது மாறவே இல்லை. ஆனா அவர் இறந்த பிறகு ஒரு பெரிய ஆச்சரியமான மாற்றம் ஏற்பட்டிருக்கு. மக்களுடைய ஆதரவு ஒட்டுமொத்தமா கலைஞர் பக்கம் திரும்பிட்டமாதிரி இருக்கு. கட்சிக்குப் புதிய பலம் கூடியிருக்கு.”

கருணாநிதியின் ஆன்மாவுக்கு அந்த வார்த்தைகள் நிச்சயம் ஒரு சமாதானத்தை ஏற்படுத்தியிருக்கும்.